നാരായണീയ കഥാമൃതം

Stories from "Narayaneeyam" in simple
Malayalam prose

Geetha Venugopal

നാരായണീയ കഥാമൃതം
ഗീത വേണുഗോപാൽ

1960-ൽ തിരുവില്വാമലയിൽ ജനനം. 1980-ൽ ഒറ്റപ്പാലം NSS കോളേജിൽ നിന്ന് ഭൗതിക ശാസ്ത്രത്തിൽ ബിരുദം നേടി.1980-ൽ അദ്ധ്യാപനവൃത്തി ആരംഭിച്ച് ഡൽഹി, കോഴിക്കോട്, സുൽത്താൻ ബത്തേരി എന്നിവിടങ്ങളിലായി 25 വർഷത്തോളം അദ്ധ്യാപിക, പ്രധാന അദ്ധ്യാപിക എന്നീ തസ്തികകളിൽ സേവനം അനുഷ്ഠിച്ചതിനുശേഷം, കഴിഞ്ഞ 15 വർഷത്തോ-ളമായി, വിശ്രമ ജീവിതത്തിലും പുതുതലമുറയ്ക്ക് അറിവുപകർന്നു കൊടുക്കുന്നതിൽ വ്യാപൃതയാണ്.

വിലാസം:
ഗീത വേണുഗോപാൽ ചെറിയനത്ത്,
വില്വതിലകം,
തിരുവില്വാമല, തൃശ്ശൂർ, കേരളം,
Phone: +91 9895249413
Email : geethavenugopal10@gmail.com
പകർപ്പവകാശം ഗ്രന്ഥകർത്രിയ്ക്ക്
Cover design: Aparna Venugopal and Arjun Venugopal

സമർപ്പണം

മേൽപ്പത്തൂർ ഭട്ടതിരിയുടെ പ്രസിദ്ധമായ 'നാരായണീയ'ത്തിലെ കഥകളും പ്രധാന ആശയങ്ങളും ലളിതമായ ഭാഷയിൽ വിവരിക്കുന്ന ഈ കൃതി എന്റെ പ്രിയപ്പെട്ട മാതാപിതാക്കളുടെ ഓർമ്മക്കായി സമർപ്പിക്കുന്നു.

എന്റെ പിതാവ് (ചുമനെ രാഘവൻ നായർ) ഗുരുവായൂർ ചൊവ്വല്ലൂർപ്പടിയിലും, മാതാവ് (ചെറിയനത്ത് സരോജിനി അമ്മ) കോട്ടപ്പടിയിലും ജനിച്ചു വളർന്നതുകൊണ്ട്, ബാല്യകാലം തൊട്ടു തന്നെ ശ്രീകൃഷ്ണ കഥകൾ കേട്ട് ഭക്തിസാന്ദ്രമായ അന്തരീക്ഷത്തിലാണ് ഞാൻ വളർന്നത്. ഭാഷാദ്ധ്യാപകരായ അവരിരുവരും ജീവിതാവസാനം വരെയും ആത്മീയ, സാഹിത്യ രചനകളിൽ ഏർപ്പെട്ടിരുന്നു. (സൌന്ദര്യലഹരി, വില്വാദ്രിനാഥകഥാമൃതം, നാരായണീയം (വൃത്താനുവൃത്ത തർജ്ജമ), ഭഗവദ്ഗീത (ഗദ്യം), ജ്ഞാനപ്പാന (സംസ്കൃത പദ്യ രൂപത്തിൽ) (അച്ഛൻ) ഭാഗവതാമൃതം (അമ്മ)) എന്നിവ അവയിൽ ചിലതുമാത്രം. അവരുടെ പ്രോത്സാഹനവും, അവർ പകർന്നു തന്ന സാഹിത്യവാസനയും എനിക്ക് ഇതെഴുതുവാൻ അത്യധികം പ്രചോദനം നൽകിയിട്ടുണ്ട്.

ഈ പുസ്തക രചനയ്ക്ക് എന്നെ സഹായിച്ച എല്ലാവർക്കും നന്ദി. പ്രിയപ്പെട്ട വായനക്കാർ ഈ

രചനയിൽ വന്നിട്ടുള്ള തെറ്റുകൾ ചൂണ്ടിക്കാണിച്ച്, എന്നെ പ്രോത്സാഹിപ്പിക്കേണമേ. ഇതു വായിക്കുന്ന എല്ലാവരേയും ഭഗവാൻ അനുഗ്രഹിക്കട്ടെ എന്നു ആത്മാർത്ഥമായി പ്രാർത്ഥിക്കുന്നു.

കൃഷ്ണാ ഗുരുവായൂരപ്പാ !

ആമുഖം

ഭാരതീയ സംസ്ക്കാരത്തിന്റെ അടിസ്ഥാന തത്വങ്ങൾ നമ്മുടെ ജീവിതത്തിൽ ഉൾക്കൊള്ളിച്ച് ഭാരതത്തിന്റെ യശസ്സ് ഉയർത്തിപ്പിടിക്കേണ്ടത് ഓരോ ഭാരതീയന്റെ- യും കടമയാണ്. വേദങ്ങളിലും ഇതിഹാസങ്ങളിലും പുരാണങ്ങളിലും നമ്മുടെ സംസ്ക്കാരത്തിന്റെ തത്വങ്ങൾ അടങ്ങിയിരിക്കുന്നു. ഇതിൽ എല്ലാ യുഗങ്ങളിലും ദൈവോപാസനയ്ക്കുള്ള മാർഗ്ഗങ്ങൾ വിശദീകരിക്കുന്നുണ്ട്. കലിയുഗത്തിൽ നാമസങ്കീർ- ത്തനം മാത്രമാണ് ഭഗവാനിലേയ്ക്ക് അടുക്കാനുള്ള ഏറ്റവും പ്രായോഗികവും സുഗമവുമായ മാർഗ്ഗം. ജീവിത പ്രതിസന്ധികളിൽ നിന്ന് കര കയറാനാകാതെ വലയുമ്പോൾ ദൈവമേ ഞങ്ങൾക്ക് ഇവയെല്ലാം നേരിടാനുള്ള ശക്തി നൽകണമേ' എന്ന് ചിന്തിക്കാത്തവർ വിരളമായിരിക്കും. സ്ഥലകാല പരിമിതികൾ കണക്കിലെടുക്കാതെ എല്ലാവർക്കും ഏതു സമയത്തും ഭഗവാനെ സ്തുതിക്കാൻ കഴിയുന്നത് നാമസങ്കീർത്തനത്തിലൂടെ മാത്രമാണ്. ഇതിന് സഹായിക്കുന്ന ഒരു വിശിഷ്ട ഗ്രന്ഥമാണ് 'നാരായണീയം'.

മഹാകവി ശ്രീ മേൽപ്പത്തൂർ നാരായണ ഭട്ടതിരി തന്റെ കഠിനമായ വാതരോഗത്തിൽ നിന്നും മുക്തി നേടുവാൻ സാക്ഷാൽ ശ്രീ ഗുരുവായ്യൂരപ്പനെ

സ്തുതിച്ചു കൊണ്ടെഴുതിയ ഈ സ്തോത്രഗ്രന്ഥം രചിച്ചിരിക്കുന്നത് സംസ്കൃത ഭാഷയിലാണ്. ഭഗവാന്റെ കേശാദിപാദ വർണ്ണനയും, അവതാരലീലകളും ഭാഗവതത്തിൽ നിന്ന് സന്ദർഭോചിതമായ കഥകളും ഉൾപ്പെടുത്തി രചിച്ച ഈ ഗ്രന്ഥത്തിൽ 100 ദശകങ്ങളിലായി ആയിരത്തിമുപ്പത്തിനാലോളം ശ്ലോകങ്ങൾ ഉണ്ട്. ഈ ഗ്രന്ഥരചനയിലൂടെ കവി വാതരോഗത്തിൽ നിന്ന് മുക്തനാകുകയും ഭഗവദ്ഭക്തനായി തന്റെ ശിഷ്ടകാലം മുഴുവനും കഴിച്ചു കൂട്ടുകയും ചെയ്തു. എന്നാൽ സംസ്കൃത ഭാഷയിൽ രചിച്ച ഈ ഗ്രന്ഥം സാധാരണ ജനങ്ങൾക്ക് വായിച്ചു മനസ്സിലാക്കാൻ അല്പം പ്രയാസമാണ്. അതിനാൽ ഈ ശ്ലോകങ്ങളിലടങ്ങിയ തത്വങ്ങൾ വളരെ ലളിതമായി വിവരിച്ച് സാധാരണ ജനങ്ങളിലേയ്ക്ക് എത്തിക്കാനുള്ള ഒരു ചെറിയ പരിശ്രമമാണ് ഈ രചന. നമ്മുടെ കുട്ടികളെ സൽസ്വഭാവികളായും സംസ്കാരമുള്ളവരായും വളർത്തുന്നതിനായി അവർക്കു പറഞ്ഞുകൊടുക്കാനുള്ള ധാരാളം കഥകളും ഇതിൽ ലടങ്ങിയിട്ടുണ്ട്. അവർക്ക് ഇതിലടങ്ങിയിട്ടുള്ള കഥകളുടെ തത്വം തങ്ങളുടെ ജീവിതത്തിലും പ്രാവർത്തികമാക്കാം. ഭാഗവതസപ്താഹ വേദികളിൽ ശ്ലോകങ്ങളുടെ അർത്ഥം മനസ്സിലാക്കാൻ ഇത് ഉപയോഗിക്കാം. നാരായണീയത്തിലെ ശ്ലോകങ്ങൾ ചൊല്ലി, ഓരോ ദശകത്തിന്റെയും സാമാന്യ വിവരണം അറിയുകയും വായിക്കുകയും ചെയ്യുന്നത്, ഭഗവദ് ഭക്തി വർധിപ്പിക്കാൻ സഹായകമാകും.

ഈ രചനയ്ക്ക് എനിക്ക് സഹായകമായത് ഗുരുവായൂർ ദേവസ്വം പ്രസിദ്ധീകരിച്ച, വളരെ പ്രസിദ്ധിയാർജിച്ച നാരായണീയത്തിന്റെ 'വനമാലാ വ്യാഖ്യാനം' എന്ന ഗ്രന്ഥമാണ്. ഇതിൽ ശ്ലോകങ്ങളുടെ അന്വയവും പദാനുപദ വിവരണവും സന്ദർഭോചിതമായി ഉൾപ്പെടുത്തിയ ഭാഗവത കഥകളും ഭംഗിയായി ചിത്രീകരിച്ചിരിക്കുന്നു. ഈ ഗ്രന്ഥം ഗുരുവായൂരപ്പഭക്തന്മാർക്ക് ഒരു നിവേദ്യം തന്നെയാണ്. അതു പോലെ യാദൃശ്ചികമായി വായിക്കാനിടയായ ഹരിപ്പാട് ശ്രീ രമണിക്കുട്ടിയമ്മയുടെ നാരായണീയത്തിന്റെ സാരാർത്ഥ വ്യാഖ്യാനം എന്ന ഗ്രന്ഥവും ഈ രചനയ്ക്ക് ഉപകാരപ്രദമായിട്ടുണ്ട്. ഇവർക്കെല്ലാം ഈ അവസരത്തിൽ ഞാൻ നന്ദിയർപ്പിക്കുന്നു. എനിക്ക് ഈ രചന പൂർത്തിയാക്കാൻ കഴിഞ്ഞത് മാതാപിതാക്കന്മാരുടേയും ഗുരുനാഥന്മാരുടേയും അനുഗ്രഹം കൊണ്ടു മാത്രമാണെന്ന് വിശ്വസിച്ചു കൊണ്ട് ഈ പുസ്തകം ഞാൻ സാക്ഷാൽ ശ്രീ ഗുരുവായൂരപ്പന് സമർപ്പിക്കുന്നു. എല്ലാ ഭക്തജനങ്ങളും ഇത് സ്വീകരിക്കുമെന്ന് പ്രതീക്ഷിക്കുന്നു.

ശ്രീ മേൽപ്പത്തൂർ നാരായണ ഭട്ടതിരി

സാക്ഷാൽ ശ്രീ ഗുരുവായൂരപ്പന്റെ അവതാരലീലകൾ അവർണ്ണനീയമാണ്. ഭക്തജനങ്ങൾക്ക് ഏറ്റവും ഇഷ്ടപ്പെട്ട ഉപാസനാമൂർത്തിയാണ് ഗുരുവായൂ-രപ്പൻ. ഗുരുവായൂരിൽ വാണരുളുന്ന ഈ ആരാധനാ മൂർത്തിയെ സ്തുതിച്ചു കൊണ്ട് ശ്രീ മേൽപ്പത്തൂർ നാരായണഭട്ടതിരി എന്ന മഹാ പണ്ഡിതൻ രചിച്ച സ്തോത്രരത്നാവലിയാണ് 'നാരായണീയം' എന്ന ഗ്രന്ഥം. അദ്ദേഹം തന്റെ ഇരുപത്തിയേഴാം വയസ്സിലാണ് ഈ സ്തോത്രരചന നടത്തിയത്. കലശലായ വാത രോഗം മൂലം വിഷമിച്ച അദ്ദേഹം ഈ സ്തോത്രരചനയിലൂടെ തന്റെ രോഗത്തിൽ നിന്ന് പരിപൂർണ്ണ മുക്തി നേടുകയും എൺപത്തിയാറാം വയസ്സു വരെ ആയുരാരോഗ്യ സൌഖ്യത്തോടെ ജീവിക്കുകയും ചെയ്തു.

കൊല്ലവർഷം 735 ൽ, മലപ്പുറം ജില്ലയിലെ പൊന്നാനി താലൂക്കിൽ തിരുനാവായ ക്ഷേത്രത്തി-നടുത്തുള്ള മേൽപ്പത്തൂർ ഇല്ലത്താണ് ശ്രീ നാരായണ ഭട്ടതിരി ജനിച്ചത്. മാതൃദത്തൻ എന്ന ബ്രാഹ്മണ ശ്രേഷ്ഠനാണ് ഇദ്ദേഹത്തിന്റെ പിതാവ്. വളരെ ചെറുപ്പത്തിൽ തന്നെ അച്ഛനിൽ നിന്ന് മീമാംസാ തന്ത്രവും, വേദാന്തവും, സാംഖ്യയോഗാദി ശാസ്ത്രങ്ങളും അഭ്യസിച്ചു. തൃക്കണ്ടിയൂർ അച്യുത പിഷാരടിയുടെ മകളെ വിവാഹം കഴിച്ചു വിഷയസുഖങ്ങളിൽ തൽപ്പരനായി കുറച്ചു കാലം

ജീവിച്ചെങ്കിലും പിന്നീട് അച്യുത പിഷാരടിയെ തന്റെ പരമ ഗുരുവായി സ്വീകരിച്ച് അദ്ദേഹത്തിൽ നിന്ന് വ്യാകരണം പഠിച്ചു. ദിനചര്യകൾക്കു ശേഷം ഊണും ഉറക്കവും നഷ്ടപ്പെട്ട് വായനയ്ക്കും എഴുത്തിനും മാത്രമായി തന്റെ സമയം ചിലവാക്കി. ഇതോടെ ഇദ്ദേഹത്തിന്റെ ജീവിത രീതികളാകെ മാറി. അച്യുത പിഷാരടിയ്ക്ക് വാതരോഗം ബാധിച്ചപ്പോൾ ശിഷ്യനായ മേൽപ്പത്തൂർ അദ്ദേഹത്തെ ശ്രദ്ധാപൂർവ്വം ശുശ്രൂഷിച്ചു. ചികിത്സകളൊന്നും ഫലിക്കാതെ വന്നപ്പോൾ ഗുരുവിന്റെ വാതരോഗം മന്ത്രപൂർവം ഉഴിഞ്ഞു വാങ്ങി സ്വയം ഒരു വാതരോഗിയായി മാറി. പിന്നീട് ശ്രീ മേൽപ്പത്തൂരിന് വാതരോഗം കലശലായി. വളരെയധികം ചികിത്സകളും, പരിഹാരങ്ങളും പ്രായശ്ചിത്തങ്ങളും ചെയ്തുനോക്കിയെങ്കിലും രോഗ ശമനമുണ്ടായില്ല. ഒടുവിൽ പ്രഭുത്വവും, പാണ്ഡിത്യ- വും യൗവനവും തന്റെ മനസ്സിൽ സൃഷ്ടിച്ച അഹങ്കാരത്തെ ഇല്ലായ്മ ചെയ്ത് അദ്ദേഹം ഈശ്വര പ്രാർത്ഥന ദിനചര്യയാക്കി മാറ്റി. ഗുരുവായൂ- രമ്പലത്തിൽ ചെന്ന് ഭജനം നടത്തിയാൽ തനിക്ക് രോഗശാന്തി ഉണ്ടാകുമെന്ന കലശലായ തോന്നൽ ഇദ്ദേഹത്തിനുണ്ടായി. അക്കാലത്തുതന്നെ തന്റെ രോഗശാന്തിക്ക് ഉപായമന്വേഷിച്ച് നാരായണ ഭട്ടതിരി ഒരാളെ മഹാപണ്ഡിതനും, കവിയും, ഉത്തമ- ഭക്തനുമായ തുഞ്ചത്തെഴുത്തച്ഛന്റെ അടുത്തേ- യ്ക്കയച്ചു. ആ മഹാകവി ഭട്ടതിരിയോട് 'മീൻ തൊട്ടു കൂട്ടണം' എന്ന് നിർദ്ദേശിച്ചു. ഭഗവാന്റെ മത്സ്യം,

കൂർമ്മം തുടങ്ങിയ അവതാരകഥകൾ ഉൾക്കൊള്ളിച്ച് സ്തോത്രങ്ങൾ നിർമ്മിക്കാനാണ് എഴുത്തച്ഛൻ പറഞ്ഞത് എന്ന് ഭട്ടതിരിയ്ക്ക് മനസ്സിലായി. അദ്ദേഹം ഗുരുവായൂരിൽ താമസിച്ച് ഭജിക്കാൻ തീരുമാനി-ക്കുകയും അതിലൂടെ തനിയ്ക്ക് രോഗശാന്തി കിട്ടുമെന്ന് ഉറച്ച് വിശ്വസിക്കുകയും ചെയ്തു. ഇതനുസരിച്ച് നാരായണ ഭട്ടതിരി അനുജനായ മാതൃദത്തനേയും കൂട്ടി ഗുരുവായൂരിലേയ്ക്ക് ഭജന-ത്തിനായി പുറപ്പെട്ടു. ഗുരുവായൂരിലെത്തിയ അദ്ദേഹം അമ്പലത്തിൽ തന്നെ താമസിച്ച് തന്റെ രചന തുടങ്ങി.

ഭഗവാന്റെ നിഷ്കള സ്വരൂപവും മാഹാത്മ്യവും വർണ്ണിക്കുന്നതാണ് ഒന്നാം ദശകം. ഭക്തി മഹത്വത്തെ പ്രതിപാദിക്കുകയാണ് രണ്ടാം ദശകത്തിൽ. മൂന്നാം ദശകത്തിൽ രോഗത്തെ പറ്റിയുള്ള ആർത്താ-ലാപമാണ്. നാലാം ദശകം മുതൽ തന്റെ രോഗം മാറ്റിത്തരേണമേ എന്ന പ്രാർത്ഥനയോടെ ഓരോ ദശകവും അവസാനിപ്പിക്കുന്നു. തൊണ്ണൂറ്റി-യൊൻപതാം ദശകം വരേയും അദ്ദേഹം രോഗ ക്ലേശങ്ങൾ അനുഭവിച്ചിരുന്നു. എന്നാൽ നൂറാം ദശകം പൂർത്തിയായ ദിവസം സാക്ഷാൽ ഗുരുപവന-പുരേശൻ അദ്ദേഹത്തിനു വേണുഗോപാലരൂപത്തിൽ ദർശനം നൽകി. ആ ദിവ്യ ദർശനം കണ്ട് അദ്ദേഹം അത്ഭുതസ്തബ്ധനായി. അദ്ദേഹം രോഗത്തിൽ നിന്ന് നിശ്ശേഷം മുക്തനാകുകയും ചെയ്തു.

താൻ ദർശിച്ച ഭഗവദ് രൂപം തന്നെപ്പോലെ തന്നെ മറ്റു ഭക്തന്മാർക്കു കൂടി വർണ്ണിച്ച് കാണിക്കാമെന്ന ആഗ്രഹത്താൽ ഭഗവാന്റെ കേശാദിപാദ വർണ്ണന നടത്തുകയാണ് നൂറാം ദശകത്തിൽ. ഈ കേശാദിപാദ വർണ്ണനയോടെ അദ്ദേഹം തന്നെത്തന്നെ ഭഗവാനിൽ സമർപ്പിച്ച് നാരായണീയം എന്ന സ്തോത്ര ഗ്രന്ഥം ഉപസംഹരിക്കുകയും ചെയ്തു. കൊല്ലവർഷം 762 വൃശ്ചിക മാസം 28ന് ഞായറാഴ്ചയിലെ ശുഭ മുഹൂർത്തത്തിലാണ് കവി തന്റെ രചന പൂർത്തിയാക്കിയത് എന്ന് പറയപ്പെടുന്നു. തന്റെ രോഗം മുഴുവനായും മാറി ആരോഗ്യം വീണ്ടെടുത്ത അദ്ദേഹം വീണ്ടും ധാരാളം കൃതികൾ രചിക്കുകയും പ്രശസ്തിയുടെ ഔന്നത്യത്തിലെത്തുകയും ചെയ്തു. തന്റെ ജീവിതത്തിന്റെ അവസാന നാളുകളിൽ മേൽപ്പത്തൂർ മുക്കോല ഭഗവതിയെ സേവിച്ചും കൃഷ്ണഭജനം നടത്തിയും ശിഷ്യന്മാരെ പഠിപ്പിച്ചും ശാന്തമായ ജീവിതം നയിക്കുകയും എൺപത്തിയാറാം വയസ്സിൽ ഭഗവദ് സായൂജ്യം നേടുകയും ചെയ്തു.

ശ്രീ മേൽപ്പത്തൂർ നാരായണ ഭട്ടതിരിയുടെ കൃതികളിൽ പ്രബന്ധങ്ങളും, സ്തോത്ര ഗന്ഥങ്ങളും, ശാസ്ത്രഗ്രന്ഥങ്ങളും ഉൾപ്പെടുന്നു. രാമായണം, നൃഗമോക്ഷം, മത്സ്യാവതാരം എന്നിവയാണ് ചില പ്രബന്ധരചനകൾ. പ്രക്രിയാസർവ്വസ്വം, ധാതു-കാവ്യം, മാനമേയോദയം എന്നിവ ചില ശാസ്ത്ര ഗ്രന്ഥങ്ങളാണ്. ശ്രീപാദസപ്തതി, ഗുരുവായുപുര സ്തോത്രം, നാരായണീയം എന്നിവ സ്തോത്ര-

രചനകളാണ്. ഇതിൽ നാരായണീയം പ്രഥമസ്ഥാനം വഹിക്കുന്നു. ഭക്തിരസം നിറഞ്ഞു തുളുമ്പുന്ന ഈ ഗ്രന്ഥം ഭക്തന്മാരുടെ മനസ്സിനെ ആകർഷിക്കുകയും അവരെ സന്മാർഗത്തിലേയ്ക്ക് നയിക്കുകയും ചെയ്യുന്നു. ഈ സ്തോത്രപാരായണത്തിലൂടെ ഭക്തിരസാനന്ദമൂർഛരയിൽ രോമാഞ്ചപുളകിതരായി നാം മറ്റൊരു തലത്തിലേക്ക് ഉയർത്തപ്പെടുന്നു. ഈ രചനയിലൂടെ കവി, ഈ സ്തോത്രം ചൊല്ലി ഭഗവാനെ ഭജിക്കുന്നവർക്കെല്ലാം തന്നെ ആയുരാരോഗ്യ സൌഖ്യം നൽകേണമേ എന്ന് പ്രാർത്ഥിക്കുന്നു. ശ്രീ മേൽപ്പത്തൂരിന് ലഭിച്ച രോഗശാന്തി പോലെത്തന്നെ മറ്റ് ധാരാളം ഭക്തന്മാർക്കും ഈ സ്തോത്രപാരായണത്തിലൂടെ തങ്ങളുടെ ജീവിത ക്ലേശങ്ങൾ തരണം ചെയ്യാൻ കഴിഞ്ഞിട്ടുണ്ട്.

"യോഗീന്ദ്രാണാം ത്വദംഗേഷ്വധികസുമധുരം മുക്തി-
ഭാജാം നിവാസോ ഭക്താനാം കാമവർഷദ്യുതരു-
കിസലയം നാഥ തേ പാദമൂലം നിത്യം ചിത്തസ്ഥിതം മേ
പവനപുരപതേ, കൃഷ്ണ, കാരുണ്യസിന്ധോ ഹൃത്വാ
നിഃശേഷതാപാൻ പ്രദിശതു പരമാനന്ദസന്ദോഹല-
ക്ഷ്മീം."

ഉള്ളടക്കം

ഓം

അദ്ധ്യായം 1

ദശകങ്ങൾ 1 - 10

ദശകം 1 - ഭഗവദ് സ്വരൂപം

ഭഗവാന്റെ സ്വരൂപത്തെ വർണിച്ചുകൊണ്ടാണ് മേൽ-പ്പത്തൂർ നാരായണ ഭട്ടതിരി ഈ മഹത്തായ നാരായണീയം ഗ്രന്ഥം ആരംഭിച്ചിരിക്കുന്നത്. പരമാനന്ദവും മഹത്തായ അനുഭൂതിയും നൽകുന്ന ഭഗവാന്റെ സ്വരൂപത്തിനോട് സാദൃശ്യപ്പെടുത്താൻ ഈ പ്രപഞ്ചത്തിൽ മറ്റൊന്നുമില്ല. കാലത്തിനും ദേശത്തിനും അതീതമായതും, മായാബന്ധം ഒട്ടുമില്ലാത്തതും വേദങ്ങളാലും ഉപനിഷത്തുക്കളാലും വ്യക്തമാക്കപ്പെട്ടതും, ആദ്യമൊക്കെ സ്പഷ്ടമല്ലെന്നു തോന്നുമെങ്കിലും പിന്നീട് പുരുഷാർത്ഥങ്ങളെല്ലാം വളരെ വ്യക്തമായി മനസ്സിലാക്കിത്തരുന്നതുമായ ആ സ്വരൂപം നമുക്ക് ഗുരുവായൂരിൽ ചെന്നാൽ എന്നും നേരിട്ട് ദർശിക്കാൻ സാധിക്കുന്നു. ഈ രൂപം പരബ്രഹ്മമാണെന്നും, ഇത് അനുഭവിക്കുന്നവർക്ക് മുക്തി ലഭിച്ച് അവർ പുനർജന്മ ഹീനരായി തീരുമെന്നും കവി ശ്ലോകങ്ങളിലൂടെ പ്രസ്താവിക്കുന്നു.

ദുർലഭമായ വസ്തുവാണ് ബ്രഹ്മമെങ്കിലും, ഈ സ്വരൂപം കയ്യിലുള്ളതിനാൽ, ബ്രഹ്മാ-വിഷ്ണു-മഹേശ്വര സ്വരൂപനായ ശ്രീ ഗുരുവായൂരപ്പനെ താൻ ഈ ലോകത്തിന്റെ തന്നെ സങ്കട നിവർത്തിക്കായി ആശ്രയിക്കുന്നു എന്ന് കവി ഭഗവാനോട് പറയുന്നു. ഈ സ്തോത്രത്തിലെ പ്രതിപാദ്യ വിഷയം പരബ്രഹ്മ സ്വരൂപിയായ സാക്ഷാൽ ശ്രീ ഗുരുവായൂരപ്പനാണ്. രജോഗുണമോ, തമോഗുണമോ കലരാതെ, ശുദ്ധസത്വഗുണങ്ങളോടും, പഞ്ചഭൂതങ്ങളോടും, ഏകാദശേന്ദ്രിയങ്ങളോടും കൂടിയതാണ് ഭഗവാന്റെ സ്വരൂപം എന്ന് വേദവ്യാസ മഹർഷി വിശേഷിപ്പിച്ചിരിക്കുന്നു. മറവില്ലാത്തതും ഉൽകൃഷ്ട-വുമായ സുഖവും പ്രകാശവും നിറഞ്ഞ് നിൾശേഷം വിളങ്ങുന്ന സ്വരൂപമാണ് ഭഗവാന്റെ ശരീരം. കാണുമ്പോഴും, വർണ്ണിച്ചു കേൾക്കുമ്പോഴും, ആലോചിക്കുമ്പോഴും നമുക്ക് പരമാനന്ദമരുളുന്ന ഈ ഭഗവത്സ്വരൂപം നമ്മെ ഭക്തിയുടെ ഉയർന്ന തലങ്ങളിലേക്കെത്തിക്കുന്നു. സകല ലോകങ്ങളിലും നിറഞ്ഞുനിൽക്കുന്നതും, അനക്കമില്ലാത്തതും പരമാ-നന്ദാമൃതരസമാകുന്ന അനേകം മുത്തുകളെക്കൊണ്ട് ശോഭിക്കുന്നതുമാണ് ഭഗവാന്റെ സ്വരൂപം. നിഷ്കളനും നാശരഹിതനുമായ ഭഗവാൻ പരി-ശുദ്ധവും സത്വഗുണാത്മകവുമായ മായയെ സ്വീക-രിച്ച് ഭഗവാന്റെ സ്വരൂപത്തെ വഹിക്കുന്നു. കായാ-മ്പൂവിന്റെ ഭംഗിയും, സൗന്ദര്യ സാരാംശവും, നിഷ്ഠയോടു കൂടി ഉപാസിക്കുന്ന പുണ്യശാലികളുടെ

പുണ്യത്തിന്റെ പൂർത്തീകരണവുമാണ് ഭഗവദ് സ്വരൂപമെന്നും, ആ ഭഗവാനെ താൻ ധ്യാനിക്കുന്നു എന്നും കവി പറയുന്നു.

ഭഗവാന്റെ മാഹാത്മ്യങ്ങളെ കാണാനും കേൾക്കാനും അനുഭവിക്കാനും വേണ്ടിയാണ് ഭഗവാൻ സൃഷ്ടി നടത്തിയത് എന്ന് തനിക്ക് മനസ്സിലായെന്നും കവി തുടരുന്നു. കേവലമൊന്നു നമസ്കരിക്കുന്നതിലൂടെ പോലും ഭക്തന്മാരുടെ മുന്നിൽ പ്രത്യക്ഷനാകുന്ന ഭഗവാൻ അവർ അപേക്ഷിക്കാതെ തന്നെ അഭീഷ്ടങ്ങൾ നൽകന്നു. യശസ്സ്, ശ്രീ, ജ്ഞാനം, വിജ്ഞാനം, ഐശ്വര്യം, വീര്യം എന്നിവ ചേർന്നതാണ് ഭഗം. ഭഗം ഉള്ളവൻ ഭഗവാൻ. ഭഗവാന്റെ ഐശ്വര്യം ശങ്കരാദിദേവന്മാരെ അവരുടെ പ്രവർത്തികളിൽ നിയന്ത്രിക്കുന്നു ഭഗവാന്റെ വീര്യം സൂര്യപ്രകൃതികളുടെ തേജസ്സിനെ പോലും കീഴ്പ്പെടുത്തുന്നു. ഭഗവാന്റെ യശസ്സ് വിരക്തന്മാർ പോലും വർണിക്കുകയും പുകഴ്ത്തുകയും ചെയ്യുന്നു. ശ്രീ ലക്ഷ്മീദേവി എപ്പോഴും ഭഗവാന്റെ അടുത്തുതന്നെ താല്പര്യത്തോടെ നിലകൊള്ളുന്നു. ഒന്നിലും ഒരു ആസക്തിയുമില്ലാത്ത ഭഗവാൻ സർവജ്ഞനുമാണ് എന്ന് കവി വിശദീകരിക്കുന്നു

ദശകം 2 - ഭഗവദ് രൂപവർണന

ഈ ദശകത്തിൽ ഭഗവാന്റെ രൂപത്തെ വർണ്ണിക്കുന്നു. സൂര്യപ്രഭയെ വെല്ലുന്ന കിരീടം, ഗോപിക്കുറിയോടു-

കൂടി തിളങ്ങുന്ന നെറ്റി, കരുണ ചൊരിയുന്ന കണ്ണുകൾ, ഭംഗിയുള്ള മൂക്ക്, മനോഹരമായ പുഞ്ചിരി, മകരകുണ്ഡലങ്ങൾ, വനമാല, മുത്തുമാല, ശ്രീവത്സം എന്നിവ ചേർന്ന് മനോഹരമാണ് ഭഗവാന്റെ രൂപം. തോൾവളകൾ, കൈവളകൾ, രത്നക്കൽമോതിരങ്ങ-ളണിഞ്ഞ ഭംഗിയേറിയ വിരലുകൾ, ശംഖ്, ചക്രം ഗദ, പത്മം എന്നിവയണിഞ്ഞ തൃക്കൈകൾ, പൊന്ന-രഞ്ഞാണം, മഞ്ഞപ്പട്ടാട, താമരപ്പൂവിന്റെ കാന്തിയുള്ള തൃക്കാലുകൾ എന്നിവയോടും കൂടിയതാണ് ഭഗവാന്റെ ദിവ്യരൂപം. ഈ രൂപം അതിമനോഹരവും ഉൽ-കൃഷ്ടവും അതിസുന്ദരവും അത്യാശ്ചര്യകരവുമാണ്. സമ്പൽസ്വരൂപിണിയായ ശ്രീലക്ഷ്മീദേവി ഭഗവാനോ-ടുള്ള സ്ഥിര പ്രേമം നിമിത്തം എപ്പോഴും ഭഗവാനോ-ടൊപ്പം ഇരിക്കുന്നു. ഭഗവാന്റെ രൂപവർണന ശ്രവണം ചെയ്യുന്നവരും, മനനം ചെയ്യുന്നവരും, ആനന്ദ-ബാഷ്പത്തിൽ ആറാടി രോമാഞ്ച പുളകിതരാകുന്നു.

കർമ്മയോഗത്തേക്കാളും, ജ്ഞാന യോഗത്തേ-ക്കാളും ഉത്തമമാണ് ഭക്തിമാർഗം എന്ന് കവി പറയുന്നു. ഒരു പ്രാവശ്യം തൊഴുമ്പോൾ തന്നെ സാധാരണക്കാരന് പോലും ഭക്തിയുണ്ടാവുകയും അയാൾ ഭക്തനായി തീരുകയും ചെയ്യുന്നു. എന്നാൽ, കർമ്മ യോഗത്തിന്റെ ഫലം വളരെക്കാലത്തിനു ശേഷം മാത്രമേ ലഭ്യമാകുന്നുള്ളൂ. തത്വജ്ഞാനം മനസ്സിന് പിടി കിട്ടാൻ ഏറെ പ്രയാസമേറിയതാണ് അതിനാൽ ഭക്തി മാത്രമാണ് അതിമധുരവും ശ്രേയസ്കരവും ആയിട്ടുള്ളത് എന്ന് കവി ഈ

ശ്ലോകങ്ങളിൽ വിവരിക്കുന്നു. കർമ്മമാർഗം കൊണ്ട് മന:ശുദ്ധി കൈവരികയും, മന:ശുദ്ധി നമ്മെ തത്വജ്ഞാനത്തിൽ എത്തിക്കുകയും ചെയ്യും. തത്വ-ജ്ഞാനം ഭക്തിയോഗത്തിന് സഹായകമാണ്. ഭഗവത് ഭഗവത്ക കഥാശ്രവണവും, മനനവും ശുദ്ധ ബ്രഹ്മമാർഗ്ഗത്തെ നേടിത്തന്ന് മുക്തി നേടുവാൻ സഹായിക്കുന്നതുകൊണ്ട് തനിക്ക് ഭഗവാനിൽ അത്യധികം ഭക്തയുണ്ടാക്കിത്തരേണമേ എന്ന് കവി പ്രാർഥിക്കുന്നു.

ദശകം 3 - ഭക്തിപ്രാർത്ഥന

കവി വീണ്ടും ഭഗവാനോട് പറയുന്നു: അല്ലയോ ഗുരുവായൂരപ്പാ, ഭഗവദ് കഥാശ്രവണവും നാമ-ജപവും കൊണ്ട് ബ്രഹ്മാനന്ദരസത്തിൽ മുഴുകുന്നവരാണ് യഥാർത്ഥ ഭക്തന്മാർ. ഇങ്ങനെയുള്ള ഒരു ഭക്തനാകാനാണ് താനും ആഗ്രഹിക്കുന്നതെന്നും വാത രോഗത്താൽ കഷ്ടപ്പെടുന്നതിനാൽ മറ്റു ഭക്തന്മാരെ പോലെ തനിക്ക് ഭജിക്കാൻ കഴിയുന്നില്ലെന്നും കവി സങ്കടത്തോടെ പറയുന്നു. നൂറു ദിവസം ഭജന ചെയ്യണമെന്ന് ആഗ്രഹിച്ച് ഗുരുവായൂരിൽ എത്തിയ കവിക്ക് രോഗം മൂർച്ഛിച്ചതിനാൽ ഭജനം തുടരുവാൻ കഴിയുമോ എന്ന് സംശയമായി. അതിനാൽ, തന്നിൽ കരുണ ചൊരിഞ്ഞ് രചന പൂർത്തിയാക്കാൻ സാധിക്കേണമേ എന്ന് കവി ഭഗവാനോട് അപേക്ഷിക്കുന്നു. ഭഗവാന്റെ കാരുണ്യമുണ്ടെങ്കിൽ അസാധ്യമായത് എന്തും സാധ്യമായി തീരും എന്ന് കവി അടുത്ത

ശ്ലോകത്തിൽ വിവരിക്കുന്നു. ഭഗവത്ഭക്തന്മാർ ദുഃഖമില്ലാതെ ജീവൻ മുക്താവസ്ഥയെ പ്രാപിച്ച് സഞ്ചരിക്കുന്നതുപോലെ തനിക്കും കഴിയേണമേ— യെന്നും ഭഗവദ് ഭക്തരായ നാരദമഹർഷികളെ പോലെ ഭഗവാനെ പ്രാർത്ഥിച്ച് അഖണ്ഡ സച്ചിദാ- നന്ദത്തിൽ മുഴുകി സ്വൈരസഞ്ചാരം നടത്തുവാൻ തനിക്കും സാധിക്കേണമേ, തന്റെ ഭക്തി വർദ്ധിപ്പിച്ച് രോഗക്ലേശങ്ങളെ കീഴടക്കാൻ ശക്തി നൽകേണമേ എന്നും കവി പ്രാർഥിക്കുന്നു. ജീവിതത്തിൽ സുഖദുഃഖത്തിന്റെ നാശവും മോക്ഷവും ലഭിക്കുന്നത് ഭക്തികൊണ്ടാണെന്നും അതിനാൽ ക്ലേശങ്ങൾ അകറ്റി കർമ്മേന്ദ്രിയങ്ങൾക്കും ജ്ഞാനേന്ദ്രിയങ്ങൾക്കും ഭഗവദ് ഭജനത്തിൽ മാത്രം താല്പര്യമുണ്ടാക്കിത്തന്ന് തന്റെരോഗം മുഴുവനുംമാറി നടന്നുവന്ന് ക്ഷേത്ര- ത്തിലെത്തി കണ്ണുകൊണ്ട് ഭഗവാനെ കാണാനും കൈകൾ കൊണ്ട് ഭഗവാനെ പൂജിക്കാനും, കർണ്ണ- ങ്ങൾ കൊണ്ട് ഭഗവാന്റെ കഥകൾ കേൾക്കാനും, ഭഗവദ് പാദത്തിലെ തുളസിപ്പൂക്കളുടെ ഗന്ധം ആസ്വദിക്കാനും കഴിയേണമേ എന്നും, സുഖവും സന്തോഷവും തരുന്ന ഭഗവാന്റെ വിഗ്രഹം തന്റെ മനസ്സിൽ എപ്പോഴും തെളിയണമെന്നും കവി ആഗ്രഹിക്കുന്നു. ഭഗവാന്റെ ദിവ്യവിഗ്രഹം കണ്ടപ്പോൾ ഉണ്ടായ രോമാഞ്ചവും കണ്ണീരും കവിയുടെ ഭക്തിപാരമ്യത്തെ കാണിക്കുന്നു. ഈ ഭക്തിയും ഭഗവദ് രൂപ ദർശനവും മാത്രമാണ് തന്റെ രോഗത്തിനുള്ള ചികിത്സ എന്ന് കവി വിശ്വസിക്കുന്നു. മാത്രമല്ല തന്റെ

രോഗം മാറാതിരുന്നാൽ ഭഗവാന് ദുഷ്കീർത്തി ഉണ്ടാകുമെന്നും ആ ദുഷ്കീർത്തിയ്ക്ക് ഇടം കൊടുക്കാതെ തന്റെ രോഗം എത്രയും പെട്ടെന്ന് മാറ്റി, തന്നെ ഭഗവദ് ഭക്തനാക്കി തീർക്കേണമേ എന്നും ഒരു സുഹൃത്തിനോടെന്നപോലെ കവി ഭഗവാനോട് ആവശ്യപ്പെടുന്നു. ഭഗവാന്റെ കരുണ തനിക്ക് ലഭിക്കു-ന്നതുവരെ തന്റെ ശക്തിക്കനുസരിച്ച് ക്ഷേത്ര ദർശനംനടത്തി, ഭഗവാനെ നമസ്കരിച്ച് തന്റെ ദിവസങ്ങൾ തള്ളി നീക്കിക്കൊള്ളാമെന്ന് ഭഗവാനോട് കവി പ്രതിജ്ഞ ചെയ്യുന്നു. തന്റെ ആർത്താലാപം നിർത്തി ഭഗവാനെ വർണ്ണിക്കുന്ന സ്തോത്രം നിർമ്മിച്ചുകൊണ്ട് ദിവസങ്ങൾ തുടർന്നുകൊള്ളാം എന്ന് കവി പറയുമ്പോൾ രോഗവും ഭക്തിയും തമ്മിലുള്ള യുദ്ധത്തിൽ ആർക്കാണ് മുൻതൂക്കം എന്ന് നമുക്ക് മനസ്സിലാക്കാം.

ദശകം 4 - അഷ്ടാംഗയോഗം, യോഗ സിദ്ധി

കവി, തനിക്ക് ഭഗവാനെ ഭജിക്കാനുള്ള ആരോഗ്യം നൽകേണമേ എന്നും, രോഗവിമുക്തി നേടിയാൽ ഉടനെ തന്നെ അഷ്ട യോഗാനുഷ്ഠാനം കൊണ്ട് ഭഗവാന്റെ പ്രസാദത്തെ പ്രാപിച്ചു കൊള്ളാം എന്നും പറയുന്നു. (അഷ്ടാംഗയോഗങ്ങൾ — യമം, നിയമം, ആസനം, പ്രാണായാമം പ്രത്യാഹാരം, ധാരണ, ധ്യാനം, സമാധി.)

യമം, നിയമം, ആസനം ഇവ പരിശീലിച്ചു കഴിഞ്ഞാൽ താൻ ധന്യനാകുമെന്ന് കവി ചിന്തിക്കുന്നു. ഓങ്കാരമന്ത്രം ഇടതടവില്ലാതെ ജപിച്ച് പ്രാണായാമം, പ്രത്യാഹാരം എന്നിവ നേടാം. ഭഗവാന്റെ തൃപ്പാദം ചിന്തിച്ച്, ധാരണാ പരിശീലനം കൊണ്ട് ഭക്ത്യാ‌നന്ദത്തെ പ്രാപിക്കാം എന്ന് കവി മനസ്സിലാക്കുന്നു. ധ്യാനയോഗം ശീലിച്ചാൽ ഭഗവാന്റെ മനോഹര രൂപം മനസ്സിൽ തെളിയും. അങ്ങിനെ പരബ്രഹ്മസ്വരൂപം അകക്കണ്ണാൽ തനിക്ക് കാണാൻ സാധിക്കുമെന്നും, സവികല്പസമാധിയിലെത്താമെന്നും കവി മനസ്സി‌ലാക്കുന്നു. എന്നാൽ ലയം, വിക്ഷേപം, വിഷയ‌വാസന, രസാസ്വാദം എന്നിവ കൊണ്ട് ഇതിന് ഭംഗം വന്നാൽ താൻ വീണ്ടും ധാരണാദികളെ ആരംഭിച്ചു കൊള്ളാം എന്നും കവി ഭഗവാനോട് പറയുന്നു. യോഗാഭ്യാസം കൊണ്ട് പരബ്രഹ്മാനന്ദരസത്തിലെത്തി നാരദൻ, ശുക്രൻ എന്നീ മഹർഷിമാരെപ്പോലെ എല്ലായിടത്തും സഞ്ചരിക്കാൻ സാധിക്കണമെന്നാണ് കവിയുടെ പ്രാർത്ഥന. ഭഗവാനിലുള്ള നിർവികല്പ‌സമാധി കൈവരിച്ചാൽ അവൻ മോക്ഷപ്രാപ്തിക്കു വേണ്ടി പ്രാണയാമാദികളാൽ കീഴടക്കിയ പ്രാണ‌വായുവിനെ മൂലാധാരം, നാഭി, ഹൃദയം, ഉദരം, താലുമൂലം, ഭ്രൂമധ്യം, എന്നീ ആറ് സ്ഥാനങ്ങളിലൂടെ സുഷുമ്നാ നാഡി വഴി സാവധാനത്തിൽ മേൽപ്പോട്ടുയർത്തുന്നു. ബ്രഹ്മലോകാദി സുഖങ്ങളിൽ താല്പര്യമില്ലാത്ത യോഗി പ്രാണവായുവിനെ ഭ്രൂമധ്യത്തിലേയ്ക്കുയർത്തി, അല്പനേരം നിർത്തി-

യതിനു ശേഷം സൂക്ഷ്മ ശരീരത്തെ ഉപേക്ഷിച്ച് മൂർദ്ധാവ് ഭേദിച്ച് തേജോരൂപിയായി ഭഗവാനിൽ സായൂജ്യമടയുന്നു. എന്നാൽ ബ്രഹ്മാദി ലോകങ്ങൾ കൊതിക്കുന്ന ക്രമ മുക്തൻ, മൂർദ്ധാവ് ഭേദിച്ച് സൂക്ഷ്മ ശരീരത്തോടു കൂടിത്തന്നെ നിർഗ്ഗമിച്ച് പഞ്ചപ്രാണ-ങ്ങളോടും, ഏകാദശേന്ദ്രിയങ്ങളോടും കൂടി എല്ലാ ലോകങ്ങളിലും സഞ്ചരിക്കുന്നു. ക്രമമുക്തന്റെ മരണ-ശേഷം അവന്റെ ജീവൻ, അഗ്നി, ദിവസം, ശുക്ലപക്ഷം, ഉത്തരായനം എന്നിവയുടെ ദേവത-കളാൽ നയിക്കപ്പെട്ട് സൂര്യമണ്ഡലത്തിലെത്തി അവരോടൊപ്പം ദിവ്യാനന്ദ-മനുഭവിച്ച് ധ്രുവ ലോക-ത്തെത്തുന്നു. ധ്രുവലോകത്ത് നിന്ന് പിന്നീട് മഹർ-ല്ലോകത്തെത്തുന്ന ഭക്തൻ അവിടെ സുഖമായി വസിച്ച് എപ്പോൾ അനന്തന്റെ മുഖത്തുനിന്നും പുറപ്പെടുന്ന ചൂട് സഹിക്കാൻ വയ്യാതെ വരുന്നുവോ, അപ്പോൾ അഥവാ അതിനു മുൻപേ പർജന്യ, ശക്ര, പ്രജാപതി ആദിയായ ദേവതകളുടെ ലോകങ്ങളിൽ കൂടി പോയി വിരാജാനദിയെ കടന്ന് ബ്രഹ്മ-ലോകത്തെത്തി ദിവ്യശരീരിയാകുന്നു. ബ്രഹ്മലോക-ത്തിൽ എത്തുന്നവർ ബ്രഹ്മലോകത്തിൽ തന്നെയോ വിഷ്ണുലോകത്തിലോ വസിച്ച് മഹാപ്രളയത്തിൽ മോക്ഷം പ്രാപിക്കുന്നു. അല്ലെങ്കിൽ ബ്രഹ്മാദി ഭോഗങ്ങളിൽ വിരക്തനായി മോക്ഷേച്ഛയോടെ തന്റെ യോഗബലം കൊണ്ട് ബ്രഹ്മാണ്ഡത്തെ പിളർന്ന് മോക്ഷം പ്രാപിക്കുന്നു. ബ്രഹ്മാണ്ഡഭേദനം. ജീവൻ ബ്രഹ്മാണ്ഡത്തിന്റെ, ഭൂമി, ജലം, അഗ്നി,വായു,

ആകാശം, മഹത്തത്ത്വം, മായ എന്നീ ഏഴ് ആവരണ-ങ്ങളിലും സൂക്ഷ്മ ശരീരത്തോടെ പ്രവേശിച്ച് പരമാനന്ദത്തോടെ ആവരണം ഇല്ലാതെ ബ്രഹ്മ സ്വരൂപത്തെ പ്രാപിക്കുന്നു. അഗ്ന്യാദി മാർഗ്ഗ-ങ്ങളിലൂടെ മോക്ഷത്തെ പ്രാപിക്കുന്നവന് പിന്നീട് സംസാര ദുഃഖം ഉണ്ടാകുന്നില്ല.അതിനാൽ തന്നെ രോഗങ്ങളിൽ നിന്നും രക്ഷിച്ചു തരേണമേ എന്ന് പ്രാർത്ഥിച്ചുകൊണ്ട് കവി പ്രപഞ്ചോൽപ്പത്തി വിവരിക്കുന്നു.

ദശകം 5 - വിരാട് പുരുഷോല്പത്തി

പണ്ട് പ്രളയ കാലത്ത് സത്വരജ തമസ്സുകളുടെ സാമ്യാവസ്ഥയിൽ മായ ഭഗവാനിൽ ലയിച്ചിരുന്ന സമയത്ത് പ്രപഞ്ചമോ, മൃത്യുവോ, മോക്ഷമോ, പകലോ, രാത്രിയോ ഒന്നും ഉണ്ടായിരുന്നില്ല. അന്ന് ഭഗവാൻ പരമാനന്ദ സ്വരൂപനും പ്രകാശസ്വരൂപനും ഏകനുമായിരുന്നു. ഭഗവാൻ യോഗനിദ്രയിലാ-യിരുന്നപ്പോൾ രജസ്തമോഗുണങ്ങളും, പാപവും, പുണ്യവും, പ്രപഞ്ച കാര്യങ്ങളും എല്ലാം ഭഗവാനിൽ ലയിച്ചിരുന്നു. അവ ഭഗവാനിൽ ലയിക്കാതി-രുന്നെങ്കിൽ സൃഷ്ടി സമയത്ത് അവയ്ക്ക് പുന-രുൽപത്തി സംഭവിക്കുകയില്ലായിരുന്നു എന്നാണ് കവിപറയുന്നത്. ഇപ്രകാരം രണ്ട് പരാർദ്ധ-ങ്ങൾക്കുശേഷം ഭഗവാൻ സൃഷ്ടി നടത്തുവാൻ വേണ്ടി മായയെ ഒന്ന് കടാക്ഷിച്ചു. അപ്പോൾ മായ ഒന്ന് ചലിച്ചു. മായയിൽ നിന്നും എല്ലാ ജീവജാല-

ങ്ങളുടെയും സുകൃതങ്ങളും ദുഷ്കൃതങ്ങളുമായ വാസനകളും ഉൽഭവിച്ചു. ആ കാലശക്തികൾ മായയുടെ പ്രപഞ്ചസൃഷ്ടിയിൽ സഹായികളായി മായയിൽ പ്രവേശിക്കാതെ സകല വസ്തുക്കളിലും പ്രതിബിംബമായി പ്രവേശിച്ച് എല്ലാറ്റിനേയും പ്രകാശിപ്പിച്ചു നിലകൊള്ളുന്നതിനാൽ ഭഗവാനെ സർവ്വസാക്ഷി എന്ന് പറയുന്നു. സാത്വികം, രാജസം, താമസം എന്നിവ ചേർന്ന മഹത്തത്വം, സത്വഗുണ പ്രധാനമായിട്ട്, നിർവ്വികൽപ്പമായ അഹം എന്ന ബോധത്തെ സൃഷ്ടിക്കുന്നു. എന്നാൽ തമോ-ഗുണപ്രധാനമായി അഹങ്കാരത്തെ സൃഷ്ടിക്കുന്നു.

ഭഗവാന്റെ ശക്തികൊണ്ട് സാത്വികാഹങ്കാരത്തിൽ നിന്ന് അന്തഃക്കരണ വൃത്തികളും (മനസ്സ്, ബുദ്ധി, അഹങ്കാരം, ചിത്തം) രാജസാഹങ്കാരത്തിൽനിന്ന് അഞ്ച് ജ്ഞാനേന്ദ്രിയങ്ങളും അഞ്ച് കർമ്മേന്ദ്രിയ-ങ്ങളും താമസാഹങ്കാരത്തിൽ നിന്ന് ആകാശ-ത്തിന്റെ തന്മാത്രയായ ശബ്ദവും ജനിച്ചു. ശബ്ദത്തിൽ നിന്ന് ആകാശവും ആകാശത്തിൽ നിന്ന് സ്പർശവും സ്പർശത്തിൽനിന്ന് വായുവും, വായുവിൽ നിന്ന് രൂപവും, രൂപത്തിൽ നിന്ന് ജലവും ജലത്തിൽ നിന്ന് ഗന്ധവും ഗന്ധത്തിൽ നിന്ന് ഭൂമിയും, ഭഗവാൻ സൃഷ്ടിച്ചു. ഭൂതാദി തത്വങ്ങളിൽ പ്രവേശിച്ചിട്ട് ഭഗവാൻ തന്റെ ശക്തി കൊണ്ട് അവയെല്ലാം കൂട്ടിച്ചേർത്ത് സ്വർണമയമായ അണ്ഡത്തെ നിർമിച്ചു. ഈ ബ്രഹ്മാണ്ഡം ആദ്യം സൃഷ്ടിച്ച കാരണ ജലത്തിൽ ആയിരം സംവത്സരം സ്ഥിതി ചെയ്തു.

പിന്നീട് ഭഗവാൻ ഈ അണ്ഡത്തെ വിഭജിച്ച് 14 ഭുവനങ്ങളുള്ളതും വിരാട് എന്ന പേരുള്ളതുമാക്കി- ത്തീർത്തു. വിരാട് രൂപനായി ഭഗവാൻ (ആയിര- ക്കണക്കിന് കൈകാലുകളും, ശിരസ്സുകളുമുള്ള- വനായിട്ട്) വിളങ്ങി നിന്നു.

ദശകം 6 - വിരാട് സ്വരൂപ വർണന

വിരാട് - വിശേഷേണ രാജിക്കുന്നത്. (എല്ലാ അവയവങ്ങളും പ്രത്യേകം തെളിഞ്ഞു പ്രകാശി- ക്കുന്നത്) ഈ ദശകത്തിലെ കവിയുടെ വിരാട് സ്വരൂപ വർണ്ണന ഭക്തി യോഗത്തിന്റെ ജീവനാഡി- യായി ഭവിക്കുന്നു:

ഭഗവാന്റെ ഉള്ളം കാൽ - പാതാളം;

പുറവടി - രസാതലം

കാൽ ഞെരിയാണി - മഹാതലം

കണങ്കാലുകൾ - തലാതലം

ജാനുക്കൾ (കാൽമുട്ടുകൾ) - സുതലം,

തുടകൾ - വിതലം, അതലം

ജഘനം (അരക്കെട്ട്) – ഭൂലോകം

നാഭീ പ്രദേശം - അന്തരീക്ഷലോകം

മാറിടം - സ്വർഗ്ഗലോകം

കഴുത്ത് - മഹർ ലോകം

മുഖം – ജനലോകം

നെറ്റി - തപോലോകം

ശിരസ്സ് - സത്യലോകം

നെറുക - വേദങ്ങൾ

കേശപാശങ്ങൾ - മേഘങ്ങൾ

പുരികക്കൊടികൾ - ബ്രഹ്മാവിന്റെ ആസ്ഥാനം

കൺപീലികൾ - രാപ്പകലുകൾ

കണ്ണുകൾ - സൂര്യ ചന്ദ്രൻ മാർ

തൃക്കടാക്ഷം - സമസ്ത പ്രപഞ്ച സൃഷ്ടി

ചെവികൾ - ദിക്കുകൾ

നാസികാരന്ധ്രങ്ങൾ - അശ്വിനീ ദേവന്മാർ

താഴത്തെ ചുണ്ട് - ലോഭം

മേൽ ചുണ്ട് - ലജ്ജ

ദന്തനിര - നക്ഷത്രങ്ങൾ

ദംഷ്ട്ര - യമൻ

പുഞ്ചിരി മായ

ശ്വാസം - കാറ്റ്

നാവ് – ജലം

വാക്ക് - പക്ഷിഗണങ്ങൾ

വായ - അഗ്നി

കൈകൾ - ദേവന്മാർ

സ്തന യുഗ്മം - ധർമ്മദേവൻ

പൃഷ്ടം - അധർമ്മം

മനസ്സ് - ചന്ദ്രൻ

ഹൃദയം - അവ്യക്തത (സത്വരജസ്തമോ
ഗുണങ്ങളുടെ സാമ്യാവസ്ഥ)

ഉദരം- സമുദ്ര സമൂഹം

വസ്ത്രം - പ്രഭാതം, പ്രദോഷം

ഗുഹ്യാവയവം - ബ്രഹ്മാവ്

വൃഷണങ്ങൾ - മിത്രദേവൻ

ആസനം - മൃഗ വർഗ്ഗങ്ങൾ

കാൽ നഖങ്ങൾ, - ആന കുതിര, ഒട്ടകം

ഗതി - കാലം

പ്രവൃത്തികൾ - സംസാരചക്രം

വീര്യം -അസുരഗണം

അസ്ഥികൂടങ്ങൾ - ശൈലങ്ങൾ

നാഡികൾ - പുഴ

രോമങ്ങൾ - വൃക്ഷങ്ങൾ

ഈ വിശ്വരൂപം കർമ്മ യോഗികൾക്ക് കർമ്മാ-
നുഷ്ഠാനത്തിന്റെ അവസാനത്തിൽ ധ്യാനിക്കേണ്ട-
താണ്. ഈ വിശ്വരൂപത്തിന്റെ അന്തരാത്മാവായി
പ്രവർത്തിക്കുന്ന ഭഗവാനെ കവി നമസ്ക്കരിക്കുന്നു.
ഭഗവാൻ തന്റെ രോഗങ്ങളെല്ലാം അകറ്റിത്തരേണമേ
എന്ന് പ്രാർത്ഥിക്കുന്നു.

ദശകം 7 - ഹിരണ്യഗർഭോൽപ്പത്തി

ഭഗവാൻ വിരാട് പുരുഷ രൂപം സ്വീകരിച്ചതിന് ശേഷം സത്ത്വം, രജസ്സ് എന്നീ രണ്ടു ഗുണങ്ങൾ മാത്രമുള്ള ബ്രഹ്മാവിന്റെ സ്വരൂപം സ്വീകരിച്ചു. പതിനാല് ലോക-ങ്ങളുടേയും അധിപനായ ഭഗവാൻ അതിന്റെ ഉപരിഭാഗത്തുള്ള സത്യലോകത്ത് ബ്രഹ്മാവായി പ്രത്യക്ഷപ്പെട്ടു. ഈ ബ്രഹ്മാവിനെ വിരാട് പുരുഷന്റെ ജീവാത്മാവായ ഹിരണ്യഗർഭൻ എന്ന് വേദങ്ങൾ വർണ്ണിക്കുന്നു. എല്ലാ ജീവജാലങ്ങളുടേയും അഖണ്ഡ സമഷ്ടി രൂപനാണ് ബ്രഹ്മാവ്. സത്വഗുണം വർധി-ക്കുമ്പോൾ ജ്ഞാനവും, രജോഗുണം വർധിക്കുമ്പോൾ സൃഷ്ടി വാസനയും വർദ്ധിക്കുന്നു. ഇത് ബ്രഹ്മാവിനെ സൃഷ്ടിയ്ക്ക് പ്രേരിപ്പിച്ചു. തമോഗുണം അജ്ഞാന-സ്വരൂപമാണ്. ത്രൈലോക്യം – (താഴെയുള്ള 7 ലോകം പാതാളം. മുകളിലുള്ള 6 ലോകം സ്വർഗ്ഗം, നടുവി-ലുള്ളത് ഭൂമി.) ബ്രഹ്മാവിനെ ധ്യാനിക്കുമ്പോൾ, ഹംസ-വാഹനം, നാലു മുഖങ്ങൾ, സ്വർണനിറം, വെളുത്ത വസ്ത്രം, തൂങ്ങിയ കാത്, മീശ, സൗമ്യതയാർന്ന മുഖം, നാല് കൈകൾ,വീർത്ത വയർ, ഉത്തരീയം, പൂണൂൽ, യോഗാസനം, ജടാമകുടം, ചുവന്ന കണ്ണ്, കൈകളിൽ വര മുദ്ര, ജപമാല, കമണ്ഡലു, സ്രുവവും, (യാഗത്തിനുപയോഗിക്കുന്ന ഒരു തരം തവി) ഗ്രന്ഥവും എന്ന രൂപത്തിൽ ധ്യാനിക്കണമെന്ന് പറയപ്പെടുന്നു.

പ്രപഞ്ച സൃഷ്ടിക്കുവേണ്ടി പുറപ്പെട്ട ബ്രഹ്മാവ് പ്രപഞ്ചമെന്തെന്നറിയാതെ ചിന്തിച്ചിരിക്കുമ്പോൾ, തപ്സ്സു ചെയ്യാൻ ഭഗവാൻ പ്രേരണ നൽകി. പ്രളയത്തിന് മുൻപുണ്ടായിരുന്ന കല്പത്തിൽ എന്തെല്ലാമുണ്ടെന്ന് മനസ്സിലാക്കിയാൽ മാത്രമേ അവ വീണ്ടും സൃഷ്ടിക്കാനാകൂ. അതിനാൽ തപസ്സു കൊണ്ടു മാത്രമേ പൂർവ്വകാല പ്രപഞ്ചത്തെക്കുറിച്ച് ബോധമുണ്ടാകുകയുള്ളൂ എന്നാണ് ഭഗവാൻ "തപസ്സു ചെയ്യൂ" എന്ന അശരീരി യിലൂടെ ബ്രഹ്മാവിനെ ഉപദേശിച്ചത്. ഈ അശരീരിയുടെ ഉത്ഭവമറിയാൻ ബ്രഹ്മാവ് ചുറ്റും നോക്കിയെങ്കിലും, വിരാട് പുരുഷന്റെ ശിരോ സ്ഥാനത്തു നിന്ന് ജനിച്ചതിനാൽ ബ്രഹ്മാവിന് ചുറ്റിലും വെള്ളം മാത്രമേ കാണാൻ കഴിഞ്ഞുള്ളൂ. ആയിരം ദിവ്യ സംവത്സരം ഭഗവാനെ തപസ്സു ചെയ്തപ്പോൾ ഭഗവാൻ ബ്രഹ്മാവിന് എല്ലാ ലോകങ്ങളുടേയും പുറത്ത് സ്ഥിതി ചെയ്യുന്ന വൈകുണ്ഡലോകം കാണിച്ചു കൊടുത്തു. അവിടെ രത്നസിംഹസനത്തിൽ സർവാഭാരണവിഭൂഷിതനായി ഇരുന്നരുളുന്ന വൈകുണ്ഡരൂപിയായ ഭഗവാനെത്തന്നെയാണ് ബ്രഹ്മാവ് കണ്ടത്. അഹങ്കാരം, മായ, ശോകം, ക്രോധം എന്നീ മനോവികാരങ്ങൾ ഒന്നുമില്ലാത്ത ലോകമാണ് ഇത്. ഭഗവാനെ പോലെ നാല് കൈകളുള്ള ശംഖ ചക്ര ഗദാ പത്മധാരികളാണ് ഇവിടെയുള്ളവർ. നീലനിറമുള്ള വരും, രത്നാഭരണങ്ങളും കിരീടവും അണിഞ്ഞവരും വിഷ്ണുസാരൂപ്യം പ്രാപിച്ചവരുമാണ് അവർ. സാലോക്യം, സാമീപ്യം, സാരൂപ്യം എന്നീ സിദ്ധികൾ കൈവന്ന് സായൂജ്യത്തിൽ

എത്തുന്നവരാണ് യഥാർത്ഥ ഭക്തർ. ആ മൂന്ന് സിദ്ധി-കളും നേടിക്കഴിഞ്ഞവരാണ് വൈകുണ്ഠത്തിലുള്ളവർ. ലക്ഷ്മീ ദേവിയേയും അവിടെ പ്രത്യക്ഷമായി കാണാം. എല്ലാവരെയും മോഹിപ്പിക്കുന്ന കോമള ശരീരം കൊണ്ട് തിളങ്ങുന്ന, ഭഗവാനെ, വൈകുണ്ഠലോകം തനിക്കും നൽകേണമേ എന്ന് കവി പ്രാർഥിക്കുന്നു.

ഭഗവാന്റെ ഈ രൂപം തനിക്കും, എല്ലാ ഭക്ത-ജനങ്ങൾക്കും കാണിച്ചു തരേണമേ എന്നും കവി അപേക്ഷിക്കുന്നു. വൈകുണ്ഠമൂർത്തിയായ ഭഗവാ-നെ കണ്ട് ബ്രഹ്മാവ് പരമാനന്ദവിവശനായി ഭഗവാന്റെ പാദാരവിന്ദങ്ങളിൽ വീണു നമസ്കരിച്ച് പ്രപഞ്ചം, ബ്രഹ്മം എന്നീ സ്വരൂപത്തെക്കുറിച്ചുള്ള ജ്ഞാനം നൽകി "എന്നെ അനുഗ്രഹിക്കേണമേ" എന്ന് പറഞ്ഞു. ബ്രഹ്മാവിനെ തന്റെ തൃക്കൈ കൊണ്ട് പിടിച്ചെഴുന്നേൽപ്പിച്ച് ഭഗവാൻ പറഞ്ഞു നിനക്ക് പ്രാർത്ഥിക്കപ്പെട്ടിരിക്കുന്ന ബോധം താമസിയാതെ ഉണ്ടാകും. സൃഷ്ടിപ്രവൃത്തികൾ കൊണ്ട് കർമ്മബന്ധം ഉണ്ടാവുകയില്ല. ബ്രഹ്മാവിൽ തന്നെ ഒളിഞ്ഞിരുന്ന് ഭഗവാൻ ബ്രഹ്മാവിനെ സൃഷ്ടിക്കു പ്രേരിപ്പിച്ചു.

ദശകം 8 - പ്രളയ വർണ്ണനം

(ആദ്യ ബ്രഹ്മകല്പം: ബ്രഹ്മാവിന്റെ ജനന ദിവസം; ബ്രഹ്മാവിന്റെ ഒരു ദിവസം: ആയിരം ചതുർയുഗം പകൽ സമയവും, ആയിരം ചതുർയുഗം രാത്രിയും.

നൈമിത്തിക പ്രളയം: രാത്രിയിൽ ബ്രഹ്മാവിന്റെ ഉറക്കം മൂലമുള്ള ലയം.) ഭഗവാന്റെ നാഭിയിൽനിന്നും ഉത്ഭവിച്ച താമരപ്പൂവിൽ നിന്നും ബ്രഹ്മാവ് പത്മ-ജന്മാവ് എന്ന പേരോട് കൂടി പ്രത്യക്ഷനായി. ആദ്യത്തെ ബ്രാഹ്മകൽപ്പത്തിൽ ബ്രഹ്മാവ് ഭഗവാനിൽ നിന്ന് വേദങ്ങൾ ഗ്രഹിച്ച് മുൻ കല്പത്തിലേതു പോലെ സൃഷ്ടി ചെയ്തു. ബ്രഹ്മാവ് താൻ സൃഷ്ടിച്ച ലോകത്തോട് കൂടി ഭഗവാനിൽ ലയിച്ച് ഉറങ്ങുവാൻ തുടങ്ങി. പിന്നീട് ഭഗവാന്റെ അനുഗ്രഹത്താൽ എല്ലാ പകലുകളിലും സ്നാനം മുതലായ കർമ്മങ്ങൾപോലെ ലോകസൃഷ്ടി കർമ്മം തുടർന്നുബ്രഹ്മാവ് കൽപാവസാനത്തിൽ ഭഗവാനിൽ ലയിച്ച് ഉറങ്ങാൻ തുടങ്ങിയപ്പോൾ ലോകങ്ങൾ ഭഗവാന്റെ ഉദരത്തിൽ ലയിക്കുകയും ലോകം മുഴുവനുംഒരു മഹാസമുദ്രമായി മാറുകയും ചെയ്തു. അപ്പോൾ ഭഗവാന്റെ തന്നെ രൂപാന്തരവും, നാഗ-രാജാവുമായ ആദിശേഷനിൽ ഭഗവാൻ ആനന്ദ-ചിത്തനായി പള്ളിക്കുറുപ്പുകൊണ്ടു. പ്രളയാവസാന-ത്തിൽ എന്നെ ഉണർത്തണമെന്ന് ഭഗവാൻ കാലമാകുന്ന ശക്തിയോട് അജ്ഞാപിച്ചു. ഇങ്ങനെ ആയിരം ചതുർ-യുഗം ഭഗവാൻ കാലനിദ്രയിലാണ്ടു. കാലശക്തി ഭഗവാനിൽ ലയിച്ച് പ്രളയകാലം മുഴുവൻ ഉറങ്ങിപ്പോയെങ്കിലും ആദ്യം ഉണർന്ന് ഭഗവാനെ ഉണർ-ത്തുവാൻ ശ്രമിച്ചു. ഭഗവാൻ യോഗനിദ്രയിൽ നിന്നുണർന്ന് ലോകം മുഴുവനും തന്നിൽ ലയിച്ചി-രിക്കുന്നത് കണ്ട് ആ വസ്തുക്കളിലേക്ക് തന്നെ തന്റെ

ദൃഷ്ടി പതിപ്പിച്ചു. പിന്നീട് ഭഗവാന്റെ നാഭിയിൽ നിന്ന് സൂക്ഷ്മ രൂപത്തിൽ ഉള്ളതും അവർണ്ണനീയവും അത്ഭുതകരവുമായ ഒരു ദിവ്യ പത്മം ആവിർഭവിച്ചു. ഈ താമരമൊട്ട് വെള്ളത്തിൽനിന്ന് പുറത്തുവന്ന് തന്റെ പ്രകാശം കൊണ്ട് കൂരിരുട്ടിനെ ദൂരീകരിച്ചു. ഈ താമരപ്പൂവിൽ സ്വയം പ്രകാശിച്ച് വേദ സമൂഹങ്ങളോട് കൂടിയ പത്മസംഭവനായ ബ്രഹ്മാവ് പത്മജന്മാവ് എന്ന പേരോടുകൂടി പ്രത്യക്ഷനായി. ഇപ്രകാരം ബ്രഹ്മാവിനെ ആവിർഭവിപ്പിച്ച പരബ്രഹ്മസ്വരൂപനായ ഭഗവാനോട് കവി തന്റെ രോഗങ്ങൾ ഉന്മൂലനം ചെയ്തു തരേണമേ എന്ന് അപേക്ഷിക്കുന്നു

ദശകം 9 - ബ്രഹ്മാവിന്റെ ജഗൽ സൃഷ്ടി

ബ്രഹ്മാവ് കടലിൽ ചാഞ്ചാടികൊണ്ടിരിക്കുന്ന ഭഗവാന്റെ നാഭിയിലെ താമരപ്പൂവിൽ ഇരുന്ന്, താൻ ഇവിടെ എങ്ങിനെ എത്തി എന്ന് അത്ഭുതപ്പെട്ടു താമരക്കാശ്രയമായ ഭഗവാനെ കാണാതെ പൂവിന്റെ ഉത്ഭവസ്ഥാനം കണ്ടുപിടിക്കുന്നതിനായി നാലു-വശവും മുഖം തിരിച്ച്നോക്കി. അതിനാൽ നാന്മുഖ-നായി അറിയപ്പെടുന്നു. ബ്രഹ്മദേവൻ തന്റെ തപോ-ബലം കൊണ്ടും ആത്മജ്ഞാനം കൊണ്ടും താമര-പ്പൂവിലെ സുഷിര മാർഗ്ഗത്തിലൂടെ സഞ്ചരിച്ചു. അനേകം ദ്വാരമാർഗ്ഗങ്ങളിലൂടെ സഞ്ചരിച്ചിട്ടും ഉൽഭവസ്ഥാനം കാണാനായില്ല. പിന്നീട് തിരിച്ച് താമരപ്പൂവിൽ തന്നെ എത്തി. ധാരാളം സംവൽസര-ക്കാലം തപസ്സുചെയ്ത് ആത്മജ്ഞാനം നേടിയപ്പോൾ

ഭഗവാൻ, ബ്രഹ്മാവിന് ആദിശേഷനിൽ വിശ്രമിക്കുന്ന കിരീടവും, മകുടവുമണിഞ്ഞ് മഞ്ഞപ്പട്ടാടയണിഞ്ഞു തിളങ്ങുന്ന തന്റെ കോമള രൂപം കാണിച്ചുകൊടുത്തു. ബ്രഹ്മാവ് ഭഗവാനെ സ്തുതിച്ചുകൊണ്ട് സൃഷ്ടി നടത്തുവാൻ തനിക്കു ബുദ്ധി നൽകേണമേ എന്നപേക്ഷിച്ചു; ഭഗവാൻ ഒരു തടസ്സവുമില്ലാതെ ത്രൈലോക്യസൃഷ്ടി നടത്താൻ ബ്രഹ്മാവിനെ അനു-ഗ്രഹിച്ചു. ബ്രഹ്മാവ് വീണ്ടും നൂറു സംവത്സരം തപസ്സുചെയ്ത് ജ്ഞാനബലം നേടി. പ്രളയജല-ത്തിൽ നാനാഭാഗത്തേക്കും അധികമായി ചലിക്കുന്ന പങ്കജത്തെ നോക്കി ജലത്തെയും കാറ്റിനെയും വിഴുങ്ങി. അതിനു ശേഷം ത്രൈലോക്യത്തെ സൃഷ്ടിച്ചു.

ദശകം 10 - സൃഷ്ടിപ്രകാരങ്ങൾ

ഭഗവദനുഗ്രഹത്താൽ തപോബലവും, മതിബലവും നേടിയ ബ്രഹ്മാവ്, സ്ഥാവരങ്ങളായ, വൃക്ഷലതാദി-കളും, ജംഗമങ്ങളായ പക്ഷികൾ, മൃഗങ്ങൾ, മനുഷ്യർ, ദേവന്മാർ എന്നീ ജീവശരീരങ്ങളെയും സൃഷ്ടിച്ചു. തുടർന്ന് തമോഗുണ പ്രധാനങ്ങളായ അജ്ഞാനങ്ങ-ളേയും (മിഥ്യ, അഹംബുദ്ധി, രാഗം, കോപം, ഭയം) സൃഷ്ടിച്ചു. ഇവയുടെ സൃഷ്ടി കൊണ്ട് പശ്ചാത്തപിച്ച്, അജ്ഞാനം നീക്കി ശുദ്ധി കൈവരിക്കുന്നതിനായി ഭഗവാന്റെ പാദാരവിന്ദങ്ങളെ ധ്യാനിച്ചു. തുടർന്ന് ബ്രഹ്മാവ് സനകൻ, സനന്ദനൻ, സനാതനൻ, സനൽ കുമാരൻ എന്നീ നാലു പുത്രന്മാരെ മനസ്സുകൊണ്ട്

സൃഷ്ടിച്ചു. പക്ഷെ ആ പുത്രന്മാർ ഭഗവദ് ഭക്തിമൂലം സൃഷ്ടി നടത്തുവാൻ തയ്യാറായില്ല. ഇതിൽ കോപം പൂണ്ട ബ്രഹ്മാവിന്റെ പുരികക്കൊടികളുടെ മദ്ധ്യത്തിൽ നിന്ന്, ഭഗവാന്റെ അംശാവതാരമായ മൃഡൻ അവതരിച്ചു. ഇതാണ് രുദ്രൻ. ഇതിനെ പുരുഷനായും, സ്ത്രീയായും രണ്ടായി വേർതിരിച്ചു. പുരുഷന്റെ 11 രൂപങ്ങൾ-ഏകാദശ രുദ്രൻമാർ. സ്ത്രീയുടെ 11 രൂപങ്ങൾ രുദ്രാണികൾ. ഇവർ ഏകാദശരുദ്രന്മാരുടെ സഹ-ധർമ്മിണികളായി സൃഷ്ടി തുടർന്നു. രുദ്രസൃഷ്ടിയാൽ ഭൂതഗണങ്ങളും പിശാചുക്കളും ലോകം മുഴുവനും നിറഞ്ഞതു കണ്ടപ്പോൾ ബ്രഹ്മാവിന് ഭയം തോന്നി. ഭഗവദ്പ്രേരണ കൊണ്ട് ബ്രഹ്മാവ് രുദ്രനോട് പ്രജാസൃഷ്ടി അവസാനിപ്പിക്കാൻ ആവശ്യപ്പെട്ടു. പി ന്നീട് ബ്രഹ്മാവ് അവയവങ്ങളിൽ നിന്ന് സൃഷ്ടി തുടർന്നു. മരീചി (മനസ്സിൽ), അത്രി (നേത്രം), അംഗിരസ്സ് (മുഖം), ക്രതു (കരം), പുലഹൻ (നാഭി), പുലസ്ത്യൻ (കർണം), ഭൃഗു(ത്വക്ക്), വസിഷ്ഠൻ (പ്രാണൻ) എന്നീ മുനിമാരും, ദക്ഷപ്രജാപതി (അംഗുഷ്ഠം), നാരദ മഹർഷി (ഉത്സംഗത്തിൽ നിന്ന്) എന്നിവരും സൃഷ്ടിക്കപ്പെട്ടു. തുടർന്ന് ധർമ്മ ദേവനേയും, കർദ്ദമ പ്രജാപതിയേയും സൃഷ്ടിച്ചു. ബ്രഹ്മാവ് തന്റെ 4 മുഖങ്ങളിൽ നിന്ന് 4 വേദങ്ങളേയും (ഋക്, യജുസ്സ്, സാമം, അഥർവം) അഷ്ടാദശപുരാണങ്ങളേയും സൃഷ്ടിച്ചു. വീണ്ടും സൃഷ്ടിക്രിയയ്ക്ക് പുരോഗതി വരുത്തുവാൻ ഭഗവാനെ വീണ്ടും ധ്യാനിച്ചു.

(18 പുരാണങ്ങൾ: വിഷ്ണുപുരാണം, ഭാഗവത-പുരാണം, നാരദീയപുരാണം, ഗരുഡപുരാണം, പാത്മപുരാണം, വരാഹപുരാണം ബ്രാഹ്മപുരാണം, ബ്രഹ്മാണ്ഡപുരാണം, ബ്രഹ്മവൈവർത്തപുരാണം, മാർക്കണ്ഡേയപുരാണം, ഭവിഷ്യപുരാണം വാമന-പുരാണം, വായുപുരാണം, ലിംഗപുരാണം, സ്കന്ദ-പുരാണം, അഗ്നിപുരാണം, മത്സ്യപുരാണം, കൂർമ്മ-പുരാണം.)

ഭഗവദ് ധ്യാനം കൊണ്ട് പ്രജാഭിവൃദ്ധിയ്ക്കുള്ള ഉപായം മനസ്സിലാക്കിയ ബ്രഹ്മാവ് തന്റെ ദേഹം രണ്ടായിവിഭജിച്ചു. പുരുഷനായി തീർന്ന വലത്തെ പകുതി സ്വായംഭുവ മനുവായും, സ്ത്രീ രൂപമാ-യിത്തീർന്ന ഇടത്തെപകുതി അദ്ദേഹത്തിന്റെ ഭാര്യ-യായ ശതരൂപാദേവിയായും ഭവിച്ചു. അവർ വീണ്ടും മനുഷ്യ വംശങ്ങളെ സൃഷ്ടിച്ചു കൊണ്ടേയിരുന്നു.

ദശകങ്ങൾ 11 – 20

ദശകം 11 - ഹിരണ്യാക്ഷൻ, ഹിരണ്യകശിപു ഉൽപ്പത്തി –

ബ്രഹ്മാവ് സൃഷ്ടി തുടർന്നുകൊണ്ടിരിക്കെ സനകാദി മഹർഷിമാർ ഭഗവാനെ സന്ദർശിക്കാൻ വൈകുണ്ഠ-ലോകത്തിലെത്തി. ഈ സനകാദികളെ ദ്വാരപാലക-ന്മാരായ ജയനും വിജയനും തടഞ്ഞു. കോപം മൂത്ത മുനിമാർ ജയ വിജയന്മാരെ ശപിച്ചു. ഭഗവത്ഭക്തരായ അവർ അസുര ജന്മത്തിലും തങ്ങൾക്ക് ഭഗവാന്റെ സ്മരണ ഉണ്ടാകേണമേ എന്ന് പ്രാർത്ഥിച്ചു കൊണ്ടിരുന്നു. ജയവിജയന്മാർ ശപിക്കപ്പെട്ടതറിഞ്ഞ് ഭഗവാൻ സനകാദികൾക്ക് ദിവ്യദർശനം നൽകി. കൂടാതെ "അസുരന്മാരായി മൂന്നു ജന്മങ്ങൾ അനു-ഭവിച്ചതിനുശേഷം എന്നെ തന്നെ ശരണം പ്രാപി-ക്കുക" എന്ന അനുഗ്രഹിക്കുകയും ചെയ്തു. ജയ വിജയന്മാർ ആദ്യത്തെ അസുരജന്മത്തിൽ ഹിരണ്യാ-ക്ഷനും ഹിരണ്യകശിപുവുമായി ജനിച്ചു. രണ്ടാം ജന്മത്തിൽ രാവണനും കുംഭകർണ്ണനുമായി ജനിച്ചു. മൂന്നാം ജന്മത്തിൽ അവർ ശിശുപാലനും ദന്ത-വക്രനുമായി ജനിച്ചതിനു ശേഷം മൂന്നാം ജന്മ-ത്തോടെ ജീവൻമുക്തരായി. ഹിരണ്യാക്ഷനും ഹിരണ്യ

കശിപുവും അസുരസ്വഭാവം മൂലം എല്ലാ ജന-
ങ്ങളെയും ഉപദ്രവിച്ചു. ഹിരണ്യാക്ഷൻ ഓരോ ദിക്കു-
കളിൽ നടന്നു യുദ്ധം ചെയ്യാൻ തുല്യശക്തിയെ
കിട്ടാതെ അലഞ്ഞു. ഒടുവിൽ ഭൂമീദേവിയെ വെള്ള-
ത്തിൽ മുക്കി വെച്ച് സിംഹനാദം മുഴക്കി ഗദയും
തോളിലേറ്റി അഹങ്കാരത്തോടെ നടന്നു.

ദശകം 12 - വരാഹാവതാരം

സർഗ്ഗപ്രക്രിയയിൽ വ്യാപൃതനായ സ്വായംഭുവമനു
പ്രളയമില്ലാതെ തന്നെ ഭൂമി ജലത്തിൽ മുങ്ങിപ്പോയത്
കൊണ്ട് സത്യലോകത്ത് മുനിമാരുടെ കൂടെ ഭഗവാനെ
സ്മരിച്ചുകൊണ്ടിരുന്ന ബ്രഹ്മാവിനെ അഭയം
പ്രാപിച്ചു. ബ്രഹ്മാവ് ഭഗവാനോട് ചോദിച്ചു.
"ആദ്യകാലത്ത് തന്നെ കാരണജലത്തെ ഞാൻ പാനം
ചെയ്തിരുന്നു എന്നിട്ടും ഭൂമി ജലത്തിൽ മുങ്ങി-
ക്കൊണ്ടിരിക്കുന്നു. ഞാനെന്താണ് ചെയ്യേണ്ടത്?"

ശരണാപേക്ഷ കേട്ട ബ്രഹ്മാവിന്റെ നാസാ-
ദ്വാരത്തിൽ നിന്ന് ഭഗവാൻ ബാലവരാഹരൂപത്തിൽ
അവതരിച്ചു. പിന്നീട് ഗജരാജ തുല്യനായി മേഘ-
ത്തോളം വളർന്നു. ബ്രഹ്മാവ് തന്റെ നാസികയിൽ
നിന്നും ഉയർന്ന ഈ വരാഹം ആരായിരിക്കും എന്ന്
അത്ഭുതപ്പെട്ടു.അപ്പോൾ, വലിയൊരു മല പോലെ
വളർന്ന് വരാഹം ഗർജ്ജനം തുടങ്ങി. ഇതുകേട്ടു
ഭയന്ന മുനിമാർ ഭഗവാനെ സ്തുതിക്കാൻ തുടങ്ങി.
ഭഗവാൻ ശരീരം വലുതാക്കി കൊണ്ട് ജലത്തിൽ

ഇറങ്ങി, കറുപ്പും, ചുമപ്പും കലർന്ന നിറമുള്ള രോമങ്ങൾ ഇളക്കി വാലുയർത്തി താഴോട്ട് കുനിച്ച് പിടിച്ചിരിക്കുന്ന നാസികയോടും അതിവേഗം ചുഴറ്റുന്ന കണ്ണുകളോടും കൂടി ജലത്തിലേക്ക് കുതിച്ചു. ഉയർന്നുപൊങ്ങിയ തിരമാലകൾ കണ്ടു നക്രങ്ങൾ ഭയന്നു. അത്യുഗ്രമായി ഗർജ്ജിച്ച് ഭഗവാൻ ജലത്തിൽ ഭൂമിയെ അന്വേഷിക്കാൻ തുടങ്ങി. അസുരനായ ഹിരണ്യാക്ഷൻ ഒളിപ്പിച്ച ഭൂമിയെ വളരെ പെട്ടെന്ന് ദംഷ്ട്രകൊണ്ട് പൊക്കിയെടുത്ത് ഭഗവാൻ സമുദ്ര-ത്തിൽ നിന്ന് പൊന്തിവന്നു.

ദശകം 13 - ഹിരണ്യാക്ഷവധം

ഭൂമിയെ പാതാളത്തിൽ നിന്ന് ഉയർത്തിയപ്പോൾ ഭഗവത്ഭക്തനായ നാരദൻ ഹിരണ്യാക്ഷനെ സമീപിച്ച് ആ അസുരനെ പ്രശംസിച്ചും ഭഗവാനെ നിന്ദിച്ചും സംസാരിച്ചു. അങ്ങയുടെ പ്രിയപ്പെട്ട ഭൂമിയെ കള്ളനായ വിഷ്ണു അപഹരിച്ചിരിക്കുന്നു എന്നറിയിച്ചു. ക്രോധം പൂണ്ട ഹിരണ്യാക്ഷൻ "എവിടെ ആ വിഷ്ണു, ആ കള്ളൻ എവിടെ" എന്നലറി ഭഗവാനോട് യുദ്ധം ആരംഭിച്ചു. ഭൂമിയെ സമുദ്രോപരിതലത്തിൽ ഉറപ്പിച്ചു നിർത്തിയിട്ട് ഭഗവാൻ ഹിരണ്യാക്ഷനുമായി ഗദായുദ്ധം തുടങ്ങി. കൗമോദകി എന്ന ഗദയാണ് ഭഗവാൻ ഉപയോഗിച്ചത്. സന്ധ്യക്ക് മുന്നേ തന്നെ ഹിരണ്യാക്ഷവധം നടത്താൻ ബ്രഹ്മാവ് ഭഗവാനോട് അഭ്യർത്ഥിച്ചു. യുദ്ധത്തി-നിടയ്ക്ക് ഭഗവാന്റെ ഗദ ഭൂമിയിൽ പതിച്ചു.

(ഹിരണ്യാക്ഷന്, താൻ ജയിക്കും എന്ന തോന്നലുണ്ടാക്കാൻ). ഒടുവിൽ ഭഗവാൻ സുദർശന-ചക്രം കൊണ്ട് ഹിരണ്യന്റെ ശൂലത്തെ ഛേദിച്ചു. കോപം മുഴുത്ത അസുരൻ ഭഗവാന്റെ മാറിടത്തിൽ മുഷ്ടിപ്രയോഗം നടത്തി. എന്നാൽ സുദർശന-ചക്രത്തിന്റെ തേജസ്സ്കൊണ്ട് ഇവയെല്ലാം നിഷ്ഫല-മായി. ഭഗവാൻ തന്റെ കാൽവിരൽ കൊണ്ട് അസുരന്റെ കർണ്ണമൂലത്തിൽ പ്രഹരിച്ച് അവനെ നിഗ്രഹിച്ചു. അസുരനാണെങ്കിലും ഭഗവാനെ ദർശിച്ചുകൊണ്ട് മരിക്കാനുള്ള അവസരം ഹിരണ്യാക്ഷന് ലഭിച്ചു. ഇതുകണ്ട് സന്തോഷിച്ച മുനിമാർ യജ്ഞവരാഹ-മൂർത്തിയായി സ്തുതിച്ചുകൊണ്ടിരുന്നു.

ഭഗവാന്റെ ത്വക്ക് ഛന്ദസ്സുകളാണ്. രോമങ്ങൾ ദർഭക്കൂട്ടങ്ങളാണ്. കണ്ണുകൾ, നെയ്യ് നിറച്ച കുംഭങ്ങൾ, കാലുകൾ ചതുർഹോതാക്കൾ. വദനം യാഗത്തിന് ഉപയോഗിക്കുന്ന തവി. ഉദരം പുരോ-ഡാശം എന്ന യാഗദ്രവ്യം നിറക്കാൻ ഉപയോഗിക്കുന്ന പാത്രം. നാവ് സോമ സംഗ്രഹണത്തിനുള്ള പാത്രം. രേതസ്സ്, സോമരസം. ഗളപ്രദേശം, ഉപസത്തുകൾ (പ്രവർഗ്യ എന്ന ക്രിയക്യ്ക്കു ശേഷം ചെയ്യുന്ന യാഗങ്ങൾ).

ദശകം 14 - കപിലാവതാരം

ഒരു മനുവിന്റെ ആയുസ്സ് ഒരു മന്വന്തര കാലമാണ്; അതാകട്ടെ, 71 ചതുർ യുഗങ്ങളും. ബ്രഹ്മാവിന്റെ ഒരു

പകൽ, അഥവാ കല്പ, 14 മന്വന്തരം നീണ്ടു നിൽക്കുന്നു. ബ്രഹ്മാവിന്റെ ശരീരത്തിൽ നിന്നും ജനിച്ച സ്വായംഭുവമനു തന്റെ മന്വന്തരകാലത്ത് പ്രജകളെ നല്ല നിലയിൽ പരിപാലിച്ചു. ഇക്കാലത്ത് ബ്രഹ്മാവിന്റെ നിഴലിൽ നിന്നും ജനിച്ച കർദ്ദമപ്രജാപതി പ്രജാസൃഷ്ടി നടത്തി, ഭഗവാനെ 10000 കൊല്ലം ഭജിച്ചു. ധ്യാനത്തിന്റെ അവസാനത്തിൽ ഭഗവാൻ തന്റെ വിശ്വരൂപം ഇദ്ദേഹത്തിന് കാണിച്ചുകൊടുത്തു. സ്വായംഭുവമനുവിന്റെ പുത്രി- യായ ദേവാഹുതി ഭാര്യയാകുമെന്നും അവളിൽ 9 പുത്രിമാർ ഉണ്ടായതിനു ശേഷം ഭഗവാൻ തന്നെ കപിലവാസുദേവൻ എന്ന പേരിൽ പുത്രനായി ജനിക്കുമെന്നും പിന്നീട്, കർദ്ദമൻ ജീവൻമുക്ത- നാകുമെന്നും കർദ്ദമനെ അനുഗ്രഹിച്ചു. നാരദ- മുനിയുടെ ഉപദേശപ്രകാരം സ്വായംഭുവമനു ശത- രൂപയോടും മകളായ ദേവഹൂതിയോടും കൂടി കർദ്ദമ പ്രജാപതിയുടെ ആശ്രമത്തിൽ പ്രവേശിച്ചു. കർദ്ദമൻ ദേവഹൂതിയെ വിവാഹംകഴിച്ച് ഭഗവദ് പൂജാ- തല്പരനായി വിഷയ വിരക്തനായി ജീവിച്ചു വന്നു. കർദ്ദമൻ ഭാര്യയുമൊത്ത് വിവിധ ദേവോദ്യാനങ്ങളിൽ താമസിച്ചു. ഇങ്ങനെ കാലം കഴിയവേ അവർക്ക് അതിസുന്ദരികളായ 9 പുത്രിമാരുണ്ടായി. പിന്നീട് കർദ്ദമൻ തപസ്സിനായി കാട്ടിൽ പോകാൻ ആഗ്ര- ഹിച്ചുവെങ്കിലും ഭാര്യയുടെ ആഗ്രഹപ്രകാരം അവളോടൊപ്പം വീട്ടിൽ തന്നെ കഴിയാൻ തീരു- മാനിച്ചു. തന്റെ പുത്രനായി ഭഗവാൻ അവതരി-

ക്കുന്നത് ആകാംക്ഷയോടെ കാത്ത് കഴിഞ്ഞുകൂടി. ഭഗവദ് ഭക്തയായ ദേവഹൂതിയിൽ ഭഗവാൻ, കപിലൻ എന്ന പേരിൽ ജനിച്ചു. പിന്നീട് കർദ്ദമപ്രജാപതി തന്റെ പുത്രിമാരെ മരീച്യാദി മുനികൾക്ക് വിവാഹം കഴിച്ചു കൊടുത്തു. അനന്തരം കർദ്ദമൻ കപിലാ-വതാരം ദർശിച്ച് വനത്തിൽ ചെന്ന് തപസ്സു ചെയ്ത് മുക്തി നേടി.

ദശകം 15 - കപിലോപദേശം

കപില വാസുദേവനായി മനുഷ്യാവതാരമെടുത്ത ഭഗവാൻ തന്റെ മാതാവായ ദേവഹൂതിയെ ഉപദേശി-ക്കുന്നു വിഷയ ഗുണങ്ങളിൽആസക്തമായിരിക്കുന്ന ബുദ്ധി സംസാരബന്ധത്തെ പ്രദാനം ചെയ്യുന്നു. എന്നാൽ അതിൽ ആസക്തി ഇല്ലാതിരിക്കുന്ന ബുദ്ധി മോക്ഷത്തേയും നൽകുന്നു. പുണ്യാത്മാക്കളോടുള്ള സംസർഗ്ഗവും അവരെ ശുശ്രൂഷിക്കുന്നതും ഭക്തി വർദ്ധിപ്പിക്കുന്നു.

25 തത്വങ്ങളായ മായ, മഹത് തത്വം, അഹങ്കാരം, പഞ്ച തന്മാത്രകൾ, പഞ്ചമഹാഭൂതങ്ങൾ, മനസ്സ്, ദശേന്ദ്രിയങ്ങൾ ജീവൻ എന്നിവയെല്ലാം അറിയുന്ന ജീവാത്മാവ് മായയാൽ മോചിപ്പിക്കപ്പെടുന്നു.

പഞ്ച തന്മാത്രകൾ: രൂപം,രസം, ഗന്ധം, സ്പർശം ശബ്ദം;

പഞ്ചമഹാഭൂതങ്ങൾ : ഭൂമി, ജലം അഗ്നി വായു, ആകാശം;

ദശേന്ദ്രിയങ്ങൾ: അഞ്ച് ജ്ഞാനേന്ദ്രിയങ്ങളും 5 കർമ്മേന്ദ്രിയങ്ങളും - മൂക്ക്, നാക്ക്, കണ്ണ്, ചെവി, ത്വക്ക്, വാക്ക്, പാണി പാദം, പായു (മലദ്വാരം), ഉപസ്ഥം (ഉൽപാദന അവയവം). ഇവയുടെ കൂടെ അന്ത:കരണം (മനസ്സ്) കൂടി ചേർന്നാൽ ഏകാദശേ-ന്ദ്രിയങ്ങൾ.

ജീവാത്മാവ് ശരീരങ്ങളെ ആശ്രയിച്ചിരിക്കുന്നു എങ്കിലും, പ്രവർത്തി അനുഭവം, ജനന മരണാദികൾ ഇവകളാൽ സംബന്ധിക്കപ്പെടുന്നില്ല. എന്നാൽ ശരീരത്തിലുള്ള ആ ജീവന് "ഞാൻ", "എന്റെ", എന്നീ ചിന്തകൾ വന്നാൽ ആ പ്രകൃതി ഗുണങ്ങൾ അവന് ദുഃഖങ്ങൾ നൽകുന്നു. ഭഗവാനിൽ അടിയുറച്ച ഭക്തിയും ബ്രഹ്മജ്ഞാനവും നേടിയാൽ പ്രകൃതി ബന്ധത്തിൽ നിന്ന് മുക്തി നേടാം. ഇതെല്ലാം ഭഗവാൻ ദേവഹൂതിക്ക് ഉപദേശിച്ചു.ഭഗവാനെ പത്മാസത്തിൽ ഇരുന്ന് ധ്യാനിക്കണം. ഭഗവദ് കാര്യങ്ങൾ ശ്രവിച്ചും നാമ സങ്കീർത്തനം കൊണ്ടും ഭക്തർ പരമഭക്തി നേടുന്നു. അവർ ജനന മരണ പ്രവാഹ-രൂപമായിരിക്കുന്ന സംസാര ചക്രത്തെ അതി-ജീവിക്കുന്നു.

ഭഗവദ് ഭക്തി ഇല്ലാത്തവർ ജനദ്രോഹങ്ങൾ ചെയ്തു ഭാര്യാജിതനായി, പുത്രലാളനയിൽ ശ്രദ്ധിച്ച് ഭഗവദ് സ്മരണയില്ലാതെ നരകത്തെ പ്രാപിക്കുന്നു . ഗർഭസ്ഥ

ശിശുവിന് താൻ ജന്മാന്തരങ്ങളിൽ ചെയ്ത പാപങ്ങളുടെ സ്മരണയുണ്ടാകുന്നു ഇനിയും ജന്മങ്ങൾ ഉണ്ടാകാ- തിരിക്കാൻ മേലിൽ ഞാൻ സുകൃതങ്ങൾ മാത്രമേ ചെയ്യൂ എന്ന് ബോധം ഉണ്ടാകുന്നു. എന്നാൽ പ്രസവ- സമയത്തോടെ, പൂർവ്വ ജന്മങ്ങളിൽ സമ്പാദിച്ച ജ്ഞാനം മുഴുവനും നഷ്ടപ്പെടുന്നു. ഇഷ്ടകാര്യങ്ങൾ ചെയ്യാൻ കഴിയാതെയും അനിഷ്ടകാര്യങ്ങൾക്ക് പരിഹാരം കാണാൻ കഴിയാതേയും ബാല്യകാലത്ത് ദുഃഖിതനായി കഴിഞ്ഞു കൂടുന്നു. യൗവനത്തിൽ മോഹവലയങ്ങളിൽ അകപ്പെട്ട് വിഷയാസക്തനാകുന്നു. ഫലേച്ഛയോടുകൂടി പിതൃഗണത്തേയും ദേവഗണത്തെയും പൂജിക്കുന്നവൻ ആ പുണ്യങ്ങൾ കൊണ്ട് ദക്ഷിണായന മാർഗ്ഗം വഴി സ്വർഗ്ഗത്തിൽ എത്തുന്നു. സുകൃതാവസാന കാലം വരെ സ്വർഗ്ഗം അനുഭവിച്ചതിനുശേഷം ഭൂമിയിൽ പതിച്ച് വീണ്ടും പുണ്യപാപങ്ങൾക്കനുസരിച്ച് മനുഷ്യജന്മം എടുക്കുന്നു. എന്നാൽ ഭഗവാനെ പ്രാർത്ഥിക്കുന്നവൻ ഉത്തരായന മാർഗ്ഗം വഴി നിത്യമുക്തി നേടുന്നു.

ധൂമാദിമാർഗ്ഗം വഴിയുള്ള സ്വർഗ്ഗ പ്രാപ്തിയുടെ ഘട്ടങ്ങൾ: ജീവൻ കർമ്മാവസാനത്തിൽ ലിംഗ ശരീരം കൊണ്ട് നിർഗമിക്കുന്നു. ഇത് ധൂമത്തിന്റെദേവത, ദേവത, രാത്രിയുടെ ദേവത കൃഷ്ണപക്ഷാധിഷ്ഠാന ദേവത എന്നിവരിൽ നിന്ന് പിതൃലോക മാർഗ്ഗത്തിൽ കൂടി ആകാശത്ത് ചന്ദ്രന്റെ സമീപത്തെത്തുന്നു സുകൃതവസാനംവരെ സ്വർഗം അനുഭവിച്ച് ഭൂമി- യിലേക്ക് പതിക്കുന്നു. അപ്പോൾ ആകാശമാർഗ്ഗം വായു മാർഗ്ഗം, ധൂമമാർഗ്ഗം, മേഘമാർഗം, എന്നിവ-

യിലൂടെ ഔഷധികളിൽ പതിക്കുന്നു .ഔഷധികളിൽ നിന്നും അന്നമായി ഭവിച്ച് പിന്നെ രേതസ്സായി തീരുന്നു. ഇത് സ്ത്രീ യോനിയിൽ എത്തി ശരീരമാകുന്നു. പിന്നീട് കൂടുതൽ പുണ്യം ചെയ്തവർ ബ്രാഹ്മണ-യോനിയിലും, പാപശേഷം കൂടിയവർ ചണ്ഡാല-യോനിയിലും ജനിക്കുന്നു. അർച്ചിരാദി മാർഗ്ഗ-ത്തിലൂടെ മോക്ഷം പ്രാപിക്കുന്നവന് ജനന മരണ സമ്മിശ്രമായ സംസാര ദുഃഖം ഉണ്ടാകുന്നില്ല. ഈ .ആത്മതത്വങ്ങൾ ഗ്രഹിച്ച് ഭക്തിയോഗത്തിൽ ഉറച്ച് ദേവാഹുതി മുക്തി നേടി. ഭഗവാനിലുള്ള ഉറച്ച ഭക്തി സംസാര ദുഃഖങ്ങളെയും ഭയത്തെയും ശമിപ്പി-ക്കുകയും സർവ്വാഭീഷ്ഠങ്ങളെ സാധിപ്പിക്കുകയും ചെയ്യുന്നു. തന്റെ രോഗങ്ങളെല്ലാം അകറ്റി ഭഗവാനിലുള്ള ഭക്തി വർദ്ധിപ്പിച്ചു തരേണമേ എന്നു കവി പ്രാർഥിക്കുന്നു

ദശകം 16 - നരനാരായണാവതാരവും ദക്ഷയാഗവും

ബ്രഹ്മപുത്രനായ ദക്ഷപ്രജാപതി സ്വായംഭുവ-മനുവിന്റെ പുത്രിയായ പ്രസൂതിയെ വിവാഹം ചെയ്തു. ഇവരിലുണ്ടായ 16 കന്യകമാരിൽ 13 പേരെ കർമ്മദേവനും സ്വധ എന്ന പുത്രിയെ പിതൃ ദേവകൾക്കും സ്വാഹ എന്ന പുത്രിയെ അഗ്നിദേവനും സതിയെ ഭഗവാന്റെ അംശരൂപിയായ പരമശിവനും വിവാഹം ചെയ്തുകൊടുത്തു. ധർമ്മദേവന്റെ ഭാര്യ-യായ മൂർത്തി മഹാപ്രഭാവത്തോടുകൂടിയ ഭഗവാനെ

നരൻ എന്ന സഹോദരനോടൊപ്പം പ്രസവിച്ചു. ഈ ഇരട്ടകളാണ് നരനാരായണന്മാർ. സഹസ്രകവചൻ എന്ന അസുരനെ അവന്റെ കവചങ്ങൾ മുറിച്ചാൽ മാത്രമേ നിഗ്രഹിക്കാൻ കഴിയൂ. ഒരു കവചം മുറിക്കാൻ ഒരു സംവത്സരം മുഴുവൻ തപസ്സും യുദ്ധവും ചെയ്യണം. നരനാരായണന്മാർ ക്രമത്തിൽ നിശ്ചയിക്ക-പ്പെട്ട തപസ്സും യുദ്ധവും കൊണ്ട് കവചങ്ങൾ ഭേദിച്ച് ഒരു കവചം മാത്രമാക്കുകയയും പിന്നീട് വധിക്കുകയും ചെയ്തു. (ഈ സഹസ്രകവചനാണ് പിന്നീട് കർണ്ണനായി ജനിച്ചത്). ഭഗവാൻ സഹസ്രകവച നിഗ്രഹത്തിനു ശേഷം സഹോദരനുമൊത്ത് ബദരികാശ്രമത്തിൽ ജനങ്ങൾക്കായി മോക്ഷധർമ്മം അനുഷ്ഠിച്ചും ഉപദേശിച്ചും വസിച്ചു വന്നു. ഇന്ദ്രൻ ഭഗവാന്റെ ഇന്ദ്രിയ നിഗ്രഹശക്തിയിലും തപോ-ബലത്തിലും അസൂയാലുവായി.

നരനാരായണന്മാർ ഇന്ദ്രപദവിക്ക് വേണ്ടിയാണ് തപസ്സ് അനുഷ്ഠിക്കുന്നത് എന്ന് ഭയന്ന് ഇന്ദ്രൻ തപോവിഘ്നം വരുത്തുവാനായി ഐരാവതത്തിന്റെ പുറത്ത് കയറി വന്ന് അവരോട് എന്ത് വരം വേണമെങ്കിലും ചോദിച്ചുകൊള്ളുവാൻ ആവശ്യ-പ്പെട്ടു. എന്നാൽ അവർ ഇന്ദ്രനെ അവഗണിച്ചു. ഇന്ദ്രൻ ഹിംസ്രജന്തുക്കളെയും പ്രകൃതിവൈചിത്ര്യങ്ങളും സൃഷ്ടിച്ചു കൊണ്ട് അവരെ ഭീതരാക്കാൻ ശ്രമിച്ചെങ്കിലും, ഫലേച്ഛയില്ലാത്ത അവർ ഒന്നിനേയും ഭയപ്പെട്ടില്ല.വീണ്ടുംനിരാശനായി ഇന്ദ്രൻ, തപസ്സിന് വിഘ്നം വരുത്താൻ കാമദേവനെ നിയോഗിച്ചു.

കാമദേവൻ ദേവേന്ദ്രനോടും വസന്തകാല ദേവത-
യായ മലയാനിലനോടും കൂടി നരനാരായണന്മാരുടെ
സമീപംവന്നു.   കാമദേവന്റെ   സഹായത്തോടെ
വസന്തനും മലയാനിലനും, രംഭ, തിലോത്തമ, മേനക
തുടങ്ങിയ അപ്സരസ്ത്രീകളും അവരുടെ തോഴി-
മാരും കൂടി ബദരികാശ്രമത്തിൽ വസന്തം വാരി
വിതറി. പൂമ്പാറ്റകളും വണ്ടുകളും പാറി നടക്കുന്ന
പൂമണം നിറഞ്ഞ ഉദ്യാനത്തിൽ തപസ്വികളുടെ
മുന്നിൽ വന്ന് സുന്ദരിമാർ നൃത്തമാടി. നാരായണർ-
ഷിയ്ക്ക് കാര്യം മനസ്സിലായി. സുരസുന്ദരികളുടെ
കടക്കൺ മുനകളാകുന്ന ബാണങ്ങൾ തുടരെ തുടരെ
പ്രവഹിച്ചിട്ടും ഭഗവാൻ നിശ്ചലനായിരുന്നു. ഇവ-
യിലൊന്നും താൻ ഭ്രമിച്ചിട്ടില്ലെന്നും, തന്റെ തപശ്ശക്തി
എന്താണെന്നും ഇന്ദ്രന് കാണിച്ചു കൊടുക്കുവാൻ
വേണ്ടി അദ്ദേഹം തന്റെ തുടയിൽ ഒന്നു നുള്ളി.
ഭഗവാന്റെ തുടയിൽ നിന്നും ഒരു സുന്ദരി ഉടലെടുത്തു.
ഈ സുന്ദരിയാണ് ഉർവശി. നാരായണർഷിയുടെ
ഉരുവിൽ നിന്ന് ജനിച്ചതുകൊണ്ടാണ് ഉർവശി എന്ന
പേര് കിട്ടിയത്. ഇതുപോലെ കുറേ സുന്ദരിമാരെയും
അവർക്കെല്ലാം ദാസികളെയും ഭഗവാൻ സൃഷ്ടിച്ചു.
തുടർന്ന് അദ്ദേഹം പറഞ്ഞു "അല്ലയോ കാമദേവ,
സുന്ദരികളായ ദേവാംഗനമാരെ, നിങ്ങൾ എന്റെ
അടുത്തേക്ക് വന്ന് എന്റെ മനസ്സിനെ പ്രീതി-
പ്പെടുത്തുവിൻ". തുടർന്ന് ഭഗവാന്റെ അടുത്തെത്തി
അവർ ഭഗവാനെ സ്തുതിക്കാൻ തുടങ്ങി. അപ്പോൾ
ഭഗവാൻ തന്റെ യോഗമായ കൊണ്ട് സൃഷ്ടിക്കപ്പെട്ട

പരിചാരികകളായ സുന്ദരിമാരെ അവർക്ക് കാണിച്ചുകൊടുത്തു. ഭഗവനെ മോഹിപ്പിക്കുവാനായി വന്നു ചേർന്ന കാമദേവാദികൾ, അപ്സര-സ്ത്രീകളുടെ അഹങ്കാരം ശമിപ്പിക്കുന്ന സൗന്ദര്യ-ത്തോടു കൂടിയ ഉർവശിയെ സ്വീകരിച്ചു.

ഭയം കൊണ്ട് പശ്ചാത്താപത്തോടെ മാപ്പ് ചോദിച്ച മന്മഥന്റെ പടയോടൊപ്പം ഉർവശിയെയും സഖി-മാരെയും ഭഗവാൻ ദേവേന്ദ്രന് കാഴ്ചവസ്തുവായി നൽകി. ദേവേന്ദ്രൻ ഭഗവാന്റെ ലീലാവിലാസങ്ങൾ കണ്ടു ചിന്തിച്ച് ചിന്തിച്ച് പരവശനായിത്തീർന്നു.

ദക്ഷയാഗം: ദക്ഷപ്രജാപതി, ബ്രഹ്മാവിന്റെ അമിതമായ ലാളനയാൽ (ദക്ഷനെ പ്രജാപതിമാരുടെ അധിപനാക്കി.) കാമക്രോധാധികൾ വർദ്ധിച്ചു വിവേ-കശൂന്യനായി തീർന്നു. ഭഗവാന്റെ തന്നെ മൂർത്തിയായ ശിവനെ ദ്വേഷിച്ചു. ഭക്തിയില്ലാത്തവനായ ദക്ഷൻ യാഗത്തിൽ സ്വന്തം പുത്രിയായ സതീദേവിയെ രുദ്രപതിയാണെന്ന കാരണത്താൽ അപമാനിച്ചു. ദക്ഷൻ ഒരിക്കൽ ബൃഹസ്പതിസവനം എന്ന യാഗം നടത്തി. ഇതിൽ സ്വപുത്രിയെയും ഭർത്താവായ ശിവനെയും ക്ഷണിച്ചില്ല. ഇതിന് മൂന്നു കാരണങ്ങളുണ്ട്. അത് അത്രിമഹർഷിയുടെ പുത്രനായ ദുർവാസാവിന് ജാംബൂനന്ദത്തിലെ ജഗദംബിക ദേവി തന്റെ കഴുത്തിലെ പൂമാല പ്രസാദമായി നൽകി. എന്നാൽ ദുർവാസാവ് ദക്ഷന്റെ കൊട്ടാരത്തിൽ വന്നപ്പോൾ ദക്ഷന്റെ അപേക്ഷ പ്രകാരം ആ മാല ദക്ഷന് നൽകി. ദക്ഷൻ മാലയെ

അനാദരിച്ചു. മാല ധരിച്ച് ഭാര്യയുമായി ക്രീഡകൾ നടത്തി മാലയെ അശുദ്ധമാക്കി. ഇതിൽ നിന്നുണ്ടായ പാപത്താൽ ദക്ഷന് ശിവനോടും, സതിയോടും വിരോധം ഉണ്ടാകുകയും അവരെ തന്റെ കൊട്ടാരത്തിൽ നിന്ന് ആട്ടി പുറത്താക്കുകയും ചെയ്തു. ബ്രഹ്മഹത്യാ പാപം ചെയ്തതിനാൽ ശിവനെ അശുദ്ധനായി ദക്ഷൻ കരുതി.

ഭൂമി പ്രളയ ജലത്തിൽ മുങ്ങിയപ്പോൾ ബ്രഹ്മാവും ശിവനും തമ്മിൽ വാക്ക് തർക്കം ഉണ്ടായി. ആരാണ് വലിയവൻ എന്നതായിരുന്നു തർക്കം. ബ്രഹ്മാവ് തന്റെ അഞ്ചാമത്തെ മുഖം കൊണ്ട് ശിവനെ, അസഭ്യ വാക്കുകൾ പറഞ്ഞു ശിവൻ ആ തല നുള്ളി മുറിച്ച് താഴെ വീഴാതെ കൈയിൽ തന്നെ വെച്ചു. അതിനാൽ കപാലി എന്നറിയപ്പെടുന്നു.ബ്രഹ്മഹത്യാപാപം ചെയ്ത ശിവനെ ബ്രഹ്മാവ് ശപിച്ച് അശുദ്ധനാക്കി. പ്രജാപതിമാരുടെ യാഗത്തിൽ ശിവനും, വിഷ്ണുവും, ബ്രഹ്മാവും സന്നിഹിതരായി. അവിടെ വന്നു കയറിയ ദക്ഷ-പ്രജാപതിയെ കണ്ടിട്ട്, ജാമാതാവായ ശിവൻ എഴുന്നേറ്റില്ല. ഈ പ്രതികാരവും ഉണ്ടായിരുന്നു. ഈ കാരണങ്ങളാലാണ് ശിവനെയും സതിയെയും ബൃഹ-സ്പതീസവനം എന്ന യാഗത്തിന് ക്ഷണിക്കാഞ്ഞത്. അച്ഛന്റെ യാഗത്തിന് ക്ഷണിക്കപ്പെടാതെയും ശിവന്റെ വിലക്കിനെ വകവയ്ക്കാതെയും, സതീദേവി യാഗ-വേദിയിലെത്തി. സ്വന്തം പിതാവിന്റെ നിന്ദാപൂർവ്വമായ വാക്കുകളാൽ അപമാനിക്കപ്പെട്ട സതീദേവി യാഗ-ശാലയിൽ തന്നെ അഗ്നിയിൽ സ്വയം മരിച്ചു. ഇതിൽ കുപിതനായ ശിവൻ തന്റെ ജട പിടിച്ച് നിലത്തടിച്ചു.

ഇതിൽ നിന്നും ഉത്ഭവിച്ച ഭദ്രനും ഭദ്രകാളിയും യാഗശാല മുഴുവനും നശിപ്പിച്ചു. ദക്ഷന്റെ തല വെട്ടിയെടുത്തു. ലോകം മുഴുവനും നശിപ്പിക്കാൻ ആരംഭിച്ചു. ബ്രഹ്മാദികൾ ശിവനെ അഭയം പ്രാപിച്ചു. ശിവൻ പ്രസാദിച്ചപ്പോൾ വീരഭദ്രനും കാളിയും അക്രമം നിർത്തി. ദക്ഷനെ ജീവിപ്പിക്കാൻ അറത്തു കളഞ്ഞ തല കാണാതെ ഒരു ആടിന്റെ തല ചേർത്തുവെച്ച് അദ്ദേഹത്തെ ജീവിപ്പിച്ചു അഹങ്കാരം ശമിച്ച . ദക്ഷൻ യാഗം മുഴുവനാക്കി. അജ്ഞാനിയായ ദക്ഷന് ഭഗവാൻ ആത്മജ്ഞാനം നൽകി.

ദശകം 17 - ധ്രുവചരിതം

മനുവിന്റെ പുത്രനായ ഉത്താനപാദമഹാരാജാവിന് രണ്ടു ഭാര്യമാർ ഉണ്ടായിരുന്നു; ആദ്യ ഭാര്യയായ സുനീതിയെക്കാൾ പ്രിയപ്പെട്ടവൾ രണ്ടാം ഭാര്യയായ സുരുചിയായിരുന്നു. ഭർത്താവിന്റെ അവഗണനയ്ക്ക് പരിഹാരമായി സുനീതി ഭഗവാനെ ശരണം പ്രാപിച്ചു. ഒരിക്കൽ സുരുചിയുടെ മകൻ ഉത്തമൻ അച്ഛന്റെ മടിയിൽ ഇരിക്കുന്നത് കണ്ടു സുനീതിയുടെ പുത്രൻ ധ്രുവനും അച്ഛന്റെ മടിയിൽ ഇരിക്കാൻ ഒരുങ്ങി. പക്ഷേ സുരുചി അവനെ വളരെയധികം അധി-ക്ഷേപിച്ചു. രാജാവാകട്ടെ മൗനം പാലിച്ചു. അഞ്ചു വയസ്സ്മാത്രം പ്രായമുള്ള ധ്രുവൻ അപമാനിതനായി, അമ്മയോട് സങ്കടം പറഞ്ഞു. എന്നാൽ ഭഗവത്ഭജനം മാത്രമാണ് ഇതിന് പരിഹാരം എന്ന് അമ്മ ഉപദേശിച്ചു. ഭഗവാനെ ആരാധിക്കാൻ പ്രതിജ്ഞ-

യെടുത്ത് ബാലനായ ധ്രുവൻ കാട്ടിലേക്ക് യാത്ര-
യായി.

വഴിയിൽ വെച്ച് നരദ മഹർഷി അവന്
മന്ത്രോപദേശങ്ങൾ നൽകി. ഓം നമോ ഭഗവതേ
വാസുദേവായ എന്ന മന്ത്രമാണ് നാരദൻ ധ്രുവന്
ഉപദേശിച്ചത്. ധ്രുവൻ മധുവനം എന്ന കാട്ടിലെത്തി
തപസ്സ് ആരംഭിച്ചു. മകന്റെ വനവാസത്തിൽ താനും
കാരണമായല്ലോ എന്നോർത്ത് പശ്ചാത്താപ വിവശ-
നായ രാജാവിനെ കാണാൻ നാരദമഹർഷി
കൊട്ടാരത്തിൽ എത്തി. ധ്രുവനാകട്ടെ ആദ്യത്തെ
മാസം ഫലങ്ങൾ മാത്രം ഭക്ഷിച്ചും രണ്ടാം മാസം
ഇലകൾ മാത്രം ഭക്ഷിച്ചും പിന്നെ ജലാഹാരനായിട്ടും
അടുത്തമാസം വായു മാത്രം ഭക്ഷിച്ചും, പിന്നീട്
നിരാഹാരനായും തപസ്സനുഷ്ഠിച്ചു. ധ്രുവന്റെ കഠിന
തപസ്സിൽ പ്രപഞ്ചത്തിനു മുഴുവൻ ശ്വാസംമുട്ടൽ
അനുഭവപ്പെട്ടു. ഇന്ദ്രാദി ദേവന്മാർ ഭഗവാനെ ശരണം
പ്രാപിച്ചു. ഭഗവാൻ ഗരുഡാരൂഢനായി ധ്രുവന്റെ
മുന്നിൽ പ്രത്യക്ഷപ്പെട്ടു. ഭഗവാനെ സ്തുതിക്കാൻ
പോലും മറന്ന് ധ്രുവൻ സ്തബ്ധനായി. അവനെ
ബോധജ്ഞാനം നൽകാനായി ഭഗവാൻ പാഞ്ചജന്യം
എന്ന ശംഖു കൊണ്ട് അവന്റെ കവിളിൽ മെല്ലെ
തലോടി. ഭഗവദ് ദർശനത്താൽ സന്തുഷ്ടനായി
ധ്രുവൻ ഭഗവാനെ സ്തുതിച്ചു കൊണ്ടേയിരുന്നു
ചിരകാലം മുഴുവൻ രാജ്യഭരണം നടത്തി അവസാനം
ധ്രുവപദം പ്രാപിക്കാൻ ഭഗവാൻ അനുഗ്രഹിച്ചു. മഹാ
പ്രളയം പോലും സ്പർശിക്കാത്ത ഒരു ആകാശ

ഗോളമായി മാറുന്ന പരമപദമാണ് ധ്രുവപദം. രാജകുമാരൻ രാജ്യഭാരം സ്വീകരിച്ച് ഭഗവ- ദനുഗ്രഹത്താൽ സർവ്വ അഭീഷ്ടങ്ങളും സാധിച്ച- വനായി വളരെ കാലം സുഖിച്ചു വാണു. ധ്രുവന്റെ സഹോദരനായ ഉത്തമൻ ഒരു യക്ഷനാൽ കൊല്ലപ്പെട്ടു. ധ്രുവൻ യക്ഷന്മാരോട് യുദ്ധം പ്രഖ്യാ- പിച്ചു. പക്ഷേ പിതാമഹനായ മനുവിന്റെ ഉപദേശ- ത്താൽ അത് ഉപേക്ഷിച്ചു. യക്ഷന്മാരുടെ അധിപനായ വൈശ്രവണൻ ധ്രുവനോട് വരങ്ങൾ ആവശ്യപ്പെടാൻ പറഞ്ഞെങ്കിലും, തനിക്ക് ഭഗവാനിലുള്ള ഉറച്ച വിശ്വാസം മാത്രമേ വരമായി തരേണ്ടതുള്ളൂ എന്നായിരുന്നു മറുപടി. ധ്രുവൻ 26000 വർഷം രാജഭോഗങ്ങൾ അനുഭവിച്ച് സ്വന്തം അമ്മ സുനീതിയോട് കൂടി നന്ദസുനന്ദന്മാർ കൊണ്ടുവന്ന വിമാനത്തിലേറി ധ്രുവപദം പ്രാപിച്ച് ഇപ്പോഴും നക്ഷത്രമായി വസിക്കുന്നു.

ദശകം 18 - പൃഥുചരിതം

ധ്രുവകുലത്തിലെ അംഗൻ എന്ന പ്രസിദ്ധനായ രാജാവിന്റെ മകനാണ് വേനൻ. എന്നാൽ പുത്രന്റെ അധർമ്മ പ്രവർത്തികളിൽ മനസ്സ് വിഷമിച്ച് രാജാവ് തപസ്സനുഷ്ഠിക്കാനായി വനത്തിൽ പോയി. രാജ്യം അനാഥമാകാതിരിക്കാൻ വേണ്ടി ജനങ്ങൾ വേനനെ രാജാവാക്കി. എന്നാൽ രാജ്യത്തുള്ള ഭഗവാന്റെ ആരാധനകൾ മുഴുവൻ ഇയാൾ കർശനമായി എതിർത്തു. ഉപദേശിക്കാൻ വന്ന മഹർഷിമാരെ

ശകാരിക്കുകയും നിന്ദിക്കുകയും ചെയ്തു. താന-
ല്ലാതെ ഈ ലോകത്തിൽ മറ്റൊരു ഈശ്വരൻ ഇല്ലെന്ന്
അയാൾ വീരവാദം മുഴക്കി. കുപിതരായ മുനിമാരുടെ
ശാപത്താൽ വേനൻ ശലഭമായി തീർന്നു. രാജ്യം
അനാഥമായി. ശലഭമായ വേനന്റെ മനുഷ്യശരീരം
അമ്മ സൂക്ഷിച്ചിരുന്നു; ദുഷ്ടന്മാരെ ഭയക്കുന്ന
മഹർഷിമാർ അതെടുത്ത് കടഞ്ഞു. അവന്റെ ഊരു
ദണ്ഡങ്ങൾ കടഞ്ഞപ്പോൾ പാപങ്ങളുടെ മൂർത്ത-
രൂപത്താൽ നിഷാദൻ എന്ന പുരുഷൻ ജനിച്ചു.
ഇവരുടെ വർഗ്ഗക്കാരാണ് നൈഷാദന്മാർ. പാപ-
മുക്തമായ ശരീരത്തിന്റെ ബാഹുദണ്ഡത്തിൽ നിന്ന്
ഭഗവാൻ പൃഥു എന്ന പേരിൽ ജനിച്ചു. പ്രസിദ്ധനായ
പൃഥുചക്രവർത്തി വേനന്റെ കഠിനമായ ഉപദ്രവം
മൂലം സമ്പത്തുകളെല്ലാം ഉള്ളിലൊതുക്കിയ ഭൂമിയെ
പരാക്രമം കൊണ്ട് നിലയ്ക്കു നിർത്തി തന്റെ
അമ്പുകൾ കൊണ്ട് സമനിരപ്പാക്കിത്തീർത്തു. പൃഥു-
ചക്രവർത്തിയകുന്ന ഭഗവാൻ സുരഭി എന്ന പശു-
വിന്റെ രൂപം എടുത്ത് ഭൂമിയിൽനിന്ന് അവരവരുടെ
കുലമുഖ്യനെ പശുക്കുട്ടിയാക്കിക്കൊണ്ട് തങ്ങളുടെ
ഇഷ്ടപദാർത്ഥങ്ങൾ കറന്നെടുത്തു. പൃഥുചക്ര-
വർത്തി അശ്വമേധയാഗങ്ങൾ നടത്തി ഭഗവദ്
സ്വരൂപത്തെ തന്നെ ഭജിച്ചു കൊണ്ടിരുന്നു.

എന്നാൽ "ശതമഖനായി ഞാൻ മാത്രമേ ഉള്ളൂ"
എന്നഹങ്കരിച്ച് ഇന്ദ്രൻ പൃഥുവിന്റെ നൂറാമത്തെ
യാഗത്തിനുള്ള യാഗാശ്വത്തെ മോഷ്ടിച്ചു. പൃഥു-
വിന്റെ പുത്രൻ ഇന്ദ്രനെ തോൽപ്പിച്ച് അശ്വത്തെ

വീണ്ടെടുത്തു. അദ്ദേഹമാണ് വിജിതാശ്വൻ എന്ന-
റിയപ്പെടുന്നത്. തുടർച്ചയായി അശ്വത്തെ മോഷ്ടി-
ക്കുന്ന ഇന്ദ്രനെ മുനിമാർ വഹ്നിയിൽ ഹോമിക്കാൻ
ഒരുങ്ങി. അപ്പോഴേക്കും ബ്രഹ്മാവ് പ്രത്യക്ഷനായി.
അങ്ങേയ്ക്ക് ഇത്രയും [99] യാഗങ്ങൾ നടത്തിയ
കീർത്തി മതി എന്നു പറഞ്ഞ് യാഗം ചെയ്യുന്ന-
തിൽനിന്നും തടഞ്ഞു. യാഗം നിർത്തിയ പൃഥു
വിഷ്ണുരൂപിയായ ഭഗവാനെ ദർശിക്കുകയും,
ഭഗവാനിലുള്ള ഭക്തി വരമായി സ്വീകരിക്കുകയും
ചെയ്തു.ഒരിക്കൽ ഗംഗാതീരത്ത് സത്രയാഗത്തിൽ
ഹിതോപദേശം നൽകുമ്പോൾ സനകാദി മഹർഷി-
കളെ കണ്ടു. അവരിൽനിന്ന് ബ്രഹ്മജ്ഞാനം നേടി
രാജ്യഭരണം ഉപേക്ഷിച്ച് സന്യാസിയായി തപോ-
വനത്തിൽ പ്രവേശിച്ച് മുക്തിയെപ്രാപിച്ചു.

ദശകം 19 - പ്രചേതസ്സുകളുടെ കഥ

പൃഥുചക്രവർത്തിയുടെ പുത്രനായ വിജിതാശ്വന്റെ
മകനാണ് ഹവിർദ്ധാനൻ. ഇദ്ദേഹം അഗ്നികുലത്തിൽ
പിറന്ന ധിഷണയെ വിവാഹം ചെയ്തു. ഇവരുടെ
മകൻ ബർഹിഷാദൻ യാഗങ്ങൾ ചെയ്തു. കിഴക്കോട്ട്
തലയാക്കിയ ദർഭകളെ കൊണ്ട് ഭൂമണ്ഡലം നിറച്ചു.
അതിനാൽ പ്രാചീന ബർഹിസ് എന്ന പേര് കിട്ടി.
ധർമ്മവാനായ ഇദ്ദേഹം കർമ്മ മേഖലയിലും തിളങ്ങി.
ഇദ്ദേഹത്തിന് ഭാര്യയായ ശതദ്രുതയിൽ ഭഗവദ്
ഭക്തരായ പ്രചേതസ്സുകൾ എന്ന പുത്രന്മാർ ജനിച്ചു.
പ്രാചീന ബർഹിസ് ഈ പത്തു പുത്രന്മാരോട്

പ്രജാസൃഷ്ടി നടത്തുവാൻ ഉപദേശിച്ചു. പിതാവിന്റെ നിയോഗ പ്രകാരം ഇവർ പശ്ചിമസമുദ്രത്തിനു സമീപം മനോഹരമായ തടാകം കാണുകയും അവിടെ തപസ്സ് ആരംഭിക്കുകയും ചെയ്തു. അപ്പോൾ ശ്രീരുദ്രൻ പ്രത്യക്ഷപ്പെടുകയും ഭഗവാന്റെ സ്തോത്രം അവർക്ക് ഉപദേശിക്കുകയും ചെയ്തു. പ്രചേ-തസ്സുകൾ ഈ സ്തോത്രം ചൊല്ലിക്കൊണ്ട് പതി-നായിരം സംവത്സരം ആ ജലത്തിൽ മുങ്ങിക്കിടന്ന് ഭഗവാനെ പ്രാർത്ഥിച്ചുവത്രെ. ഇതാണ് ഗുരുവായൂർ തീർത്ഥക്കുളം. ഇവർക്കു മുമ്പിൽ ഭഗവാൻ പ്രത്യക്ഷപ്പെടുകയും ധാരാളം വരം നൽകുകയും ചെയ്തു. ശ്രീ മഹാദേവനെ തൊട്ടടുത്ത് തന്നെ (ഇപ്പോഴത്തെ മമ്മിയൂർ) സ്ഥാനം നൽകുകയും ചെയ്തു. പ്രചേതസ്സുകളുടെ ഈ തപസ്സു കൊണ്ട് അച്ഛനായ പ്രാചീന ബർഹിർസ്സിനു പോലും പരിശുദ്ധനാകാൻ കഴിഞ്ഞു. പ്രാചീന ബഹിർസ്സ് നാരദനിൽ നിന്ന് ബ്രഹ്മജ്ഞാനം ലഭിച്ച് ഭഗവദ് സായൂജ്യമടഞ്ഞു. ഭഗവാൻ ശംഖുചക്ര ഗദാധാരി-യായി അവർക്കു മുന്നിൽ പ്രത്യക്ഷപ്പെട്ടു. രുദ്രസ്തോത്രം ജപിക്കുന്നവർക്ക് സർവാഭീഷ്ടങ്ങളും സാധിക്കട്ടെ എന്ന് അനുഗ്രഹം നൽകി. കൂടാതെ. വൃക്ഷങ്ങളുടെ പുത്രിയായ മാരിഷയെ ഭാര്യയാക്കി പത്തു ലക്ഷം സംവൽസരം സന്തോഷിച്ച് വസിക്കുക, അവരിൽ ദക്ഷൻ എന്ന പുത്രൻ ജനിച്ചതിനു ശേഷം ഭഗവദ് സായൂജ്യം നേടും എന്നും അനുഗ്രഹിച്ചു. തടാകത്തിൽ നിന്ന് കരകയറിയ പ്രചേതസ്സുകൾ, ഭൂമി

മുഴുവൻ മരങ്ങൾ നിറഞ്ഞ് അവിടെ മുഴുവൻ കാടായി മാറിയത് കണ്ടു. ഭൂമിയെ രക്ഷിക്കാൻ ആരുമില്ലെ-ന്നറിഞ്ഞ് അവർ അവിടെ ഇടതിങ്ങി വളർന്ന മരങ്ങളെ ക്രോധാഗ്നിയാൽ ദഹിപ്പിക്കാൻ തുടങ്ങി. ബ്രഹ്മാവ് പ്രത്യക്ഷപ്പെട്ട് അവരെ ഇതിൽ നിന്നും പിന്തിരിപ്പിക്കുകയും ബാക്കി വന്ന വൃക്ഷങ്ങൾ തങ്ങളുടെ പുത്രിയെ പ്രചേതസ്സുകൾക്ക് വിവാഹം ചെയ്തു കൊടുക്കുകയും ചെയ്തു. ദക്ഷൻ എന്ന പുത്രനെ ലഭിച്ച പ്രചേതസ്സുകൾ അനേകം യാഗങ്ങൾ ചെയ്തു ബ്രഹ്മസ്വരൂപം പ്രാപിച്ചു.

മാരിഷയുടെ കഥ. കണ്ഡുമഹർഷിയ്ക്ക് പ്രമ്ലോചയെന്ന ദേവസ്ത്രീയിൽ ജനിച്ച മകളാണ് മാരിഷ. ഒരിക്കൽ കണ്ഡുമഹർഷി ഭാര്യയായ പ്രമ്ലോചയെ ഉപേക്ഷിച്ചു. അവർ ആകാശമാർഗ്ഗ-ത്തിലൂടെ സഞ്ചരിക്കുമ്പോൾ തന്റെ ശരീരത്തിലെ വിയർപ്പുതുള്ളികൾ മരച്ചില്ലയിലെ തളിരിലകൾ കൊണ്ട് തുടച്ചു കളഞ്ഞു. ആ സമയത്ത് മഹർഷി-യിൽ നിന്നും ആദ്യമേ സ്വീകരിച്ചിരുന്ന ഗർഭം അവളുടെ ശരീരത്തിൽ നിന്ന് വിയർപ്പ് തുള്ളിയായി വൃക്ഷങ്ങളിൽ എത്തി. ഇത് വായുവിനോട് ചേർന്ന് സ്ത്രീരൂപമായി മാറി. അങ്ങനെ വൃക്ഷാഗ്രത്തിൽ നിന്നും ജന്മമെടുത്ത ആളാണ് മാരിഷ.

ദശകം 20 - ഋഷഭ ചരിതം

സ്വായംഭുവമനുവിന്റെ മൂത്ത പുത്രനായ പ്രിയവ്രതൻ വളർന്നപ്പോൾ നാരദമഹർഷിയുടെ ശിഷ്യത്വം സ്വീകരിച്ച് ആധ്യാത്മിക ജീവിതം നയിച്ചു. ഗൃഹസ്ഥാശ്രമം ഭഗവദ് ഭക്തിയ്ക്ക് തടസ്സമാണെന്ന് അദ്ദേഹം ചിന്തിച്ചു. എന്നാൽ മനസ്സ് നമ്മുടെ നിയന്ത്രണത്തിലാണെങ്കിൽ ഗൃഹസ്ഥാശ്രമം ഭഗവദ് ഭജനയ്ക്ക് തടസ്സമാകില്ല എന്ന, പിതാമഹന്റെ ഉപദേശമനുസരിച്ച് ഗൃഹസ്ഥാശ്രമിയായി ജീവിക്കാൻ അദ്ദേഹം തീരുമാനിച്ചു.

ഒരിക്കൽ അദ്ദേഹം തന്റെ യോഗശക്തിയാൽ തന്റെ ദിവ്യരഥത്തിൽ ഏഴുതവണ ഭൂമി മുഴുവൻ ചുറ്റി സഞ്ചരിച്ചു. ആ തേർത്തടം പതിഞ്ഞ സ്ഥലങ്ങൾ ഏഴു സമുദ്രങ്ങളായും ചക്രങ്ങൾക്കിടയിലുള്ള സ്ഥലങ്ങൾ ഏഴ് ഭൂഖണ്ഡങ്ങളായും മാറി. അവയുടെ പേരുകളും അവ ഇന്നറിയപ്പെടുന്ന പേരുകളും ഇങ്ങനെയാണ് : ജംബുദ്വീപ് (ഏഷ്യ), പ്ലക്ഷ്മം (തെക്കേ അമേരിക്ക), പുഷ്കരം (വടക്കെ അമേ-രിക്ക), ക്രൗഞ്ചം (ആഫ്രിക്ക), ശാകം (യൂറോപ്പ്), ശാല്മലി (ആസ്ട്രേലിയ). പ്രിയവ്രതൻ തന്റെ പുത്രന്മാരെ ഈ ദ്വീപുകളുടെ അധിപന്മാരായി വാഴിച്ച്, ഭഗവദ് ഭക്തനായി ജീവിച്ച്, മുക്തി നേടി.

സ്വായംഭുവമനുവിന്റെ മൂത്ത പുത്രൻ പ്രിയവ്രതൻ ബർഹിഷ്മതി എന്ന ഭാര്യയിൽ പത്തു പുത്രന്മാർ ജനിച്ചതിൽ മൂത്തയാളാണ് ആഗ്നീസ്ധ്രൻ. ഇദ്ദേഹ-

ത്തിന് പൂർവ്വ ചിത്തി എന്ന അപ്സര സ്ത്രീയിൽ ജനിച്ച മകനാണ് നാഭി. നാഭി രാജാവിന്റെ ഭാര്യയായ മേരുദേവിയിൽ യാഗങ്ങളുടെ ഫലമായി ഭഗവാന്റെ അംശം കൊണ്ട് ഋഷഭൻ എന്ന പുത്രൻ ജനിച്ചു. ഈ പുത്രനിൽ രാജ്യഭാരം ഏൽപ്പിച്ച നാഭിരാജാവ് മേരു-ദേവിയോടൊപ്പം തപോവനത്തിൽ പോയി തപസ്സു ചെയ്യുകയും വൈകുണ്ഠ പദം പ്രാപിക്കുകയും ചെയ്തു. മഹാത്മാവായ ഋഷഭരാജാവ് എല്ലാ ജനങ്ങളേയും സന്തോഷിപ്പിക്കുന്ന തരത്തിൽ രാജ്യം ഭരിച്ചു. ഇതിൽ അസൂയപ്പെട്ട ഇന്ദ്രൻ ഇദ്ദേഹത്തിന്റെ (അജനാഭം) രാജ്യത്ത് മഴ പെയ്യിച്ചില്ല. എന്നാൽ ഋഷഭ രാജാവ് (ഭഗവാൻ) യോഗമായയാൽ അവിടെ ധാരാളം മഴ പെയ്യിച്ചു. ഭഗവാന്റെ മുന്നിൽ തോറ്റുപോയ ഇന്ദ്രൻ സ്വന്തം പുത്രിയായ ജയന്തിയെ ഋഷഭ രാജാവിന് വിവാഹംചെയ്തുകൊടുത്തു. ഇതിൽ നൂറ് പുത്രന്മാർ ജനിച്ചു.ഇതിൽ മൂത്ത പുത്രനായിരുന്നു ഭരതൻ. ഒൻപതുപേർ യോഗികളായി. ഒൻപതു പേർ ഭാരതവർഷത്തിന്റെ പല ഭാഗങ്ങൾ പരിപാലിച്ചു. എൺപത്തിയൊന്നുപേർ ബ്രാഹ്മണ്യം സ്വീകരിച്ചു. ഋഷഭ രാജാവ് ഇവർക്ക് വൈരാഗ്യം, ഭക്തി എന്നിവയോടുകൂടിയ മുക്തിമാർഗ്ഗം ഉപദേശിച്ചു. അതിനു ശേഷം ജഡൻ, ഭ്രാന്തൻ, പിശാച് എന്നിവരുടെ ദിനചര്യകൾ അനുഷ്ടിച്ച് ജീവിച്ചു. എല്ലാവർക്കും തത്ത്വോപദേശങ്ങൾ നൽകി രാഗ-ദ്വേഷ വികാരങ്ങളില്ലാതെ ആത്മാനന്ദത്തിൽ മുഴുകി ഭൂമി മുഴുവൻ ചുറ്റിസ്സഞ്ചരിച്ചു. ഒടുവിൽ ബ്രഹ്മ-

സ്വരൂപത്തെ പ്രാപിച്ച് കുടകാദ്രിയിലെ കാട്ടുതീയിൽ ശരീരം ഉപേക്ഷിച്ചു.

സ്വരൂപത്തെ പ്രാപിച്ച് കുടകാദ്രിയിലെ കാട്ടുതീയിൽ ശരീരം ഉപേക്ഷിച്ചു.

ദശകങ്ങൾ 21 – 30

ദശകം 21 - നവവർഷങ്ങളും സപ്തദ്വീപാദികളും

ഭൂമിയുടെ മദ്ധ്യഭാഗം ഉൽപ്പത്തി സ്ഥാനമായിട്ടുള്ള ഇളാവൃതം എന്ന രാജ്യത്ത് അർദ്ധനാരീശ്വരനായ ശ്രീപരമേശ്വരനും, പാർവതിയും സ്ത്രീകളും മാത്രം താമസിക്കുന്നു. ശ്രീപരമേശ്വരൻ മന്ത്രങ്ങളാലും സ്തുതികളാലും ഉപാസിക്കുന്ന സങ്കർഷണ- മൂർത്തിയായിട്ടാണ് (ബലരാമൻ) ഭഗവാനെ ഉപാസി- ക്കുന്നത്. ഇളാവൃതത്തിന് കിഴക്കുള്ള ഭദ്രാശ്വം എന്ന രാജ്യത്ത് ഹയഗ്രീവമൂർത്തിയായും തെക്കുള്ള ഹരിവർഷം എന്ന രാജ്യത്ത് നരസിംഹമൂർത്തിയായും പടിഞ്ഞാറുള്ള കേതുമൂലം എന്ന രാജ്യത്ത് കാമദേവ- നായും, ഉത്തരഭാഗത്തെ രമ്യകം എന്ന രാജ്യത്ത് മത്സ്യമൂർത്തിയായും ഭഗവാൻ ഉപാസിക്കപ്പെടുന്നു. രമ്യകവർഷത്തിന്റെ വടക്കു ഭാഗത്ത് ഹിരണ്മയം എന്ന ഖണ്ഡത്തിൽ ഭഗവാൻ കൂർമ്മമായി മന്ഥര- പർവതത്തെ ഉയർത്താൻ അവതരിച്ചു. ഉത്തര- കുരുദേശത്ത് ഭഗവാൻ വരാഹരൂപിയാണ്. തെക്കുഭാഗത്തുള്ള കിമ്പുരുഷം എന്ന വർഷത്തിൽ ഹനുമാനാൽ സേവിക്കപ്പെടുന്ന ശ്രീരാമസ്വാമിയായി

ഭഗവാൻ കുടികൊള്ളുന്നു. നരനാരായണന്മാരാണ് ഭാരതഖണ്ഡത്തിലെ ഉപാസ്യ ദേവന്മാർ.

പ്ലാക്ഷദ്വീപിൽ ആദിത്യനായും ശാല്മലദ്വീപിൽ ചന്ദ്രനായും കുശദ്വീപിൽ അഗ്നിയായും ക്രൗഞ്ച ദ്വീപിൽ ജലരൂപിയായും ശാകദ്വീപിൽ വായു രൂപിയായും പുഷ്ക്കരദ്വീപിൽ പരബ്രഹ്മരൂപിയായും ഭഗവാനെ ഭജിക്കുന്നു. പാലാഴിയിൽ പള്ളി കൊള്ളുന്ന ഭഗവാന്റെ ശരീരത്തിലെ അവയവങ്ങളുടെ സ്ഥാനത്ത് ധ്രുവൻ മുതലായനക്ഷത്രങ്ങളും ഗ്രഹങ്ങളും ഉപാസ-കന്മാരായിരിക്കുന്നു. ശിംശുമാരരൂപിയായി ത്രിസന്ധ്യ-കളിൽ ജനങ്ങൾ ഭഗവാനെ സേവിക്കുന്നു. പാതാള ലോകത്തിന്റെ അടിത്തട്ടിൽ ആദിശേഷ രൂപിയായി ഭഗവാനെ ഭജിക്കുന്നു.

ദശകം 22 – അജാമിളോപാഖ്യാനം

പണ്ട് അജാമിളൻ എന്ന ശാന്തസ്വഭാവിയായ ഒരു ബ്രാഹ്മണൻ ഗൃഹസ്ഥാശ്രമിയായി തന്റെ ആശ്രമ-ത്തിൽ താമസിച്ചിരുന്നു. ഒരിക്കൽ പൂക്കളും പഴ-ങ്ങളും ദർഭകളും ശേഖരിക്കാൻ അദ്ദേഹം കാട്ടിൽ പോയപ്പോൾ ഒരു വേശ്യയെ കണ്ടുമുട്ടി. അവളുടെ പ്രേരണയാൽ അധർമ്മങ്ങൾ അനുഷ്ഠിച്ച് അയാൾ അവൾക്കൊപ്പം ജീവിച്ചു പോന്നു. ഇവർക്കുണ്ടായ പുത്രന്മാരിൽ നാരായണൻ എന്ന പുത്രനോട് ഇദ്ദേഹത്തിന് കുറച്ചു വാത്സല്യം കൂടുതലു-ണ്ടായിരുന്നു. മരണസമയത്ത് യമകിങ്കരന്മാരെ കണ്ടു

സംഭീതനായ അജാമിളൻ തന്റെ പുത്രനായ നാരായണനെ എപ്പോഴും വിളിച്ചുകൊണ്ടിരുന്നു. അജാമിളൻ ദുരാചാരിയായിരുന്നെങ്കിലും ഭഗവദ് മാഹാത്മ്യം കൊണ്ട് വിഷ്ണു ദൂതന്മാർ അദ്ദേഹ-ത്തിന്റെ മുൻപിൽ പ്രത്യക്ഷപ്പെട്ടു. അദ്ദേഹത്തെ കയർ കെട്ടി വലിക്കുന്ന യമകിങ്കരന്മാരോട് അജാമിളനെ സ്വതന്ത്രനാക്കാൻ വിഷ്ണു ദൂതന്മാർ ആവശ്യപ്പെട്ടു. യമകിങ്കരന്മാരോടെതിർത്ത് അവർ അവനെ ബലമായി സ്വതന്ത്രനാക്കി. എന്നാൽ യമകിങ്കരന്മാർ അജാമിളന്റെ സമസ്ത പാപങ്ങളും വിവരിച്ചു കേൾപ്പിച്ചു. പക്ഷേ മറുപടിയായി വിഷ്ണു ദൂതന്മാർ പറഞ്ഞത് ഇങ്ങനെയാണ്. പാപങ്ങൾക്ക് പരിഹാര-മായി ഹരിനാമോച്ചാരണം എന്ന പ്രായശ്ചിത്തം അദ്ദേഹം ചെയ്തു കഴിഞ്ഞു. ഭഗവാന്റെ നാമം മനപ്പൂർവ്വമല്ലാതെ ഉച്ചരിച്ചാൽ പോലും അത് പാപത്തെ നശിപ്പിക്കുന്നു. പ്രായശ്ചിത്തം ചെയ്തു-കഴിഞ്ഞാൽ പിന്നെ ശിക്ഷ അനുഭവിക്കേണ്ടതില്ല. വിഷ്ണു ദൂതന്മാരുടെ ഈ മറുപടി കേട്ടപ്പോൾ. യമഭടന്മാർ അവിടെനിന്നുംപോയി. വിഷ്ണു-ദൂതന്മാരും മറഞ്ഞു. അജാമിളൻ ഗംഗാതീരത്ത് ഭഗവദുപാസന നടത്തി സമാധി വരിച്ച് വൈകുണ്-ത്തിലെത്തി. യമകിങ്കരന്മാർ ധർമ്മ രാജാവിനോട് സംഭവവൃത്താന്തങ്ങൾ വിവരിച്ചു കേൾപ്പിച്ചു. അപ്പോൾ യമരാജൻ, ഭഗവത്ഭക്തരായിരിക്കുന്നവരെ ഇനി മുതൽ സമീപിക്കരുത് എന്ന് ഭൃത്യന്മാരോട്

ആജ്ഞാപിച്ചു.മഹാപാപിയായ അജ്ജാമിളൻ പോലും ഭഗവാന്റെ കാരുണ്യം കൊണ്ടു മുക്തി നേടി.

ദശകം 23 - ചിത്രകേതൂപാഖ്യാനം

ബ്രഹ്മപുത്രനായി ജനിച്ച്, ജ്ഞാനിയായി സദ്ഗതി അടഞ്ഞ ദക്ഷ പ്രജാപതിയുടെ അടുത്ത ജന്മമാണ്, വൃക്ഷങ്ങളുടെ പുത്രിയായ മാരിഷയിൽ പ്രചേതസ്സുകൾക്ക് ജനിച്ച ദക്ഷൻ. ദക്ഷന് പുത്ര-ന്മാരായി പതിയായ അസിക്നിയിൽ ആദ്യം ഹര്യശ്വന്മാർ എന്ന പേരിൽ പതിനായിരം പേരും പിന്നെ ശബളാശ്വരന്മാർ എന്ന പേരിൽ ആയിരം പേരും ജനിച്ചു. ഹര്യശ്വന്മാർ ദക്ഷന്റെ ആജ്ഞ-ക്കനുസരിച്ച് പ്രജാസൃഷ്ടിക്ക് വേണ്ടി തപസ്സു ചെയ്യാൻ തുടങ്ങി. പിന്നീട് ജനിപ്പിച്ച ശബളാശ്വന്മാരും അവിടെയെത്തിയ നാരദമഹർഷിയുടെ മുക്തിമാർ-ഗോപദേശം കേട്ട് ഭഗവദ്ഭക്തിയിലേയ്ക്ക് തിരിഞ്ഞു. ഈ പ്രവർത്തിയിൽ കോപിഷ്ഠനായ ദക്ഷൻ, നീ ഒരു ദിക്കിലും സ്ഥിരമായി താമസിക്കാതെ എപ്പോഴും ലോകം മുഴുവൻ സഞ്ചരിക്കാൻ ഇട വരട്ടെ എന്ന് നാരദനെ ശപിച്ചു. നാരദൻ ഇതൊരു അനുഗ്രഹമായി കരുതി.പുത്രന്മാർ മുക്തി പ്രാപിച്ച ശേഷം ദക്ഷൻ തന്റെ അറുപത് പുത്രിമാർ വഴി പ്രജകളെ സൃഷ്ടിച്ചു. ദക്ഷപുത്രിയായ അദിതിയുടെ മകനാണ് ത്വഷ്ടാവ്. ത്വഷ്ടാവിന്റെ പുത്രനാണ് വിശ്വരൂപൻ. വിശ്വരൂപൻ ഭഗവാന്റെ സ്തുതിമന്ത്രങ്ങളുടെ ശക്തിയാൽ സൃഷ്ടി-ക്കപ്പെട്ട നാരായണകവചം ധരിച്ച് ഇന്ദ്രനെ ദേവാ-

സുരയുദ്ധത്തിൽ രക്ഷിക്കുകയും ഇന്ദ്രൻ അതിൽ വിജയിക്കുകയും ചെയ്തു.

ശൂരസേനരാജ്യത്തെ രാജാവായിരുന്നു ചിത്ര-കേതു. സന്താനങ്ങൾ ഇല്ലാത്ത ഇദ്ദേഹം സന്താന-ങ്ങൾക്ക് വേണ്ടി യാഗം നടത്തി. ആ യാഗത്തിന്റെ ഫലമായി അദ്ദേഹത്തിന്റെ ആദ്യത്തെ ഭാര്യയായ കൃതദ്യുതിക്ക് ഒരു പുത്രൻ ജനിച്ചു. അസൂയാലു-ക്കളായ മറ്റു പത്നിമാർ ഈ കുഞ്ഞിനെ വധിച്ചു. ഇതു കണ്ട് ബോധരഹിതനായ ചിത്രകേതു രാജാവിന് നാരദ മഹർഷിയും, അംഗിരസ്സ് മഹർഷിയും കൂടി കുട്ടിയുടെ ജീവൻ കാണിച്ചു കൊടുത്തു. സ്വന്തം മാതാപിതാക്കളോടൊത്ത് താമസിക്കുവാൻ മഹർഷി ആ കുട്ടിയോട് ആവശ്യപ്പെട്ടെങ്കിലും ആ കുട്ടിയുടെ ആത്മാവിന് തന്റെ മുൻജന്മത്തിലെ പല പല മാതാപിതാക്കളിൽ നിന്ന് അവരെ തിരിച്ചറിയാൻ സാധിച്ചില്ല.ഇതുകേട്ട് ദു:ഖം വെടിഞ്ഞ ചിത്രകേതു രാജാവ് ഭഗവാനെ ഭജിക്കാൻ തുടങ്ങി.പിന്നീട് നാരദ-മഹർഷിയിൽ നിന്നും ഉപാസനാ ക്രമങ്ങൾ പഠിച്ച്, കഠിന തപസ്സുചെയ്ത് ഏഴു ദിവസങ്ങൾ കൊണ്ട് ഒരു ഗന്ധർവ്വനായി മാറുകയും ഭഗവദ് ഭജനം തുടരുകയും ചെയ്തു. ആദിശേഷരൂപിയായി ഭഗവാൻ അദ്ദേഹ-ത്തിനു മുൻപിൽ പ്രത്യക്ഷനായി. ഭഗവാനിൽ നിന്നും ആത്മ തത്ത്വങ്ങൾ കൈക്കൊള്ളുകയും ഭഗവദ് നാമങ്ങൾ പാടി മനസ്സന്തോഷത്തോടെ ഓരോരോ ലോകങ്ങളിൽ സഞ്ചരിക്കുകയും ചെയ്ത ചിത്രകേതു രാജാവ് ഒടുവിൽ കൈലാസത്തിലെത്തിച്ചേർന്നു.

അവിടെ മുനിമാരുടെ മുന്നിൽ മഹാമായയാകുന്ന ഉമാദേവിയെ മടിയിൽ ഇരുത്തി ലാളിക്കുന്ന ശിവനെ കണ്ടപ്പോൾ ചിത്രകേതു രാജാവ് ശിവനെ, പരി-ഹസിച്ചു. ഇതുകൊണ്ട് മഹാമായയായ ഉമാദേവി നീ അസുരനായി ഭവിക്കട്ടെ എന്ന് അദ്ദേഹത്തെ ശപിച്ചു. രാജാവ് ശാപമോക്ഷം ചോദിക്കാതെ അവിടെ നിന്നും പോയി. പിന്നീട് വിശ്വരൂപന്റെ അച്ഛനായ ത്വഷ്ടാവ് നടത്തിയ ഹോമാഗ്നിയിൽ നിന്ന് വൃത്രാസുരനായി ജനിച്ചു. ഇന്ദ്രനോടുള്ള യുദ്ധത്തിൽ ഭഗവദ് ഭക്തനായ അദ്ദേഹം വൈകുണ്ഡം പ്രാപിച്ചു.

വൃത്രാസുരന്റെ കഥ : ബ്രഹ്മാവിന്റെ മാനസ-പുത്രന്മാരിൽ ജേഷ്ഠനായ മരീചിയിൽ നിന്ന് കശ്യപൻ ജനിച്ചു. കശ്യപ പ്രജാപതിക്ക് ദക്ഷപുത്രിമാരിലെ അദിതിയിൽ 33 പുത്രന്മാർ ഉണ്ടായി. അവരിൽ ജ്യേഷ്ഠനാണ് ഇന്ദ്രൻ. അദിതിയുടെ 12 പുത്രന്മാർ ആദിത്യന്മാർ എന്നറിയപ്പെടുന്നു. അദിതിയുടെ പുത്രനായ ത്വഷ്ടാവ് ഇന്ദ്രനെ വധിക്കാനായി രോചന എന്ന അസുരസ്ത്രീയെ ഭാര്യയാക്കി, വിശ്വരൂപൻ എന്ന പുത്രനെ ജനിപ്പിച്ചു. വിശ്വരൂപന് മൂന്നു തലകൾ ഉണ്ടായിരുന്നതിനാൽ ത്യശിരസ്സ് എന്ന-റിയപ്പെടുന്നു. വിശ്വരൂപൻ ബ്രാഹ്മണനായിരുന്നെ-ങ്കിലും അമ്മ അസുരസ്ത്രീയായതിനാൽ അസുരന്മാ-രോട് കൂറു പുലർത്തിയിരുന്നു. ഇതറിഞ്ഞ ഇന്ദ്രൻ ഉഗ്രതപസ്സു ചെയ്തു കൊണ്ടിരുന്ന ത്യശിരസ്സിന്റെ മൂന്നു തലകളും അറുത്തു. കുപിതനായ ത്വഷ്ടാവ് (അച്ഛൻ) ഇന്ദ്രശത്രുവായ ഒരു പുത്രൻ ജനിക്കാൻ

വേണ്ടിഹോമം തുടങ്ങി. എട്ടാം ദിവസം തേജസ്വിയായ ഒരു പുരുഷൻ ഹോമകുണ്ഡത്തിൽ നിന്ന് ജനിച്ചു. ഇത് ചിത്രകേതു രാജാവിന്റെ പുനർജന്മം ആയിരുന്നു. ത്വഷ്ടാവ് ഇവന് വൃത്രൻ എന്ന് പേരിട്ടു. ഇവനെ ഇന്ദ്രനെ നിഗ്രഹിക്കാൻ വേണ്ടി നിയോഗിച്ചു. എന്നാൽ ഇന്ദ്രൻ വൃത്രനുമായി സഖ്യം ചെയ്തു പിന്നീട് ചതിയിൽ വൃത്രനെ വധിച്ചു. ചിത്രകേതു ഭഗവദ് പദം പൂകി.

ദിതിയുടെ മക്കളായ ഹിരണ്യാക്ഷനും, ഹിരണ്യ-കശിപുവും ഇന്ദ്രന്റെ പ്രേരണയാലാണത്രെ ഭഗവാന്റെ കയ്യാൽ മരണം വരിച്ചത്. അതിനാൽ ദിതി ഇന്ദ്രനെ നിഗ്രഹിക്കാൻ ഒരു സമർത്ഥനായ പുത്രനു വേണ്ടി ഭഗവാനോട് പ്രാർത്ഥിച്ചു. എന്നാൽ ജന്മം നൽകിയത് ഇന്ദ്ര സുഹൃത്തുക്കളായ മരുത്തുകൾക്കാണ്. കാശ്യ-പമഹർഷിയിൽ നിന്ന് ഗർഭിണിയായ ദിതി പുംസവന വ്രതം അനുഷ്ഠിച്ചിരുന്നു. പക്ഷേ വ്രതത്തിന് വിപരീതമായി അറിയാതെ പകൽ സമയത്ത് ഉറങ്ങിപ്പോയി. ദിതിയെ ശുശ്രൂഷിച്ച് സമീപത്തു നിന്നിരുന്ന ബാലകരൂപത്തിലുള്ള ഇന്ദ്രൻ നാസാ-രന്ധ്രത്തിലൂടെ പ്രവേശിച്ച് ദിതിയുടെ ഗർഭത്തെ ഏഴായി മുറിച്ചു. കരയുന്ന ശിശുവിനോട് മാരുത (കരയരുത്)എന്ന് പറഞ്ഞു. ഈ ഏഴു കഷണ-ത്തെയും വീണ്ടും 7 ആക്കി മുറിച്ചു. കുട്ടിയുടെ കരച്ചിൽ കേട്ട് ദിതി ഉണർന്നപ്പോൾ ഇന്ദ്രൻ ദിതിയോട് മാപ്പു ചോദിച്ചു). എന്നാൽ ഗർഭത്തിലെ ശിശു മരണപ്പെടാതെ മാരുതന്മാർ എന്ന പേരിൽ 49

പേരായി ജനിച്ചു. സ്വഗോത്രത്തിലെ കുട്ടിയെ നശി-
പ്പിച്ചതിനാൽ ഇന്ദ്രൻ ഗോത്രഭിത്ത് ആയി തീർന്നു.

ദശകം 24 - പ്രഹ്ളാദ ചരിതം

അസുരനായ ഹിരണ്യാക്ഷൻ വരാഹമൂർത്തിയാൽ
വധിക്കപ്പെട്ടപ്പോൾ സഹോദരനായ ഹിരണ്യകശിപു
കോപം മൂത്ത് ഭഗവാനെ വധിക്കുമെന്ന് അസുര-
സഭയിൽ വെച്ച് ശപഥംചെയ്തു. ഉഗ്രതപസ്സിന്റെ
ഫലമായി താൻ ദേവന്മാരാലും, മനുഷ്യനാലും,
മൃഗത്താലും കൊല്ലപ്പെടാതിരിക്കാനുള്ള വരം വാങ്ങി.
അതിനുശേഷം ലോകത്തിലെ ജനങ്ങളെ മുഴുവൻ
ഉപദ്രവിച്ച് പോന്നു. ഇന്ദ്രനിൽ നിന്നും സ്വർഗ്ഗത്തെ
അപഹരിച്ചു. ഭഗവാനെ തിരക്കി അവൻ പതിനാല്
ലോകങ്ങളിലും, വൈകുണ്ഠത്തിലും എത്തി. ഒരി-
ടത്തും ഭഗവാനെ കാണാതായപ്പോൾ താൻ ജയിച്ചു
എന്ന് അഭിമാനിച്ച് വീട്ടിലേക്ക് മടങ്ങി.

ഒരിക്കൽ ഹിരണ്യകശിപു മന്ദരപർവ്വതത്തിൽ
തപസ്സനുഷ്ഠിക്കുമ്പോൾ അസുരന്മാർ ദേവന്മാരെ യുദ്ധ-
ത്തിൽ തോൽപ്പിച്ചു. ദേവകൾ ഹിരണ്യകശിപുന്റെ ഭാര്യ
ഗർഭിണിയായ കയാധുവിനെ ബലമായി ദേവലോക-
ത്തേയ്ക്ക് കൊണ്ടുപോയി. നാരദമഹർഷി അവരെ
ദേവന്മാരിൽ നിന്നും രക്ഷിച്ചു. നാരദപൂജ ചെയ്തിരുന്ന
കയാധുവിന്റെ ഗർഭസ്ഥശിശുവിന് ആത്മജ്ഞാനവും,
വേദതത്വങ്ങളും, ധർമ്മനീതികളും ഉപദേശിക്കുകയും
ചെയ്തു. ഹിരണ്യകശിപു അവിടെയെത്തി കയാധു-

വിനെ കൂട്ടിക്കൊണ്ടുപോയി. അവരുടെ പുത്രനാണ് പ്രഹ്ളാദൻ. അസുരനാണെങ്കിലും കൊച്ചുകുട്ടിയായ പ്രഹ്ളാദൻ ഭഗവദ് ഭക്തനായിരുന്നു. ദുഷ്ടാത്മാവായ ഹിരണ്യകശിപു അസുരന്മാർക്ക് പരിഹാസപാത്രമായ, ഭഗവാനിലുള്ള ഉറച്ച ഭക്തി തന്റെ പുത്രന്റെ ദുർവാസന-യായി കരുതി. സന്മാർഗത്തിനായി ശുക്രമഹർഷിയുടെ പുത്രന്മാരെ കൊണ്ട് വിദ്യാഭ്യാസം ചെയ്യിച്ചു. ഭക്തനായ പ്രഹ്ളാദൻ ഈ വിദ്യകളെല്ലാം ഉപേക്ഷിച്ച് ഭഗവാനിൽ ഉള്ള ഉറച്ച ഭക്തി തുടർന്നു. "നിന്റെ വിദ്യാഭ്യാസത്തിൽ ഏറ്റവും ശ്രേഷ്ഠമായത് എന്താണ്" എന്ന ഹിരണ്യ-കശിപുവിന്റെ ചോദ്യത്തിന് ഈശ്വര ഭക്തി മാത്രം എന്ന് പ്രഹ്ളാദൻ മറുപടി പറഞ്ഞു. ഇത് കേട്ടപ്പോൾ ഹിരണ്യകശിപു പ്രഹ്ളാദന്റെ ഗുരുക്കന്മാരോട് അത്യധികം കോപിച്ചു. പ്രഹ്ളാദനെ വധിക്കാനുള്ള മാർഗങ്ങൾ ആലോചിച്ചു. ഹിരണ്യകശിപുവിന്റെ കിങ്കരന്മാർ പ്രഹ്ളാദനെ ശൂലം കൊണ്ട് കുത്തുകയും മർദ്ദിക്കുകയും സർപ്പങ്ങളെ കൊണ്ട് കടിപ്പിക്കുകയും, പട്ടിണിക്കിടുകയും, ആഹാരത്തിൽ വിഷം കലർത്തി നൽകുകയും, പർവ്വതത്തിന്റെ മുകളിൽ നിന്ന് താഴേക്ക് തള്ളിയിടുകയും ചെയ്തു. എന്നാൽ ഭഗവാനിലുള്ള അചഞ്ചല ഭക്തി കൊണ്ട് പ്രഹ്ളാദന് ഇവയൊന്നും പീഡയായി അനുഭവപ്പെട്ടില്ല. എല്ലാ വധശ്രമങ്ങളും പരാജയപ്പെട്ടപ്പോൾ ശുക്രാചാര്യന്റെ ഉപദേശമനുസരിച്ച് പ്രഹ്ളാദനെ വരുണപാശം കൊണ്ട് കെട്ടിയിട്ടു. പ്രഹ്ളാദനാകട്ടെ സഹപാഠികളായ അസുരന്മാർക്ക് ഭക്തിതത്ത്വത്തെയും ബ്രഹ്മജ്ഞാനത്തെയും ഉപദേശിച്ചു.

ഇതറിഞ്ഞ് ഹിരണ്യകശിപു അലറിക്കൊണ്ട് ചോദിച്ചു "ആരുടെ ബലം കൊണ്ടാണ് നീയെന്നെ എതിർക്കുന്നത്?" പ്രഹ്ളാദൻ മറുപടി പറഞ്ഞു എന്റെ ബലം സാക്ഷാൽ മഹാവിഷ്ണുവാണ്. സകല ചരാചരങ്ങൾക്കും കാരണഭൂതനും, നമ്മെ നയിക്കുന്നതും അദ്ദേഹമാണ്. ഇതുകേട്ട് കൂടുതൽ ക്രുദ്ധനായ ഹിരണ്യകശിപു ഈ ലോകത്തിനു മുഴുവൻ ആത്മാവായിരിക്കുന്ന അവൻ എവിടെ? എവിടെ? എന്നലറി വാളെടുത്ത് അവിടെയുള്ള തൂണിൽ ആഞ്ഞു വെട്ടി. എല്ലായിടത്തും ഉണ്ടെങ്കിൽ ഇവിടെയും കാണുമല്ലോ എന്ന് പറഞ്ഞ് പരിഹസിച്ചു.

ദശകം 25 - നരസിംഹാവതാരം

തന്റെ വാൾ കൊണ്ട് തൂണിൽ വെട്ടിയ ഹിരണ്യകശിപു തൂണിൽ നിന്ന് കർണ്ണരന്ധ്രങ്ങളെ തുളയ്ക്കുന്നതും ബ്രഹ്മാണ്ഡത്തിന്റെ അന്തർഭാഗത്തു വസിക്കുന്ന ചരാചരങ്ങളെ സംഭ്രമിപ്പിക്കുന്നതുമായ അതിഭയങ്കരമായ ശബ്ദം കേട്ടു. ഈ ഗർജ്ജനം കേട്ട് ബ്രഹ്മാവ് പോലും തന്റെ ഇരിപ്പിടത്തിൽ നിന്ന് എണീറ്റു പോയത്രേ. ശബ്ദത്തിന്റെ ഉത്ഭവസ്ഥാനം കണ്ടുപിടിക്കാൻ ഹിരണ്യകശിപു തിരഞ്ഞുകൊണ്ടിരിക്കുമ്പോൾ ഭഗവാൻ മൃഗാകൃതിയും മനുഷ്യാകൃതിയും അല്ലാത്ത സ്വരൂപത്തോടെ തൂണിൽ നിന്നും ഇറങ്ങി വന്നു. ഇടിമുഴക്കത്തിനു തുല്യമായ രീതിയിൽ അട്ടഹസിച്ച്, അതിഭയങ്കരവും ആശ്ചര്യകരമായി വളരുന്ന രൂപത്തോടുകൂടിയതുമായ ഈ നരസിംഹ-

രൂപം കണ്ട് ആ അസുരൻ സംഭ്രമിച്ച് ഇത് എന്തു രൂപമാണെന്ന് അറിയാതെ അമ്പരന്നു നിന്നു. ഉരുട്ടി മിഴിച്ച കണ്ണുകളോട് കൂടിയതും, ആകാശത്തെ മറയ്ക്കുന്ന വെളുത്ത ഇടതൂർന്ന കുഞ്ചിരോമ-ങ്ങളോടു കൂടിയതും, ഗുഹ പോലെയുള്ള വായയിൽ നീണ്ടുവളഞ്ഞ വാളുപോലെയുള്ള നാക്കോടും ഭയാ-നകമായ ദംഷ്ട്രയോടും കൂടിയതും ആയിരുന്നു ഭഗവാന്റെ ഈ നരസിംഹരൂപം.

നരസിംഹരൂപിയായ ഭഗവാനെ കണ്ട്, "ഇവൻ വിഷ്ണു തന്നെയാണ്, ഇവനെ ഇപ്പോൾ തന്നെ വധിക്കണം" എന്നു നിശ്ചയിച്ച് ഹിരണ്യകശിപു തന്റെ ഗദയും ചുഴറ്റിക്കൊണ്ട് ഭഗവാന്റെ അടുത്തേക്ക് ഓടി-യെത്തി. ഭഗവാൻ തടഞ്ഞപ്പോൾ വാൾകൊണ്ട് അഭ്യാസ മുറകൾ പ്രയോഗിച്ച് ഭഗവാന്റെ മുന്നി-ലെത്തി. ഭഗവാൻ അവനെ വാതിൽ പടിയിലിരുന്ന് തന്റെ മടിയിൽ മലർത്തിക്കിടത്തി അവന്റെ നെഞ്ചിൽ അനേകം കൈകളിൽനിന്നുള്ള ക്രൂര നഖങ്ങൾ കുത്തിയിറക്കി മാറിടം പിളർന്നു. ഇടവിടാതൊഴുകുന്ന രക്തം വീണ്ടും വീണ്ടും കുടിച്ച് ഉത്സാഹത്തോടു കൂടി ഘോരഗർജ്ജനം തുടർന്നു. പിന്നീട് ഉയർന്നു ചാടി സഭയിൽ ഉണ്ടായിരുന്ന ദൈത്യന്മാരെ ഓരോരുത്തരെ-യായി ഭക്ഷിക്കാൻ തുടങ്ങി. അപ്പോൾ ഭൂമി മുഴുവൻ വട്ടം കറങ്ങുകയും സമുദ്രം കലങ്ങി മറിയുകയും പർവ്വത ശിഖരങ്ങൾ തെറിച്ചു വീഴുകയും ചെയ്തു. ഭഗവാന്റെ കുഞ്ചിരോമങ്ങൾ തട്ടി നക്ഷത്രങ്ങൾ താഴെ വീണു. പ്രപഞ്ചം മുഴുവനും നിലതെറ്റിയ അവസ്ഥ-

യിലായി. മാംസവും കൊഴുപ്പും നിറഞ്ഞ കുടൽമാല കയ്യിലെടുത്ത് സഭാമധ്യത്തിൽ ഇരുന്ന് നരസിംഹ-രൂപിയായ ഭഗവാൻ ഗർജ്ജിച്ചു. ഭഗവാനെ കണ്ട് ഭയന്ന് ശ്രീരുദ്രൻ, ബ്രഹ്മാവ്, ഇന്ദ്രൻ എന്നിവർ ഭഗവാനെ സ്തുതിച്ചു കൊണ്ടേയിരുന്നു. ബ്രഹ്മാവ് ഭഗവാനെ ശാന്തനാക്കാൻ പ്രഹ്ളാദനെ നിയോഗിച്ചു. മഹത്തായ ഭഗവദ്സ്തോത്രങ്ങൾ ചൊല്ലി പ്രഹ്ളാദൻ ഭഗവാനെ ശാന്തനാക്കി. ഭഗവാൻ ദൈത്യാധിപത്യം അവന് വരമായി നൽകി. (ഹിരണ്യകശിപു കഠിന തപസ്സുചെയ്ത്, ബ്രഹ്മാവിൽ നിന്നും ഒരു വരം നേടിയിരുന്നു. പകലോ, രാത്രിയിലോ, ദേവനാലോ, മനുഷ്യനാലോ, പക്ഷിമൃഗാദികളാലോ, ഭൂമിയിൽ വെച്ചോ, ജലത്തിൽ വെച്ചോ ആയുധങ്ങളാലോ തനിക്കു മരണം സംഭവിക്കരുത് എന്നായിരുന്നു ആ വരം. അതുകൊണ്ടാണ് ഭഗവാൻ നരസിംഹരൂപി-യായി അവതരിച്ച് സന്ധ്യാസമയത്ത് വാതിൽപ്പടി-യിൽ ഇരുന്ന് ഹിരണ്യകശിപു എന്ന അസുരനെ തന്റെ മടിയിൽ കിടത്തി ക്രൂര നഖങ്ങൾ കുത്തിയിറക്കി മാറിടം പിളർന്നത്.)

ദശകം 26 - ഗജേന്ദ്രമോക്ഷം

പാണ്ഡ്യരാജ്യത്തിലെ രാജാവും പരമഭക്തനുമായ ഇന്ദ്രദ്യുമ്നൻ ഒരിക്കൽ മലയപർവതത്തിൽ ഭഗവദ്പ്രാർത്ഥന നടത്തുന്ന സമയത്ത് അവിടെ അഗസ്ത്യമഹർഷി അതിഥിയായി എത്തി. എന്നാൽ അഗസ്ത്യ മഹർഷിയെ ആദരിക്കാൻ ഇന്ദ്രദ്യുമ്നൻ

മറന്നുപോയി. ക്രുദ്ധനായ മഹർഷി "നീ ഒരു ആനയായി തീരട്ടെ" എന്ന് ശപിച്ചു. ഭഗവദ്ഭക്തനായ രാജാവ് ഒരു അതിശ്രേഷ്ഠനായ ഗജേന്ദ്രനായി മാറി. പാൽക്കടൽ മധ്യത്തിലെ ത്രികൂടപർവതത്തിൽ ഈ ഗജേന്ദ്രൻ പിടിയാനകളുമൊത്ത് കളിച്ചു രസിച്ചു. ഒരു വേനൽക്കാലത്ത് വെയിൽ കൊണ്ട് തളർന്ന ഗജേന്ദ്രൻ പർവ്വതത്തിന്റെ താഴ്വരയിലെ ഉദ്യാനത്തിൽ ഋതു-മത്ത് എന്ന തടാകത്തിൽ കൂട്ടുകാരുമൊത്ത് ഇറങ്ങി കളിക്കുകയായിരുന്നു. ആ തടാകത്തിൽ ദേവല മഹർഷിയുടെ ശാപം കൊണ്ട് മുതലയായി കഴിഞ്ഞി-രുന്ന ഹൂ ഹു എന്ന ഒരു ഗന്ധർവ്വൻ ഉണ്ടായിരുന്നു. ഈ മുതല ഗജേന്ദ്രനെ ആക്രമിച്ചു. കശ്യപ പ്രജാപതിക്ക് പ്രാധ എന്ന ഭാര്യയിൽ ജനിച്ച മകനാണ് ഹൂഹു. തടാകക്കരയിൽ തപസ്സു ചെയ്തിരുന്ന ദേവലൻ എന്ന മഹർഷി ഒരു ദിവസംതടാകത്തിൽ കുളിക്കാനിറങ്ങി. സ്ത്രീകളുമായി ജലക്രീഡ നടത്തി-ക്കൊണ്ടിരുന്ന ഗന്ധർവൻ വെള്ളത്തിന്നടിയിൽ കൂടി മഹർഷിയുടെ കാലിൽ പിടിച്ചു. ക്രുദ്ധനായ മുനി "നീ ഒരു നക്രമായിത്തീരട്ടെ" എന്ന് ശപിച്ചു. ഈ മുതല-യാണ് ഗജേന്ദ്രനെ ആക്രമിച്ചത്.

മുതലയുടെ ആക്രമണം കൊണ്ട് ക്ഷീണിതനായ ഗജേന്ദ്രൻ തന്റെ കഴിഞ്ഞ ജന്മത്തിലെ ജ്ഞാനം കൊണ്ടും ഭക്തികൊണ്ടും പെട്ടെന്ന് താമരപ്പൂക്കൾ പറിച്ച് ഭഗവാന് അർപ്പിക്കുകയും, ഭഗവദ് സ്തോത്ര-ങ്ങൾ ചൊല്ലുകയും ചെയ്തു. സ്തോത്രങ്ങൾ കേട്ട് ബ്രഹ്മരുദ്രാദികൾ പ്രത്യക്ഷപ്പെടാതിരുന്നപ്പോൾ

ഭഗവാൻ നേരിട്ട് ഗരുഡാരൂഢനായി ഗജേന്ദ്രന് മുന്നിൽ പ്രത്യക്ഷപ്പെട്ട്, തന്റെ സുദർശനചക്രം കൊണ്ട് മുതലയെ നിഗ്രഹിച്ചു. അപ്പോൾ ഗന്ധർവ്വൻ പൂർവ്വരൂപം പ്രാപിച്ച് ശംഖചക്രഗദാധാരിയായ ഭഗവാനെ സ്തുതിച്ചു. പ്രഭാതത്തിൽ എന്നെയും നിന്നെയും സ്മരിച്ച് ഈ സ്തോത്രം ചൊല്ലുന്നവർ മോക്ഷ പ്രാപ്തരാകും എന്ന് രാജാവിനോട് പറഞ്ഞു. ഭഗവാൻ അവനോടൊപ്പം വൈകുണ്ഡത്തെ പ്രാപിച്ചു.

ദശകം 27 - പാലാഴിമഥനം, കൂർമ്മാവതാരം

അത്രിമഹർഷിയുടെയും അനസൂയയുടെയും പുത്ര-നായി ശിവന്റെ കോപാംശം കൊണ്ട് ജനിച്ചവനാണ് ദുർവ്വാസാവ്ു മഹർഷി. അദ്ദേഹം ഒരിക്കൽ വന-ത്തിലൂടെ നടക്കുമ്പോൾ അപ്സരസ്ത്രീയായ മേനക-യുടെ കയ്യിൽ പാരിജാത പൂക്കൾ കൊണ്ടുണ്ടാക്കിയ ഒരു മാല കണ്ടു. ആ മാല അവൾ മഹർഷിക്ക് നൽകി. ഇത് അനുരൂപനായ ഒരാൾക്ക് നൽകണമെന്ന് കരുതി മഹർഷി തന്റെ യാത്ര തുടർന്നു. അപ്പോൾ ഐരാവത-ത്തിന്റെ പുറത്ത് കയറി വരുന്ന ദേവേന്ദ്രനെ കണ്ടു. മഹർഷി ആ മാല ദേവേന്ദ്രന് സമ്മാനിച്ചു. ഇന്ദ്രനാകട്ടെ ആ മാല ഐരാവതം എന്ന ആനയുടെ മസ്തകത്തിൽ വച്ച് തന്റെ മുടി ഭംഗിയാക്കാൻ തുടങ്ങി. പാരിജാത പൂക്കളിലെ തേൻ നുകരാൻ വണ്ടുകൾ മാലക്ക് ചുറ്റും പാറിപ്പറന്നു കൊണ്ടേ-യിരുന്നു. വണ്ടുകളുടെ ശല്യം സഹിക്കവയ്യാതെ ഐരാവതം തുമ്പിക്കൈ കൊണ്ട് മാലയെടുത്ത് നിലത്തിട്ട് ചവിട്ടിയരച്ചു. ഇതു കണ്ട മഹർഷി കോപാകുലനായി "ഇന്ദ്രനും ദേവവർഗ്ഗവും ജരാനരകൾ ബാധിച്ച് ഐശ്വര്യഭ്രഷ്ടരായി തീരട്ടെ" എന്ന് ശപിച്ച് ശാപമോചനം പോലും കൊടുക്കാതെ അവിടെ നിന്നും യാത്രയായി. ദേവന്മാർ ബ്രഹ്മാവിനോട് സങ്കടമുണർത്തിച്ചു. ബ്രഹ്മാവ്ു അവരെ വിഷ്ണുവിന്റെ അടുക്കലേക്ക് കൊണ്ടു-പോയി. സ്തുതി ഗീതങ്ങളാൽ സന്തുഷ്ടനായ

മഹാവിഷ്ണു, ദേവന്മാരും അസുരന്മാരും കൂടി പാൽക്കടൽ കടയാനും അതിൽ നിന്ന് പൊന്തിവരുന്ന അമൃത്കുടിച്ച് അമരത്വം വീണ്ടെടുക്കാനും നിർദ്ദേശിച്ചു.

ദേവന്മാർ അസുരന്മാരോട് സഖ്യം ചെയ്തു മന്ദരപർവതത്തെ കടകോൽ ആക്കി പാൽക്കടൽ കടയാൻവേണ്ടി കൊണ്ടുവരുമ്പോൾ അത് കയ്യിൽ നിന്നും വീണുപോയി അപ്പോൾ ഗരുഡാരൂഢനായ ഭഗവാൻ 'വളരെ ലാഘവത്തോടെ ആ പർവതത്തെ ഉയർത്തി പാൽക്കടൽ മധ്യത്തിൽ ഉറപ്പിച്ചു നിർത്തി. എല്ലാ ഔഷധങ്ങളുടെയും വിത്തുകൾ പാൽക്കടലിൽ നിക്ഷേപിച്ചു. വാസുകിയെ കയറാക്കി ദേവന്മാരും അസുരന്മാരും കൂടി പാലാഴി കടയുവാൻ ആരംഭിച്ചു. വാസുകിയുടെ വാൽ പിടിക്കരുത് പുച്ഛഭാഗം നികൃഷ്ടമാണ് എന്ന് ഭഗവാൻ വ്യാജമായി ദേവന്മാരോട് പറഞ്ഞപ്പോൾ അവർ മുഖഭാഗം കയ്യിലെടുത്തു. "എന്നാൽ ഞങ്ങളും പുച്ഛഭാഗം ഗ്രഹിക്കുകയില്ല" എന്നായി അസുരന്മാർ. മഥനം നിർത്തി. ഒടുവിൽ അസുരന്മാർ. വിഷാഗ്നിയോടു കൂടിയ മുഖഭാഗം ഗ്രഹിച്ചു. ഇളകിമറിഞ്ഞു കൊണ്ടിരിക്കുന്ന പാൽ-ക്കടലിൽ, അതിവേഗം ഭ്രമണം ചെയ്യുന്ന മന്ദര-പർവ്വതം മുകളിലേക്ക് ഉയർന്ന് ചരിഞ്ഞ് വീഴാൻ തുടങ്ങി. അപ്പോൾ ഭഗവാൻ വജ്രത്തേക്കാൾ കാഠിന്യമുള്ള പുറംതോടുള്ള, ലക്ഷം യോജന വിസ്തീർണമുള്ള ഒരു കൂർമ്മമായി അവതരിച്ച്, സമുദ്രത്തിന്റെ അടിത്തട്ടിൽനിന്ന് തന്റെ കൈത്തല-

ഉപയോഗിച്ച് പർവ്വതത്തെ ഉയർത്തി നേരെ നിർത്തി ഉറപ്പിച്ച് മഥനം തുടർന്നു. വാസുകിയുടെ മുഖത്തു നിന്നും പുറത്തുവന്ന വിഷവായുവേറ്റ് ദേവന്മാരും അസുരന്മാരും തളർന്നു. അപ്പോൾ മേഘങ്ങൾ ദേവന്മാരുടെ ദേഹത്ത് മാത്രം മഴ പെയ്യിച്ച്, അവരെ തളർച്ചയകറ്റി ഉന്മേഷവാന്മാരാക്കി. വളരെയധികം കാലം പാലാഴി മഥനം നടത്തിയിട്ടും യാതൊരു ഫലവുമുണ്ടായില്ല. അപ്പോൾ സാക്ഷാൽ ഭഗവാൻ തന്നെ വാസുകിയുടെ തലയും, വാലും തന്റെ രണ്ട് തൃക്കൈകളിലും പിടിച്ച് മഥനം തുടർന്നു

ദശകം 28 - അമൃതോല്പത്തി വർണ്ണനം

ഭഗവാൻ നേരിട്ട് തന്നെ മഥനം തുടർന്നപ്പോൾ ആ ക്ഷീരാംബുധിയിൽ നിന്ന് കാളകൂടവിഷം അഗ്നിയോടു കൂടി ഉൽഭവിച്ചു. ഇതുകണ്ട് ദുഃഖിതരായ ദേവന്മാരുടെ സ്തുതി ഗീതങ്ങൾ കേട്ട് സന്തുഷ്ടനായ പരമേശ്വരൻ ലോക നന്മയ്ക്കായി ആ കാളകൂടവിഷം പാനം ചെയ്തു. പിന്നീട് സുരഭി അഥവാ കാമധേനു എന്ന പശുവാണ് പാലാഴിയിൽ നിന്ന് പൊന്തിവന്നത്. അത് മഹർഷിമാർക്ക് ദാനം ചെയ്തു. പിന്നീട് ഉച്ചൈശ്രവസ്സിന് തുല്യമായ ശ്രേഷ്ഠമായ കുതിരയും, ഐരാവതത്തിന് തുല്യമായ ഗജേന്ദ്രനും ഉത്ഭവിച്ചു. അതിനുശേഷം കൽപ്പകവൃക്ഷത്തിന് തുല്യമായ ദേവവൃക്ഷവും, ദേവസ്ത്രീകളും ഉയർന്നുവന്നു. ഇതെല്ലാം ഭഗവാൻ ദേവന്മാർക്ക് നൽകി. അതിനു ശേഷം അതിമനോഹരിയായി ലക്ഷ്മീദേവിയാണ്

ആവിർഭവിച്ചത്. ഇവരെ കണ്ട് ദേവന്മാരും അസു-രന്മാരും മോഹിച്ചു. ലക്ഷ്മീദേവി ഭഗവാനിൽ അനു-രക്തയായി. ദേവേന്ദ്രൻ ദേവിക്ക് സിംഹാസനം നൽകി. തീർത്ഥങ്ങൾ കൊണ്ട് മഹർഷിമാർ ദേവിയെ അഭിഷേകം ചെയ്തു. ദേവിയെ ദിവ്യാഭരണങ്ങളാൽ അലങ്കരിച്ചു. സർവ്വാഭരണ വിഭൂഷിതയായ ദേവി, വണ്ടുകൾ മുരണ്ടു കളിക്കുന്ന സ്വയംവര മാല-യുമേന്തി അനുരാഗ വിവശയായി ഭഗവാന്റെ അടുത്തേക്ക് നീങ്ങി. ഭഗവാന്റെ കഴുത്തിൽ വരണ-മാല്യം ചാർത്തി. ഭഗവാൻ ദേവിയെ തന്റെ അടുത്തി-രുത്തി ബഹുമാനിച്ചു. പിന്നീട് ക്ഷീരാബ്ധി-യിൽനിന്നും സർവ്വ ജനങ്ങളെയും മദിപ്പിക്കുന്ന വളായ വാരുണീദേവി നിർഗമിച്ചു. അജ്ഞാനത്തിനും പാപത്തിനും കാരണക്കാരിയായ ഇവരെ ഭഗവാൻ അസുരന്മാർക്ക് നൽകി. അതിനു ശേഷം ഇരുക-യ്യിലും പൊൻകുടത്തിൽ അമൃത കുംഭവുമേന്തി സുന്ദരരൂപിയായ സാക്ഷാൽ ധന്വന്തരമൂർത്തി ഉയർന്നുവന്നു.

ദശകം 29 - മോഹിനീരൂപ വർണ്ണനം

പാലാഴിയിൽ നിന്ന് പൊന്തി വന്ന ധന്വന്തര-മൂർത്തിയിൽ നിന്ന് അസുരന്മാർ അമൃത് അപ-ഹരിച്ചപ്പോൾ, ഒരു പോംവഴിയും കാണാനാകാതെ നിന്ന ദേവന്മാരെ ഭഗവാൻ ആശ്വസിപ്പിച്ച് അവിടെ നിന്ന് അന്തർധാനം ചെയ്തു. അസുരന്മാരുടെ ഇടയിൽ അമൃതിനു വേണ്ടി കലഹം വർദ്ധിച്ചു.

അസുരന്മാർ അതീവ സുന്ദരിയായ മോഹിനിയെ മുന്നിൽ കണ്ടപ്പോൾ അവളുടെ സ്തനങ്ങളോടുള്ള അത്യാഗ്രഹം നിമിത്തം അമൃത കുംഭത്തെ പറ്റി മറന്ന് മോഹിനിയോട്, അതീവ സുന്ദരിയായ നീ ആരാണ്? ഹേ സുന്ദരി, ഞങ്ങൾക്ക് ഈ അമൃതം പകുത്തു തന്നാലും എന്ന് പറഞ്ഞ് അവൾക്കൊപ്പം നടന്നു. അമൃത കുംഭം കയ്യിലാക്കിയ മോഹിനി അസുരന്മാരെയും ദേവന്മാരെയും രണ്ടു പന്തിയാക്കി, പുറം തിരിച്ചിരുത്തി അസുരന്മാരെ തന്റെ ചേഷ്ടകൾ കൊണ്ട് ഭ്രമിപ്പിച്ച്, അവരറിയാതെ അമൃത് മുഴുവൻ ദേവന്മാർക്ക് വിളമ്പി കൊടുത്തു. ഇതെല്ലാം കണ്ടെ- ങ്കിലും അവൾ തങ്ങൾക്കും വിളമ്പിത്തരും, അവൾ നമ്മളെ വഞ്ചിക്കില്ല എന്ന വിശ്വാസത്തിൽ അസുരന്മാർ ക്ഷമയോടെ കാത്തിരുന്നു. മോഹിനി രൂപിയായ ഭഗവാൻസ്വന്തം രൂപം ധരിച്ച് ദേവന്മാരുടെ ഇടയിലിരുന്ന് അമൃത് പാനം ചെയ്തു. എന്നാൽ സൈംഹികേയൻ (രാഹു) എന്ന അസുരൻ ഒരു വൃദ്ധ- ബ്രാഹ്മണന്റെ വേഷത്തിൽ ദേവന്മാരുടെ ഇടയിൽ ഇരുന്ന് അമൃത് പാനം ചെയ്യാൻ തുടങ്ങി. അസുരന്മാർ ആരെങ്കിലും ഇതിൽ ഉണ്ടോ എന്നറിയാൻ സൂര്യ ചന്ദ്രന്മാരാണ് കാവൽ നിന്നിരുന്നത്. വൃദ്ധ- ബ്രാഹ്മണന്റെ ദംഷ്ട്ര കണ്ട് സംശയം തോന്നിയ ഇവർ മഹാവിഷ്ണുവിനെ വിവരമറിയിച്ചു. അദ്ദേഹം സുദർശന ചക്രമുപയോഗിച്ച് രാഹുവിന്റെ കഴുത്ത- റുത്തു. അമൃത് പകുതി കഴുത്തിനു മുകളിലും പകുതി ഉടലിലും ആയി തങ്ങി നിന്നിരുന്നതിനാൽ ജീവൻ

വേർപിരിഞ്ഞില്ല. തലയറ്റ ഉടൽ കേതുവായും ഉടലറ്റ തല രാഹുവായും അറിയപ്പെടുന്നു. സൂര്യചന്ദ്രന്മാർ ഈ അസുരനെ ഒറ്റിക്കൊടുത്തതിന്റെ ദേഷ്യം മൂലമാണ് ഗ്രഹണ ദിവസങ്ങളിൽ രാഹുകേതുക്കൾ സൂര്യ ചന്ദ്രന്മാരെ വിഴുങ്ങുന്നത് എന്നാണു വിശ്വാസം. പാൽക്കടലിൽ നിന്ന് ഉയർന്നുവന്ന അമൃത് കൈക്കലാക്കിയതിന് ഭഗവാൻ അസുരന്മാർക്ക് നല്ല ശിക്ഷ നൽകി. ദേവന്മാരും അസുരന്മാരും തമ്മിൽ ഘോരമായ യുദ്ധം തുടങ്ങി. മഹാബലിയുടെ മായയാൽ മോഹിപ്പിക്കപ്പെട്ട ദേവസമൂഹത്തിൽ പ്രത്യക്ഷനായ ഭഗവാൻ, കാലനേമി, മാലി എന്നിവരെ നിഗ്രഹിച്ചു. ദേവേന്ദ്രൻ, പാകാസുരൻ, മഹാബലി, ജംഭാസുരൻ, വലാസുരൻ എന്നിവരെവധിച്ചു. ഉണങ്ങിയതും, നനഞ്ഞതുമായമായ സാധനങ്ങളാൽ വധിക്കാനാകാത്ത നമുചിയെ ശുഷ്ക്കവും ആർദ്ര-- വുമല്ലാത്ത പത കൊണ്ട് വധിച്ചു. നാരദ- മഹർഷിയുടെ വാക്കുകേട്ട് ദേവാസുരയുദ്ധം ഭഗവാൻ അവസാനിപ്പിച്ചു. ഭഗവാന്റെ മോഹിനീ രൂപ- ത്തെക്കുറിച്ച് കേട്ട് പരമശിവൻ ആ സുന്ദരരൂപം ദർശിക്കാൻ പാർവതി ദേവിയെയും ഭൂതഗണ- ങ്ങളെയും കൂട്ടി വൈകുണ്ഠത്തിലെത്തി. ഭഗവാനെ സ്തുതിച്ച ശേഷം തന്റെ ആഗ്രഹം അറിയിച്ചു. ഇതുകേട്ട ഭഗവാൻ പെട്ടെന്ന് അന്തർധാനം ചെയ്തു. അപ്പോൾ ഉദ്യാനത്തിൽ പന്ത് കളിക്കുന്ന ഒരു സുന്ദരിയെ പരമശിവൻ കണ്ടു. പരമശിവൻ കാമ- പാരവശ്യത്താൽ അവളുടെ അടുത്തെത്തി. അവൾ

കുതറി മാറി. അവളെ പിന്തുടർന്ന് വീണ്ടും വീണ്ടും ഓടിയ പരമശിവൻ ഇത് ഭഗവാൻ തന്നെയാണെന്ന് തിരിച്ചറിയുകയും ഭഗവാന്റെ മഹാത്മ്യത്തെപ്പറ്റി ഉമാ-ദേവിക്ക് പറഞ്ഞു കൊടുക്കുകയും ചെയ്തു.

ദശകം 30 - വാമനാവതാരം

പാലാഴിമഥന സമയത്ത് ദേവാസുരയുദ്ധത്തിൽ ദേവേന്ദ്രനാൽ വധിക്കപ്പെട്ട മഹാബലി അസുര ഗുരുവായ ശുക്രാചാര്യരുടെ മൃതസഞ്ജീവനി വിദ്യ കൊണ്ട് ജീവിച്ചു. വിശ്വജിത്ത് എന്നയാഗം നടത്തി ശക്തി നേടി. സുദർശനചക്രത്തെ പോലും ഭയ-മില്ലാത്ത മഹാബലി ദേവന്മാരെ മുഴുവനും തുരത്തി മൂന്ന് ലോകങ്ങളും സ്വന്തം അധീനതയിലാക്കി. അദിതീദേവി മക്കളായ ദേവന്മാരുടെ പരാജയം കണ്ട് ദു:ഖിതയായി. ഭർത്താവാകുന്ന കശ്യപപ്രജാപതിയെ ദുഃഖനിവാരണത്തിനായി സമീപിച്ചു. അദ്ദേഹം ഉപ-ദേശിച്ച പയോവ്രതം എന്ന ഭഗവദുപാസനാക്രമം ഭക്തിയോടു കൂടി അനുഷ്ഠിച്ചു. വ്രതാവസാന ദിവസം ഭഗവാൻ പ്രത്യക്ഷപ്പെട്ടു. ഞാൻ ഭവതിയുടെ പുത്രനായി പെട്ടന്ന് തന്നെ അവതരിക്കുമെന്ന് അരുളിച്ചെയ്ത് അപ്രത്യക്ഷനായി.

കശ്യപന്റെ തപ:ശക്തിയിൽ സാന്നിദ്ധ്യം ചെയ്തിട്ട് ഭഗവാൻ അദിതിയുടെ ഗർഭത്തിൽ പ്രവേശിച്ച് വൈഷ്ണവ ചിഹ്നങ്ങളോടുകൂടി ദിവ്യരൂപത്തിൽ ദ്വാദശിയും തിരുവോണവും കൂടിയ പുണ്യ ദിനത്തിൽ

ഭൂജാതനായി. ഭഗവാന്റെ ജനനസമയത്ത് ദേവന്മാർ കശ്യപ പ്രജാപതിയുടെ ആശ്രമത്തിൽ പുഷ്പ-വൃഷ്ടി നടത്തി, ഭഗവാനെ സ്തുതിച്ചു. ഭഗവാൻ വടുരൂപം ധരിച്ചു. ഋഷീശ്വരന്മാരാൽ കശ്യപ-പ്രജാപതിയുടെ നേതൃത്വത്തിൽ ഭഗവാൻ ഉപനയനം ചെയ്തു. ഭഗവാനെ ആരാധിക്കനായി ആദിത്യൻ ഗായത്രിയെയും, ബൃഹസ്പതി യജ്ഞോപ-വീതത്തെയും, പിതാവായ കശ്യപൻ മേഖലയെയും ഭൂമിദേവി കൃഷ്ണാജിനത്തെയും, ചന്ദ്രൻ പലാശ-ദണ്ഡത്തെയും അദിതീ ദേവി കൗപീനത്തേയും, ആകാശം ഛത്രത്തെയും, ബ്രഹ്മാവ് കമണ്ഡലു-വിനേയും സപ്തർഷികൾ ദർഭകളെയും, സരസ്വതീ-ദേവി രുദ്രാക്ഷമാലയും ഭഗവാന് സമർപ്പിച്ചു.

അനന്തരം തേജോമയനായ ഭഗവാൻ അശ്വമേധം നടത്തുന്ന മഹാബലിയുടെ യാഗശലയിലേക്ക് കുടയും പലാശ ദണ്ഡും എടുത്ത് യാത്രയായി. വാമന മൂർത്തിയായ ഭഗവാൻ നർമ്മദാ നദിയുടെ വടക്കു തീരത്തുള്ള യാഗശാലയിൽ പ്രവേശിച്ചപ്പോൾ ഭഗവാന്റെ തേജസ് കണ്ട് ശുക്രാചാര്യർ മുതലായവർ ഇത് സൂര്യനോ അഗ്നിയോ, യോഗീശ്വരനോ എന്ന് ശങ്കിച്ചു. ശുക്രാചാര്യനാൽ ആനയിക്കപ്പെട്ട ഭഗവാനെ കണ്ട് പുണ്യശാലിയായ മഹാബലി ഭക്തിയോടുകൂടി, കാൽകഴുകിച്ച് ആ ജലം സ്വന്തം മൂർധാവിൽ തളിച്ചു. അസുരനാണെങ്കിലും പ്രഹ്ളാദവംശജനായതു കൊണ്ടും, യാഗങ്ങളുടെ പുണ്യ ഫലം കൊണ്ടും സത്തുക്കളിൽ ഉള്ള വിശ്വാസം കൊണ്ടും ഭഗവാന്റെ

പാദതീർത്ഥം തലയിൽ തളിക്കുവാനുള്ള ഭാഗ്യം മഹാബലിക്ക് ലഭിച്ചു.

88 • നാരായണീയ കഥാമൃതം

പാദതീർത്ഥം തലയിൽ തളിക്കുവാനുള്ള ഭാഗ്യം മഹാബലിക്ക് ലഭിച്ചു.

ദശകങ്ങൾ 31- 40

ദശകം 31 - ബലിവിദ്ധ്വംസനം

ഭഗവദ് ദർശനത്താൽ പ്രീതനായ മഹാബലി തൊഴുകയ്യോടെ അദ്ദേഹത്തോട് പറഞ്ഞു. "അങ്ങേക്ക് എന്താണ് വേണ്ടത് ഭോജനമോ, ഗൃഹമോ, ഭൂമിയോ, അല്ലെങ്കിൽ സർവ്വസ്വമോ, ദാനം ചെയ്യാൻ ഞാൻ തയ്യാറാണ്". മഹാബലിയുടെ ഭക്തിയിൽ വടു- രൂപിയായ ഭഗവാൻ തൃപ്തനായെങ്കിലും സർവ്വസ്വ- ത്തിന്റേയും അധീശൻ താനാണ് എന്ന മഹാബലി- യുടെ അഹങ്കാരം ശമിപ്പിക്കണം എന്ന് ഭഗവാന് തോന്നി. എനിക്ക് മൂന്ന് അടി മണ്ണ് മാത്രം മതി. ഇത് അളന്നെടുക്കാൻ എന്നെ അനുവദിക്കണം എന്ന് ഭഗവാൻ പറഞ്ഞു. എന്നാൽ മൂന്നടി മണ്ണ് കൊണ്ട് എന്താണ് പ്രയോജനം? ഈ ഭൂമണ്ഡലം മുഴുവനും യാചിച്ചാലും എന്ന് മഹാബലി ഭഗവാനോട് പറഞ്ഞു. തനിക്ക് മൂന്ന് അടി മണ്ണ് മാത്രമേ തപസ്സിനായി ആവശ്യമുള്ളൂ. മൂന്നടി മണ്ണ് കൊണ്ട് തൃപ്തി- പ്പെടാത്തവൻ അത്യാഗ്രഹിയാണ്. അവന് എല്ലാ ലോകങ്ങളും കിട്ടിയാലും തൃപ്തി വരില്ല എന്നാണ് ഭഗവാൻ മറുപടി പറഞ്ഞത്. മഹാബലി ബ്രാഹ്മണ- കുമാരന് ജലം ദാനം നൽകാൻ തുടങ്ങിയപ്പോൾ ദാനം

ചെയ്യരുത് ഇത് വിഷ്ണു കപടവേഷത്തിൽ വന്നതാണ് എന്ന് ശുക്രാചാര്യർ മഹാബലിക്ക് മുന്നറിയിപ്പ് നൽകി. എന്നാൽ ശുക്രാചാര്യരെ മാനി-ക്കാതെ, ബ്രാഹ്മണ പ്രീതിക്കായി ഞാൻ അശ്വമേധ-യാഗം പോലും നടത്തും എന്ന് മഹാബലിപറഞ്ഞു. കുപിതനായ ശുക്രാചാര്യർ, "നിന്റെ എല്ലാ ഐശ്വര്യവും നശിച്ചു പോകട്ടെ" എന്ന് മഹാബലിയെ ശപിച്ചു. എന്നിട്ടും മഹാബലി ഭാര്യയായ വിന്ധ്യാ-വലിയെക്കൊണ്ട് ഭഗവാന്റെ പാദം കഴുകിച്ച് ദാനം ചെയ്യാൻ തയ്യാറായി. ഇതുകണ്ട് ദേവന്മാരും ഋഷി-മാരും സന്തുഷ്ടരായി.

ബ്രാഹ്മണകുമാരനായി വന്ന ഭഗവാൻ വളർന്ന് വളർന്ന്, ബ്രഹ്മാണ്ഡത്തോളം വലുതായി. ഈ വാമന-മൂർത്തി ഒരു പാദം കൊണ്ട് ഭൂമിയെയും രണ്ടാം പാദം കൊണ്ട് ആകാശത്തെയും അളന്നു. ഭഗവാന്റെ പാദങ്ങൾ സത്യലോകത്ത് എത്തിയപ്പോൾ ബ്രഹ്മാവ് ആ പാദങ്ങൾ തന്റെ കമണ്ഡലുവിലെ ജലം ഉപയോഗിച്ച് കഴുകി. ഈ ജലമാണ് പുണ്യനദിയായ ഗംഗ. ഇതുകണ്ട് ഗഗനചാരികൾ സന്തുഷ്ടരായി. മഹാബലിയുടെ അനുവാദം കൂടാതെ തന്നെ അസുരന്മാർ ദേവന്മാരോട് യുദ്ധം ചെയ്തു. മഹാ-ബലി അസുരന്മാരോട് പറഞ്ഞു, "ഭഗവാന്റെ കാരുണ്യം കൊണ്ട് മാത്രമാണ് നമ്മൾ ജയിച്ചു കൊണ്ടിരുന്നത്. ഇപ്പോൾ ഈ യുദ്ധം എന്തിനാണ്?" ഇതുകേട്ട അസുരന്മാർ പാതാളത്തിലേയ്ക്ക് പോയി. ഭഗവാൻ മഹാബലിയോട് പറഞ്ഞു "എനിക്ക് അങ്ങ് ദാനം

ചെയ്ത രണ്ട് അടി മാത്രമേ പ്രപഞ്ചത്തിൽ അളക്കാൻ പറ്റിയുള്ളൂ മൂന്നാമത്തെ അടി അളക്കുവാൻ സ്ഥലം തന്നാലും." ഇതു കേട്ട നിർഭയനായ ബലി, "അല്ലയോ ഭഗവാനെ മൂന്നാമത്തെ അടി എന്റെ തലയിൽ വച്ചാലും" എന്നു മറുപടി പറഞ്ഞു. മഹാ-ബലിയുടെ പിതാമഹനായ പ്രഹ്ളാദൻ മഹാബലിയുടെ സമീപം വന്ന് പൗത്രനെ മനസാ അഭിനന്ദിച്ചു. ഭഗവാൻ പറഞ്ഞു. "അല്ലയോ മഹാബലി, അങ്ങയുടെ ഗർവം ശമിപ്പിക്കാനാണ് ഞാൻ ഇതെല്ലാം ചെയ്തത്. അങ്ങ് അസുരന്മാരിൽശ്രേഷ്ഠനായി   തീർന്നിരിക്കുന്നു. അങ്ങേയ്ക്ക് സ്വർഗ്ഗത്തേക്കാൾ വലിയ ലോകവും ഇന്ദ്രത്വവും ലഭിക്കും. പിന്നീട് എന്നിൽ സായൂജ്യം പ്രാപിക്കാം" എന്ന് അനുഗ്രഹം നൽകി. മഹാബലി താൻ തുടങ്ങിവച്ച യാഗം ബ്രാഹ്മണരെ കൊണ്ട് പൂർത്തിയാക്കി.

ദശകം 32 - മത്സ്യവതാര വർണ്ണനം

പണ്ടൊരിക്കൽ ഹയഗ്രീവൻ എന്ന മഹാസുരൻ ആറാം ചാക്ഷുഷമന്വന്തരത്തിന്റെ ഒടുവിൽ ഉണ്ടായ നൈമിത്തിക പ്രളയത്തിൽ നിദ്രയിലിരിക്കുന്ന ബ്രഹ്മാവിന്റെ വദനത്തിൽ നിന്നും വേദങ്ങളെല്ലാം അപഹരിച്ചു.   അതുവീണ്ടെടുക്കാൻ   ഭഗവാൻ മത്സ്യമായി അവതരിക്കാൻ നിശ്ചയിച്ചു. ഒരിക്കൽ നദിയിൽ ഭഗവാന് വേണ്ടി തർപ്പണം നടത്തി- ക്കൊണ്ടിരിക്കുമ്പോൾ ദ്രമിളരാജാവായ സത്യവ്രതന് കയ്യിൽ ശോഭയോട് കൂടിയ ഒരു ചെറു മത്സ്യത്തെ

കിട്ടി. കയ്യിലുള്ള മത്സ്യത്തെ സത്യവ്രതൻ പുഴയിൽ വിട്ടു. പക്ഷെ മറ്റു മത്സ്യങ്ങളിൽ നിന്നുള്ള ആക്രമണ- മുണ്ടായാലോ എന്ന് ഭയപ്പെട്ട് ആ മത്സ്യത്തെ പിന്നീട് അദ്ദേഹം തന്റെ കയ്യിലെ പാത്രത്തിലിട്ട് സ്വന്തം ഗൃഹത്തിലേക്ക് കൊണ്ടുപോയി. ആ പാത്രത്തിൽ കിടന്ന് വളർന്ന മത്സ്യത്തെ അദ്ദേഹം ഒരു കുട- ത്തിലും വീണ്ടും വളർന്നപ്പോൾ ഒരു കിണറ്റിലും, വീണ്ടും വളർന്നപ്പോൾ ഒരു കുളത്തിലും പിന്നീട് വലുതായപ്പോൾ ഒരു തടാകത്തിലും നിക്ഷേപിച്ചു. സർവ്വവ്യാപിയായ, മത്സ്യരൂപിയായ ഭഗവാൻ വീണ്ടും വളർന്നുകൊണ്ടേയിരുന്നു. പിന്നീട് രാജാവ് തന്റെ യോഗ ബലത്താൽ മത്സ്യരൂപിയായ ഭഗവാനെ സമുദ്ര ജലത്തിൽ നിക്ഷേപിച്ചു. വരാനിരിക്കുന്ന പ്രളയം കാണാൻ ആഗ്രഹം പ്രകടിപ്പിച്ച രാജാവിനോട് ഏഴുദിവസം കാത്തിരിക്കാൻ ഭഗവാൻ അരുളി ചെയ്തു. ഏഴു ദിവസത്തിന് ശേഷം പ്രളയജലംമൂലം ഭൂമണ്ഡലം മുഴുവനും മുങ്ങിപ്പോയി. സത്യവ്രത മഹാരാജാവ് സപ്തർഷികളോട് കൂടി പ്രളയ- ജലത്തിൽ മുങ്ങിയും പൊങ്ങിയും ചുറ്റിത്തിരിഞ്ഞു. ഒടുവിൽ സംഭ്രാന്തനായി ഭഗവാനെ ശരണം പ്രാപിച്ചു. ഭഗവാന്റെ നിയോഗത്താൽ വഞ്ചിയുടെ രൂപത്തിൽ പ്രത്യക്ഷപ്പെട്ട ഭൂമിയുടെ ഉപരിഭാഗത്ത് പ്രാണ- രക്ഷാർത്ഥം സത്യവ്രതൻ കയറിയിരുന്നു. പ്രളയ ജലത്തിൽ വഞ്ചിയിളകി മറിഞ്ഞു കൊണ്ടിരുന്നപ്പോൾ മത്സ്യമൂർത്തിയായി അത്ഭുത രൂപത്തോടെ ഭഗവാൻ അവരുടെ മുന്നിൽ പ്രത്യക്ഷപ്പെട്ടു. ലക്ഷം യോജന

വിസ്താരത്തോട് കൂടി മത്സ്യാകൃതിയായി ഏറ്റവും ശോഭയേറിയ ഭഗവാനെ കണ്ട് അവർ സന്തുഷ്ടരായി. ഭഗവാന്റെ ആജ്ഞപ്രകാരം മത്സ്യമൂർത്തിയായ ഭഗവാന്റെ അത്യുന്നതമായ കൊമ്പിൻമേൽ തോണിയെ കെട്ടിയിട്ടു. ഭഗവാൻ ആ തോണിയെ വലിച്ചു കൊണ്ട് പ്രപഞ്ചത്തിന്റെ വിവിധ ഭാഗത്തുള്ള എല്ലാ ലോക-ങ്ങളെയും അവർക്ക് കാണിച്ചുകൊടുത്തു. രാജർഷി-മാർ ഭഗവാനെ സ്തുതിച്ചു. ഭഗവാൻ പ്രളയജലത്തിൽ കൂടി സഞ്ചരിച്ച് ശാസ്ത്രജ്ഞാനവും ബ്രഹ്മ-ജ്ഞാനവും അവർക്ക് ഉപദേശിച്ചു. സപ്തർഷികളെ മുൻപ് ഉണ്ടായിരുന്നതുപോലെ അതാത് സ്ഥാന-ങ്ങളിൽ ഉറപ്പിക്കുകയും, സത്യവ്രതരാജാവിനെ വൈവസ്വതമനുവായി നിയമിക്കുകയും ചെയ്തു പിന്നീട് കോപം പൂണ്ട ഭഗവാൻ ഹയഗ്രീവൻ എന്ന അസുരനെ ആക്രമിച്ച് തന്റെ നീളമുള്ള കൊമ്പുകൾ കൊണ്ട് അവന്റെ മാറിടം പിളർന്ന് അവനെ കൊന്ന് വേദങ്ങൾ വീണ്ടെടുത്ത് ബ്രഹ്മാവിന് ദാനം ചെയ്തു.

ദശകം 33 – അംബരീഷോപാഖ്യാനം

വൈവസ്വതമനുവിന്റെ പുത്രനായിരുന്ന നഭാഗന്റെ മകനായിരുന്നു നാഭാഗൻ. നാഭാഗരാജാവിന്റെ പുത്ര-നാണ് അംബരീഷൻ. അദ്ദേഹം മുഴുവൻ ഭൂമിയു-ടെയും അധിപതിയായിരുന്നു. സദാസമയവും ഭഗവദ് ഭക്തിയുമായി കഴിഞ്ഞു കൂടിയ അദ്ദേഹം ആനന്ദ-ചിത്തനായിരുന്നു. അംബരീഷന്റെ ഭക്തിയിൽ തൃപ്തനായ ഭഗവാൻ അംബരീഷന് രക്ഷക്കായി തന്റെ

സുദർശനചക്രം നൽകി. അംബരീഷൻ യമുനാ-
തീരത്തുള്ള മധുവനത്തിൽ, ഭഗവദ് ഭക്തയായ
മാനസപത്നിയോടുകൂടി പൂജാവിധികൾ അനു-
ഷ്ഠിച്ചും ബ്രാഹ്മണർക്ക് പശുദ്ദാനം ചെയ്തും ഒരു
സംവൽസരം മുഴുവൻ ദ്വാദശീവ്രതം അനുഷ്ഠിച്ചു.
വ്രതാവസാന ദിവസം പൂജയുടെ പരിസമാപ്തിക്ക്
തൊട്ടുമുൻപ് ദുർവാസാവ് മഹർഷി അംബരീഷന്റെ
ഗൃഹത്തിൽ വന്നു. ഭക്ഷണത്തിന് ക്ഷണിച്ചപ്പോൾ,
അംബരീഷനെ പൂജാവിധികൾ പാരണവീടുവാൻ
അനുവദിക്കാതിരിക്കാൻ വേണ്ടി, മന:പൂർവ്വം മധ്യാ-
ഹ്നാദി കർമ്മങ്ങൾ അനുഷ്ഠിക്കാൻ യമുനാ-
നദിയിലേക്ക് പോയി. വ്രതാവസാനത്തിന് മുൻപ്
ബ്രാഹ്മണർക്ക് മൃഷ്ടാന്നഭോജനം നൽകി, വ്രത-
മനുഷ്ഠിക്കുന്ന ആളും കഴിക്കണമെന്നാണ് ആചാരം.
ഇത് മുടക്കാൻ വേണ്ടിയാണ് മുനി യമുനാനദിയിൽ
പോയത്. മഹർഷിയെ ഭക്ഷണത്തിന് ക്ഷണിച്ച-
തിനാൽ അദ്ദേഹത്തെക്കാൾ മുൻപേ ഭക്ഷണം
കഴിക്കുന്നത് ആതിഥ്യ മര്യാദയല്ല. എന്നാൽ പാരണ
മുഹൂർത്തത്തിന് മുൻപ് ഉപവാസം അവസാനി-
പ്പിച്ചില്ലെങ്കിൽ വ്രതപരിസമാപ്തിയും ലഭിക്കില്ല.
എന്ത് ചെയ്യണമെന്നറിയാതെ ഉത്കണ്ഠാകുലനായ
രാജാവ് ജലപാനം നടത്തി പാരണ ചെയ്ത് വ്രതം
അവസാനിപ്പിച്ചു.

ഇത് മഹർഷി ദിവ്യദൃഷ്ടിയാൽ മനസ്സിലാക്കി.
ഭക്ഷണത്തിന് ക്ഷണിച്ച് ആതിഥ്യമര്യാദയ്ക്ക്
വിപരീതമായി തന്നെക്കാൾ മുൻപ് ജലപാനം നടത്തി

വ്രതം അവസാനിപ്പിച്ച രാജാവിനെ മഹർഷി അധിക്ഷേപിച്ചു. കോപം സഹിക്കാതെ തന്റെ ജട പറിച്ച് അതിൽ നിന്ന് കൃത്യ എന്ന ദുർദ്ദേവതയെ സൃഷ്ടിച്ചു. നാനാ ഭാഗത്തേക്കും അഗ്നി വമിച്ച് കയ്യിൽ ഖഡ്ഗവുമായിപ്രത്യക്ഷപ്പെട്ട ആ ദുർദ്ദേവത രാജാവിന്റെ അടുത്തേക്ക് പാഞ്ഞടുത്തു. എന്നാൽ ഭഗവാന്റെ സുദർശനചക്രം കൃത്യയെ നശിപ്പിച്ചു. കൂടാതെ ഭയപ്പെട്ട് ഓടുന്ന ദുർവാസാവിനെ പിന്തുടർന്നു. തന്റെ പിന്നാലെ വരുന്ന സുദർശന ചക്രത്തെ തിരിഞ്ഞുനോക്കി, തിരിഞ്ഞ് നോക്കി മഹർഷി എല്ലാ ലോകങ്ങളിലേക്കും പ്രയാണം തുടങ്ങി. ഒടുവിൽ ബ്രഹ്മാവിനെ അഭയം പ്രാപിച്ചു. കാലചക്രത്തെ ആർക്കാണ് അതിക്രമിക്കാൻ കഴിയുക എന്ന് ചോദിച്ച് ബ്രഹ്മാവ് കൈവിട്ടു.പിന്നീട് ശിവനെ അഭയം പ്രാപിച്ചു. ശിവൻ പറഞ്ഞു, "ഈ വൈഷ്ണവചക്രം ആരുടേതാണോ, അവരെ അഭയം പ്രാപിക്കുക." ഒടുവിൽ മഹർഷി വൈകുണ്ഠ-ത്തിലെത്തി ഭഗവാനെ വന്ദിച്ച് സഹായമഭ്യർത്ഥിച്ചു. ഭഗവാൻ പറഞ്ഞു: "ഞാൻ ഭക്തരുടെ ദാസൻ മാത്രമാണ് അതുകൊണ്ട് ജ്ഞാനവും തപസ്സും വിനയവും ഒത്തുചേർന്ന അംബരീഷനെ അഭയം പ്രാപിക്കൂ". ഇതുകേട്ട മുനി അംബരീഷന്റെ പാദ-ങ്ങളിൽ ചെന്ന് നമസ്കരിച്ച് മാപ്പപേക്ഷിച്ചു. രാജാവ് സുദർശനചക്രത്തെ ഭക്തിയോടെ ധ്യാനിച്ചു. സുദർ-ശനചക്രം ശാന്തമായപ്പോൾ മുനി അംബരീഷന്റെ ഭഗവത്ഭക്തിയിലും തെറ്റ് ചെയ്ത തന്നോട് കാണിച്ച

കൃപയിലും സന്തുഷ്ടനായി അംബരീഷന് എല്ലാ വരങ്ങളും നൽകി. സുദർശനചക്രത്തെ പേടിച്ച് ഓടിപ്പോയ മുനി തിരിച്ചെത്താൻ ഒരു വർഷത്തോളം സമയമെടുത്തു. ഈ ഒരു വർഷം നിരാഹാരനായി കാത്തിരുന്ന രാജാവ്, മഹർഷി തിരിച്ചെത്തിയപ്പോൾ അദ്ദേഹത്തിന് ഭക്ഷണംനൽകി ആദരിച്ച് സന്തോഷ-ത്തോടെ യാത്രയയച്ചു. ഭഗവത്ഭക്തിയോടെ ജീവിച്ച അംബരീഷ രാജാവ് ഒടുവിൽ മോക്ഷം പ്രാപിച്ചു.

ദശകം 34 - രാമാവതാര വർണ്ണനം

ഭഗവാൻ ദേവന്മാരുടെ അപേക്ഷപ്രകാരം രാക്ഷസ രാജാവായ രാവണന്റെ നിഗ്രഹാർത്ഥം കോസല രാജാവായ ദശരഥന്റെ പുത്രനായി ജനിക്കാൻ തീരുമാനിച്ചു. പുത്രന്മാരില്ലാത്ത ദുഃഖത്താൽ കഴി-ഞ്ഞിരുന്ന ദശരഥ മഹാരാജാവ് പുത്രകാമേഷ്ഠിയാഗം ചെയ്തു. അഗ്നിദേവൻ കൊടുത്ത പായസം തന്റെ ഭാര്യമാരായ കൗസല്യ, കൈകേയി, സുമിത്ര എന്നിവർക്കു നൽകി. കൗസല്യയിൽ ശ്രീരാമനായിട്ടും കൈകേയിയിൽ ഭരതനായിട്ടും, സുമിത്രയിൽ ലക്ഷ്മണ ശത്രുഘ്നന്മാരായിട്ടും ഭഗവാൻ അവ-തരിച്ചു. കുട്ടികൾ വളർന്നപ്പോൾ വിശ്വാമിത്ര മഹർഷി യാഗരക്ഷയ്ക്കായി ദശരഥരാജാവിനോട് രാമ-ലക്ഷ്മണന്മാരെ അയക്കാൻ ആവശ്യപ്പെടുകയും, അച്ഛന്റെ സമ്മതത്തോടെ ശ്രീരാമൻ ലക്ഷ്മണനേയും കൂട്ടി വിശ്വാമിത്ര മഹർഷിയുടെ യാഗ രക്ഷയ്ക്ക് വേണ്ടി കാട്ടിലേക്ക് പുറപ്പെടുകയും ചെയ്തു.

പോകുന്ന വഴിക്ക് വിശപ്പും ദാഹവും അറിയാ-
തിരിക്കാൻ ബല, അതിബല എന്നീ മന്ത്രങ്ങൾ
മുനിയിൽ നിന്നും സ്വീകരിച്ച് യാത്രാക്ലേശങ്ങളറ്റി.
മഹർഷിയുടെ നിർദേശപ്രകാരം മനുഷ്യനന്മയ്ക്കായി
അതിക്രൂരയായ താടക എന്ന രാക്ഷസിയെ വധിച്ചു.
പിന്നീട് വിശ്വാമിത്രമുനിയിൽ നിന്ന് ദിവ്യാസ്ത്രങ്ങൾ
സ്വീകരിച്ച് സിദ്ധാശ്രമത്തിലേക്ക് പോയി. വിശ്വാ-
മിത്രന്റെ യാഗം മുടക്കിയ മാരീചനെ അവിടെ നിന്നും
ഓടിച്ചു. യാഗത്തിന് ശേഷം വിദേഹരാജ്യത്തേ-
യ്ക്കുള്ള യാത്രാ മധ്യേ, മുമ്പ് ശാപം മൂലം ഒരു
കല്ലായിക്കിടന്നിരുന്ന അഹല്യയ്ക്ക് ശാപമോക്ഷം
നൽകി. യാത്രയ്ക്കിടയിൽ വിദേഹരാജ്യത്തെത്തി,
സാക്ഷാൽ ശ്രീ പരമേശ്വരന്റെ ത്ര്യംബകം എന്ന
വില്ലൊടിച്ച് ഭൂമിപുത്രിയായ സീതയെ വിവാഹം
കഴിച്ചു. അനുജന്മാരോടും അവരുടെ നവവധുക്കളായ
മറ്റ് ജനകപുത്രിമാരുമായി അയോദ്ധ്യയിലേക്കുള്ള
മടക്കയാത്ര ആരംഭിച്ചു. വഴിയിൽ വെച്ച് കോപാ-
ന്ധനായ പരശുരാമൻ ശ്രീരാമന് മാർഗ്ഗതടസ്സം
സൃഷ്ടിച്ചു. പരശുരാമനുമായി ശ്രീരാമൻ യുദ്ധം
ചെയ്തു. ശ്രീരാമന്റെ അസ്ത്രവിദ്യയിൽ പരശുരാമൻ
സന്തുഷ്ടനാവുകയും വൈഷ്ണവചാപമായ
ശാർങ്ഗം എന്ന വില്ല് രാമന് നൽകുകയും ചെയ്തു;
ശേഷം തപസ്സിനായി മഹേന്ദ്ര ഗിരിയിലേക്ക് പോയി.
രാമൻ അയോദ്ധ്യയിൽ തിരിച്ചെത്തി. ഭാര്യാസമേതം
സന്തുഷ്ടനായി ജീവിച്ചു (ശാർങ്ഗം : ഒരിക്കൽ മഹാ-
വിഷ്ണുവിന്റെയും പരമേശ്വരന്റെയും ബലം

പരീക്ഷിക്കാൻ വേണ്ടി ദേവന്മാർ അവരെ തമ്മിൽ പിണക്കി. വിശ്വകർമ്മാവ് വൈഷ്ണവചാപം മഹാവിഷ്ണുവിനും, ത്ര്യംബകം എന്ന വില്ല് പരമശിവനും നൽകി. യുദ്ധത്തിൽ തോൽവി സമ്മതിച്ച് ശിവൻ തന്റെ വില്ല് അന്നത്തെ വിദേഹ രാജാവായ ദേവരാതനു കൊടുത്തു. മഹാവിഷ്ണു തന്റെ വില്ല് ഋചീകൻ എന്ന മഹർഷിക്കും കൊടുത്തു. ഋചീകനിൽ നിന്നും, ആ വില്ല് ജമദഗ്നിക്കും, അദ്ദേഹത്തിൽ നിന്ന് അത് പരശുരാമനും കിട്ടി. പരശുരാമൻ ആ വില്ലാണ് ശ്രീരാമന് നൽകിയത്.

ദശരഥമഹാരാജാവ് ശ്രീരാമനെ യുവരാജാവായി വാഴിക്കാൻ അഭിഷേകം നടത്താൻ തീരുമാനിച്ചു. എന്നാൽ കൈകേയി മൂലം അഭിഷേകത്തിന് വിഘ്നം സംഭവിച്ചു. ദുഷ്ടയായ മന്ഥരയുടെ ഉപദേശപ്രകാരം കൈകേയി ദശരഥ മഹാരാജാവിനോട് രണ്ടു വരങ്ങൾ ആവശ്യപ്പെടുകയും ദശരഥൻ അവ നൽകുകയും ചെയ്തു. ഒന്ന് ശ്രീരാമന്റെ വനവാസവും മറ്റേത് ഭരതനെ അയോധ്യാപതിയാക്കി വാഴിക്കുക എന്നതും ആയിരുന്നു. അങ്ങനെ ദശരഥന്റെ ആജ്ഞപ്രകാരം ശ്രീരാമൻ ചാപധാരിയായ അനുജൻ ലക്ഷ്മണനോടും ഭാര്യ സീതാദേവിയോടും കൂടി കാനന വാസത്തിന് യാത്രയായി.

ഗുഹന്റെ സഹായത്തോടെ ഗംഗാനദി കടന്ന് ശ്രീരാമൻ ഭരദ്വാജ മുനിയെ കണ്ടുവന്ദിച്ച് അദ്ദേഹത്തിന്റെ നിയോഗാർത്ഥം ചിത്രകൂട പർവതത്തിൽ

സുഖമായി താമസിച്ചു. രാമസ്വരൂപിയായ ഭഗവാനെ കാണാൻ കാട്ടിൽ എത്തിയ ഭരതനിൽ നിന്നും പിതാവ് സ്വർഗം പ്രാപിച്ചു എന്നറിഞ്ഞ ശ്രീരാമൻ പിതാവിനു വേണ്ടി ഉദക ക്രിയകൾ ചെയ്തു. രാജ്യവും പാദുകങ്ങളും 14 വർഷത്തേക്ക് ഭരതന് നൽകി. പിന്നീട് അഗസ്ത്യ മഹർഷിയെ കണ്ട് വന്ദിച്ചു. ദണ്ഡകാരണ്യത്തിൽ എത്തി. അതികായനായ വിരാ- ധനെന്ന അസുരനെ വധിച്ചു . അതിനുശേഷം ശരഭംഗ മഹർഷിക്ക് മോക്ഷംനൽകി. അഗസ്ത്യമഹർഷിയെ കണ്ടു വന്ദിച്ചു. രാക്ഷസവംശത്തെ മുഴുവൻ കൊന്നൊടുക്കും എന്ന് പ്രതിജ്ഞ ചെയ്തു. അഗസ്ത്യമഹർഷിയിൽ നിന്ന് വൈഷ്ണവചാപവും ബ്രഹ്മാസ്ത്രവും സ്വീകരിച്ചു. പിതാവിന്റെ സുഹൃ- ത്തായ ജടായു എന്ന പക്ഷിരാജനെ കണ്ടു. പിന്നീട് പഞ്ചവടിയിലെത്തി ഭാര്യാസമേതം താമസിച്ചു. അക്കാലത്ത് രാവണന്റെ സഹോദരിയായ ശൂർപണഖ വിവാഹഭ്യർത്ഥനയുമായി ശ്രീരാമനെയും ലക്ഷ്മ- ണനെയും മാറിമാറി സമീപിച്ചു. ഒടുവിൽ ഇതിൽ സഹികെട്ട് ലക്ഷ്മണൻ അതികുപിതനായി ശൂർപ്പ- പണഖയുടെ മുലയും മൂക്കും ഛേദിച്ചു.

ശൂർപ്പണഖയ്ക്ക് വന്ന ദുരന്തം കണ്ട് ഖരൻ ശ്രീരാമനെ നിഗ്രഹിക്കാൻ വന്നു. ഖരനേയും ദൂഷണനെയും ത്യശിരസ്സിനെയും ഒപ്പം പതിനാ- യിരത്തിലധികം രാക്ഷസ ഭടന്മാരെയും ശ്രീരാമൻ നിഗ്രഹിച്ചു. ശൂർപ്പണഖയുടെ വൃത്താന്തങ്ങൾ കേട്ട് രാവണൻ മാതുലനായ മാരീചനെ മായാമൃഗമായി

പഞ്ചവടിയിലേക്കയച്ചു. മാനിന്റെ സൗന്ദര്യം കണ്ടു മതിമറന്ന സീതാദേവി, ആ സ്വർണ്ണ വർണ്ണത്തിലുള്ള മാനിനെ പിടിച്ചുകൊണ്ടുവരാനായി ശ്രീരാമനെ പറഞ്ഞയച്ചു. ശ്രീരാമൻ മാനിനെ പിൻതുടർന്ന് അതിനെ അമ്പെയ്ത് കൊന്നു. മാനിന്റെ മായാരോദനം കേട്ട് ശ്രീരാമന് എന്തോ അപകടം സംഭവിച്ചതായി തോന്നിയ സീതാദേവി ലക്ഷ്മണനെ നിർബന്ധിച്ച് ശ്രീരാമന്റെ അടുത്തേക്കയച്ചു. ഈ സമയത്ത് രാവണൻ കപട വേഷധാരിയായി ആശ്രമത്തിൽ വന്ന് സീതയെ അപഹരിച്ചു. ഈ വിവരമറിഞ്ഞ് ഭഗവാൻ ശ്രീരാമൻ ദുഃഖിതനായി അഭിനയിച്ചെങ്കിലും മനസ്സിന്റെ ഉള്ളിൽ ഇത് രാവണനെ നിഗ്രഹിക്കാനുള്ള ഉപായമാണ് എന്ന് സന്തോഷിച്ചു. സീതാന്വേഷണാർത്ഥം കാട്ടിലൂടെ സഞ്ചരിച്ച് ശ്രീരാമൻ ജടായു-വിനെ കണ്ടു. ദശമുഖൻ സീതയെ അപഹരിച്ചതും, തടയാൻ ശ്രമിച്ച തനിക്ക് രാവണനുമായി യുദ്ധം ചെയ്യേണ്ടി വന്നതും, രാവണൻ തന്റെ പക്ഷങ്ങളറുത്ത് തന്നെ ആക്രമിച്ചതും ജടായു ശ്രീരാമനോട് പറഞ്ഞു. അതിനുശേഷം ആ പക്ഷിശ്രേഷ്ഠൻ നിലം പതിച്ചു. വീണ്ടും സീതയ്ക്ക് വേണ്ടിയുള്ള തിരച്ചിലിനിടയിൽ തന്നേയും ലക്ഷ്മണനേയും തിന്നാൻ വേണ്ടി പാഞ്ഞടുത്ത കബന്ധനെ കൊന്നു. തുടർന്നുള്ള യാത്രയിൽ ഭഗവദ് ഭക്തയായ ശബരിക്ക് മുക്തി നൽകി.

ദശകം 35 - രാമാവതാരവർണ്ണനം തുടർച്ച

ഭഗവാൻ ശ്രീരാമൻ ഹനുമാന്റെ സഹായത്തോടെ സുഗ്രീവനുമായി, സീതാന്വേഷണത്തിന് ശ്രീരാമനേയും അതിന് പകരമായി ബാലിവധത്തിന് സുഗ്രീവനേയും പരസ്പരം സഹായിക്കാം എന്ന് സഖ്യം ചെയ്തു. എന്നാൽ ശ്രീരാമന്റെ കഴിവിൽ സുഗ്രീവന് സംശയം തോന്നി. തന്റെ ശക്തി തെളിയിക്കാൻ ശ്രീരാമൻ ഒറ്റ ബാണം കൊണ്ട് ഏഴ് കരിമ്പനകളെ ഒരുമിച്ച് മുറിച്ചു വീഴ്ത്തുകയും ദുന്ദുഭി എന്ന അസുരനെ ഒരു വിരൽ കൊണ്ട് പൊക്കിയെടുത്തെറിയുകയും ചെയ്തു. ബാലിസുഗ്രീവയുദ്ധത്തിൽ സുഗ്രീവനെ നിഗ്രഹിക്കാൻ പുറപ്പെട്ട അതിബലവാനായ ബാലിയെ ഭഗവാൻ മറഞ്ഞിരുന്നു അമ്പെയ്ത് നിഗ്രഹിച്ചു. അതിനു ശേഷം മതംഗാശ്രമത്തിനടുത്ത് സീതയുടെ വേർപാടിൽ ദുഖിച്ച് വർഷക്കാലം മുഴുവനും കഴിച്ചുകൂട്ടി.

വർഷക്കാലത്തിനുശേഷവും സുഗ്രീവൻ സീതാന്വേഷണത്തിന് വരുന്നില്ലെന്നു കണ്ടപ്പോൾ, ശ്രീരാമന്റെ നിർദ്ദേശമനുസരിച്ച് ലക്ഷ്മണൻ കിഷ്കിന്ധയിലെത്തി സുഗ്രീവനെ ശാസിച്ചു. സുഗ്രീവൻ സീതാന്വേഷണത്തിന് വേണ്ടി വാനരപ്പടകളെ നാനാ ദിക്കുകളിലേക്കും അയക്കാൻ തയ്യാറായി. ശ്രീരാമൻ ഹനുമാന്റെ കയ്യിൽ തന്റെ അംഗുലീയം അടയാളവാക്യത്തോടെ കൊടുത്തു. പ്രയത്നശീലരായ

വാനരന്മാർ സീതാന്വേഷണം ആരംഭിച്ചു. രാമകഥ ശ്രവിച്ച് തന്റെ കരിഞ്ഞുപോയ ചിറകുകൾ മുളച്ചു വന്ന സമ്പാതി എന്ന പക്ഷിശ്രേഷ്ഠൻ (ജടായു വിന്റെ ജ്യേഷ്ഠൻ) പറന്നു പോകുന്നതിനു മുൻപായി സീതയെ പറ്റിയുള്ള വൃത്താന്തങ്ങൾ വാനരൻമാർക്ക് പറഞ്ഞുകൊടുത്തു. ശ്രീരാമനെ പ്രാർത്ഥിച്ച് ഹനുമാൻ സമുദ്രം ചാടിക്കടന്ന് ലങ്കയിലെത്തി. ഹനുമാൻ ലങ്കയിലെ അശോകവനിയിലിരിക്കുന്ന സീതയെ കണ്ട് ശ്രീരാമൻ ഏൽപ്പിച്ച അംഗുലീയം നൽകുകയും, പകരം കിട്ടിയ ചൂഡാമണി കടൽ കടന്ന് ചെന്ന് ശ്രീരാമനെ ഏൽപ്പിക്കാമെന്നേൽക്കുകയും ചെയ്തു. ഹനുമാൻ തന്റെ വരവ് രാക്ഷസന്മാരെ അറിയിക്കാനെന്നോണം ലങ്കയിലെ ഉദ്യാനങ്ങൾ തല്ലി തകർത്തു. രാവണപുത്രനായ അക്ഷയകുമാരനെ വധിച്ചു. രാവണന്റെ മൂത്ത പുത്രൻ ഇന്ദ്രജിത്ത് ഹനുമാനെ ബ്രഹ്മാസ്ത്രം കൊണ്ട് ബന്ധിക്കുകയും രാവണന്റെ മുന്നിൽ എത്തിക്കുകയും ചെയ്തു. പിന്നീട് രാവണന്റെ നിർദ്ദേശമനുസരിച്ച് രാക്ഷസന്മാർ ഹനുമാന്റെ വാലിനു തീ കൊടുത്തു. ഹനുമാൻ ലങ്ക മുഴുവൻ തന്റെ വാൽ കൊണ്ട് അഗ്നിക്കിരയാക്കി. ലങ്കാ-ദഹനത്തിന് ശേഷം കടൽ കടന്ന് സീത തന്റെ കയ്യിൽ ഏൽപ്പിച്ച ചൂഡാമണി ശ്രീരാമന്റെ തൃക്കൈകളിൽ ഏൽപ്പിച്ചു. രാവണ നിഗ്രഹത്തിനായി പുറപ്പെട്ട ശ്രീരാമൻ ഹനുമാൻ, സുഗ്രീവൻ, അംഗദൻ എന്നിവരുടെ നേതൃത്വത്തിലുള്ള വാനരപ്പടയോടു കൂടി സമുദ്രതീരത്തെത്തി. അവിടെ വെച്ച് രാവണ-

സഹോദരനായ വിഭീഷണൻ ശ്രീരാമനെ അഭയം പ്രാപിച്ചു. വിഭീഷണനിൽ നിന്ന് രാവണന്റെ വൃത്താന്തങ്ങൾ കേട്ട ശേഷം ലങ്കയിലേക്ക് സമുദ്ര-ത്തിലൂടെയുള്ള വഴി സുഗമമാക്കാൻ ശ്രീരാമൻ വരുണദേവനോട് ആവശ്യപ്പെട്ടു. ഈ അപേക്ഷ കൈക്കൊള്ളാത്ത വരുണന്റെ നേർക്ക്, ശ്രീരാമൻ കോപത്തോടെ ആഗ്നേയാസ്ത്രം പ്രയോഗിക്കാ-നൊരുങ്ങിയപ്പോൾ ഭയാക്രാന്തനായ സമുദ്രം ഭഗവാൻ ശ്രീരാമന് കടൽ കടക്കുവാനുള്ള ഉപായം പറഞ്ഞു കൊടുത്തു. വാനരന്മാർ പർവ്വതങ്ങളും കല്ലുകളും ഉപയോഗിച്ച് സമുദ്രത്തിൽ ചിറകെട്ടി.

ശ്രീരാമൻ ലക്ഷ്മണനുമൊത്ത് വാനരസേന-യോടൊപ്പം ലങ്കയിൽ എത്തി. ലങ്കേശ്വര സേന-യുമായി ഏറ്റുമുട്ടി. തന്റെ വാനരസൈന്യമുപയോഗിച്ച് രാക്ഷസന്മാരെ മർദ്ദിച്ചു. രാവണന്റെ പുത്രനായ ഇന്ദ്രജിത്ത് നാഗാസ്ത്രത്താൽ ശ്രീരാമന്റെ സേനയെ ബന്ധിച്ചു. ഗരുഡൻ തന്റെ ചിറക് വീശി അത് ബന്ധനവിമുക്തമാക്കി. ഇന്ദ്രജിത്തിന്റെ ശൂലത്താൽ മോഹാലസ്യപ്പെട്ടുപോയ ലക്ഷ്മണനെ ഹനുമാൻ കൊണ്ടുവന്ന മൃതസഞ്ജീവനി നല്കി ഉണർത്തി. പിന്നീട് മേഘനാഥനെ ലക്ഷ്മണൻ വധിച്ചു. ഭഗവാൻ ശ്രീരാമൻ രാവണ സഹോദരനായ കുംഭകർണ്ണനേയും വധിച്ചു. കുംഭകർണ്ണനു ശേഷം രാവണവധത്തിന് തയ്യാറായ ശ്രീരാമൻ രാവണന്റെ പത്തു തലകളും ബ്രഹ്മാസ്ത്രം കൊണ്ടറുത്ത് രാവണനെ വധിച്ചു. രാവണവധത്തിനുശേഷം സീതയെ വീണ്ടെടുത്ത്

അഗ്നിപ്രവേശം ചെയ്യിച്ച് ശുദ്ധയാക്കി സ്വീകരിച്ചു. യുദ്ധത്തിൽ മരിച്ച കപികുലത്തെ ദേവന്മാരുടെ അനുഗ്രഹത്താൽ ജീവിപ്പിച്ചു.വിഭീഷണനെ ലങ്ക-യിലെ രാജാവാക്കി വാഴിച്ചു. ഇവർക്കൊപ്പം സീതാ-സമേതനായി പുഷ്പക വിമാനത്തിൽ അയോധ്യ-യിലേക്ക് യാത്രയായി.

അയോധ്യയിലെത്തി ദിവ്യ ഔഷധങ്ങളാൽ അഭിഷേകം ചെയ്യപ്പെട്ട ഭഗവാൻ പതിനായിരംവർഷം സുഖമായി രാജ്യം ഭരിച്ചു. എന്നാൽ ഒരു വർഷം രാവണ ഗൃഹത്തിൽ താമസിച്ച സീതയെ ശ്രീരാമൻ സ്വീകരിച്ചു എന്നതറിഞ്ഞ് ജനങ്ങൾക്കിടയിൽ പല രീതിയിലുമുള്ള അഭിപ്രായങ്ങളുണ്ടായി. അനന്തരം സീതയെ കുറിച്ചുള്ള ജനാപവാദം സഹിക്കാനാകാതെ ഗർഭിണിയായ സീതാദേവിയെ കാട്ടിലുപേക്ഷിക്കാൻ, ശ്രീരാമൻ ലക്ഷ്മണനോട് കല്പിച്ചു. വാത്മീകി മഹർഷിയുടെ ആശ്രമ പരിസരത്താണ് സീതാ-ദേവിയെ ഉപേക്ഷിച്ചത്. ഈ വിവരമറിഞ്ഞ മഹർഷി സീതയെ തന്റെ ആശ്രമത്തിലേയ്ക്ക് കൂട്ടിക്കൊണ്ടു പോയി. ഇതിനിടയിൽ ശ്രീരാമൻ ശത്രുഘ്നനെ പറഞ്ഞയച്ച് ലവണൻ എന്ന രാക്ഷസനെ വധിച്ചു. ഭഗവാനാൽ ഉപേക്ഷിക്കപ്പെട്ട സീതാദേവി വാത്മീകി-യുടെ ആശ്രമത്തിൽ ഇരട്ടക്കുട്ടികൾക്ക് ജന്മം നൽകി ഇവരാണ് ലവകുശന്മാർ. പുത്രന്മാർ വളർന്നു വലുതായി.

ഒരിക്കൽ ഭഗവാന്റെ യജ്ഞം നടക്കുന്നിടത്ത് ലവകുശന്മാർ വാത്മീകിയാൽ രചിക്കപ്പെട്ട രാമായണ കഥ മനോഹരമായി ആലപിച്ചു. വാത്മീകിയിൽ നിന്ന് കാര്യങ്ങൾ മനസ്സിലാക്കിയ ശ്രീരാമൻ വീണ്ടും സീതയെ സ്വീകരിക്കാൻ തയ്യാറായി. ഭാര്യാഭർത്താക്കന്മാർ ഒരുമിച്ച് ചെയ്യേണ്ട അശ്വമേധയാഗത്തിൽ ഭഗവാൻ സീതയ്ക്ക് പകരം സീതയുടെ സ്വർണ്ണവിഗ്രഹം വച്ചാണ് യാഗം നടത്തിയത്. ലവകുശന്മാരുടെ ഗാനം കേട്ട് ശ്രീരാമൻ തന്റെ പുത്രന്മാരെ തിരിച്ചറിഞ്ഞു. സീതയെ സ്വീകരിക്കാൻ തയ്യാറായപ്പോൾ സീതാദേവി യാഗസദസ്സിൽ എത്തി. ഭർത്താവിനെ ഒഴിച്ച് മറ്റാരെയും താൻ ഇതുവരെ സ്നേഹിച്ചിട്ടില്ലെന്നും, ഈ വാക്കുകൾ സത്യമാണെങ്കിൽ എന്നെ അനുഗ്രഹിക്കണമേ അമ്മേ എന്നും പറഞ്ഞു. ഉടനെ ഭൂമിദേവി, സീതാദേവിയെ രത്നസിംഹാസനത്തിൽ പാതാളത്തിലേക്ക് കൊണ്ടു പോകുകയും ചെയ്തു. ഒരു ദിവസം ശ്രീരാമന് സ്വർഗ്ഗാരോഹണത്തിന് സമയമായി എന്ന് പറയുവാൻ ധർമ്മരാജാവ് അയോദ്ധ്യാപുരിയിൽ എത്തി. തങ്ങൾ സംസാരിക്കുന്നതിനിടയ്ക്ക് ആരുവന്നാലും അവരെ ഉപേക്ഷിക്കുകയോ വധിക്കുകയോ ചെയ്യണമെന്ന് അദ്ദേഹം ലക്ഷ്മണനോട് അഭ്യർത്ഥിച്ചു. പക്ഷേ ക്ഷിപ്രകോപിയായ ദുർവസാവ്മഹർഷി ശ്രീരാമനെ സന്ദർശിക്കാൻ വന്നു. ശ്രീരാമനെ വിവരമ-റിയിച്ചില്ലെങ്കിൽ മഹർഷിയുടെ ശാപം കൊണ്ട് വംശം മുടിയുമെന്നതിനാൽ, ദുർവാസാവിന്റെ ആഗമനം

അറിയിക്കുവാൻ ലക്ഷ്മണൻ ശ്രീരാമന്റെ അടുത്തെത്തി. അങ്ങിനെ ലക്ഷ്മണൻ ശ്രീരാമനാൽ വധിക്കപ്പെടേണ്ടവനായി.

വധവും പരിത്യാഗവും തുല്യമാണെന്നതുകൊണ്ട് കാലദേവന്റെ ആജ്ഞയനുസരിച്ച് ശ്രീരാമൻ ലക്ഷ്മണനെ ഉപേക്ഷിച്ചു. പിന്നീട് തന്റെ ഭക്തരോടൊപ്പം ഭഗവാൻ സരയൂനദിയിൽ ഇറങ്ങുകയും വൈകുണ്ഠലോകം പ്രാപിക്കുകയും ചെയ്തു.

ദശകം 36 - പരശുരാമാവതാരം

അത്രിമഹർഷിക്ക് അനസൂയയിൽ പിറന്ന ദത്തൻ എന്ന പുത്രൻ ഭഗവാന്റെ അവതാരമാണ്. അദ്ദേഹം ശിഷ്യന്മാർ ഉണ്ടാകുന്നതിൽ നിരുത്സാഹപ്പെട്ട് ശിഷ്യരെ ഉപേക്ഷിച്ച് ഭാര്യാസമേതം സഞ്ചരിക്കവേ ഭഗവദ് ഭക്തനായ കർത്തവീര്യാർജുനനെ കണ്ടു. അഷ്ടൈശ്വര്യങ്ങളും അവസാനകാലത്ത് തന്റെ കൈ കൊണ്ടു തന്നെ മരണമടയുവാനുള്ള ഭാഗ്യവും ഭഗവാൻ കാർത്തവീര്യാർജ്ജുനന് വരമായി കൊടുത്തു. ഈ വരം സത്യമാകാനും ബ്രഹ്മദ്വേഷികളായ സകല ക്ഷത്രിയരെയും കൊല ചെയ്ത് ഭൂഭാരം തീർക്കുന്നതിനും വേണ്ടി ഭഗവാൻ ഭൃഗുവംശത്തിൽ ജമദഗ്നിമഹർഷിയുടെയും രേണുകയുടെയും ഇളയ പുത്രനായ രാമനായി അവതരിച്ച് പ്രസിദ്ധനായി തീരുകയും മാതാപിതാക്കളെ സന്തോഷിപ്പിക്കുകയും ചെയ്തു. പതിന്നാല് വയസ്സാകുമ്പോഴേക്കും വേദ

ങ്ങൾ മുഴുവനും പഠിച്ചു. ഒരിക്കൽ രേണുകാദേവി ഗംഗയിലേക്ക് വെള്ളം കൊണ്ടുവരുവാൻ പോയ-പ്പോൾ അവിടെ അപ്സരസ്ത്രീകളോടൊപ്പം ജല-ക്രീഡ നടത്തിയിരുന്ന ചിത്രരഥൻ എന്ന ഗന്ധർവ്വ രാജാവിൽ അല്പം ആസക്തി തോന്നി. ചിത്രരഥനെ നോക്കി നിന്ന് സമയം പോയതറിയാതെ അല്പം വൈകിയാണ് ആശ്രമത്തിൽ തിരിച്ചെത്തിയത്. ധർമ്മപത്നിയുടെ മാനസിക വ്യഭിചാരം മനസ്സി-ലാക്കിയ ജമദഗ്നിമഹർഷി തന്റെ അഞ്ചു പുത്ര-ന്മാരെയും വിളിച്ച് അമ്മയുടെ കഴുത്തറുക്കാൻ പറഞ്ഞു. എന്നാൽ നാലു പുത്രന്മാരും അതിനു തയ്യാറായില്ല. പക്ഷേ പരശുരാമൻ ഉടൻ തന്നെ അച്ഛന്റെ കൽപ്പന അനുസരിക്കുകയും അമ്മയുടെ കഴുത്തറുക്കുകയും ചെയ്തു. കൂടാതെ എല്ലാ ജേഷ്ഠന്മാരെയും കഴുത്തറുത്ത് കൊന്നു. ജമദഗ്നി മഹർഷി, കോപം ശമിച്ചപ്പോൾ മകന്റെ ധൈര്യ-ത്തിലും ആജ്ഞാനുവർത്തിത്വത്തിലും സന്തുഷ്ട-നാവുകയും പരശുരാമന് വരങ്ങൾ നൽകി അനുഗ്രഹിക്കുകയുംചെയ്തു. മരിച്ചവരുടെ ജീവൻ തിരിച്ചു കിട്ടാനുള്ള വരമാണ് അദ്ദേഹം വാങ്ങിയത്. അങ്ങിനെ അമ്മയ്ക്കും സഹോദരങ്ങൾക്കും ജീവൻ തിരിച്ചു കിട്ടി അവരെ പൂർവസ്ഥിതിയിലാക്കി.

ജമദഗ്നി മഹർഷി, ഭാര്യയായ രേണുകാദേവിയുടെ സന്തോഷത്തിന് വേണ്ടി കാമധേനുവിനെ തന്റെ ആശ്രമത്തിൽ വരുത്തി. കാമധേനുവിനോടുകൂടിയ ഈ ആശ്രമത്തിൽ നിന്ന് പരശുരാമനായ ഭഗവാൻ

കുലഗുരുവയ ഭൃഗുമുനിയുടെ ഉപദേശപ്രകാരം ഹിമാലയത്തിൽ ചെന്ന് തപസ്സുചെയ്ത് ശിവനെ പ്രസാദിപ്പിച്ചു. ശിവനിൽ നിന്ന് ബ്രഹ്മാസ്ത്രവും, പരശുവും (വെൺ മഴു) വരങ്ങളായി സ്വീകരിച്ചു. തിരിച്ചുവരുമ്പോൾ ഒരു മഹർഷിയെ സിംഹം ആക്രമിക്കുന്നത് കണ്ടു. അപ്പോൾ സിംഹത്തിൽ നിന്നും മഹർഷിയെ രക്ഷിച്ചു. അകൃതവർണ്ണൻ എന്ന ആ മഹർഷിയെ മിത്രമാക്കി. ഒരിക്കൽ കാർത്ത-വീര്യാർജ്ജുനൻ നായാട്ടിനായി ജമദഗ്നിമഹർഷിയുടെ ആശ്രമത്തിൽഎത്തി. ജമദഗ്നി മഹർഷി കാമധേനു-വിന്റെ മാഹാത്മ്യത്താൽ സ്വർഗീയ വിഭവങ്ങൾ നൽകി അദ്ദേഹത്തെ സൽക്കരിച്ചു. സ്വന്തം രാജാധിയിലേക്ക് തിരിച്ചുപോയ രാജാവിന് ഈ ദിവ്യവസ്തുക്കൾ നൽകുന്ന കാമധേനുവിനെ കിട്ടിയാൽ കൊള്ളാമെന്നു തോന്നി. ചില ദുഷ്ടന്മാരായ മന്ത്രിമാരുടെ ഉപദേശ-ത്താൽ കാമധേനുവിനെ തന്റെ ആശ്രമത്തി-ലെത്തിക്കാൻ അയാൾ ഉത്തരവിട്ടു. പരശുരാമന്റെ പിതാവ് ഇതിനെ എതിർത്തപ്പോൾ അവൻ ജമദഗ്നി മഹർഷിയെ കൊലപ്പെടുത്തി. കരയുന്ന പശു-വിനെയും കുട്ടിയെയും അവർ മാഹിഷ്മതി നഗരിയിലേക്ക് കൊണ്ടുപോയി. ശുക്രാചാര്യൻ ജമദഗ്നി മഹർഷിക്ക് വീണ്ടും ജീവൻ നൽകി. കാർത്തവീര്യാർജുനന്റെ ചെയ്തികളെ പറ്റി ജമദഗ്നി മഹർഷി പരശുരാമനോട് പറഞ്ഞപ്പോൾ പരശുരാമൻ കോപാന്ധനായി. സ്നേഹിതനായ അകൃത-വർണ്ണനോടൊത്ത് വില്ലും, വെൺമഴുവും ശരങ്ങളു-

മെടുത്ത് തേരിൽക്കയറി കാർത്തവീര്യാർജ്ജുനന്റെ രാജധാനിയായ മാഹിഷ്മതിയിൽ എത്തി പശുവിനെ തിരികെ ചോദിച്ചു. അത് നൽകാത്തതിനാൽ അവനുമായി യുദ്ധം തുടങ്ങി. പതിനായിരം പുത്ര- ന്മാരോടും, പതിനേഴായിരം പടയോടുംകൂടി യുദ്ധം ആരംഭിച്ചു. എങ്കിലും പരശുരാമൻ തന്റെ പരശു (മഴു) കൊണ്ട് സൈന്യത്തെ വധിക്കുകയും ബാക്കി- യുള്ളവരെ ഓടിക്കുകയും ചെയ്തു. അപ്പോൾ കാർത്തവീര്യാർജ്ജുനൻ പരശുരാമനോട് ഒറ്റയ്ക്ക് യുദ്ധം ആരംഭിച്ചു. (പണ്ട് നർമ്മദാ നദിയിൽ കാർത്തവീര്യൻ ജലക്രീഡ നടത്തുമ്പോൾ തന്റെ ആയിരം കൈകൾ കൊണ്ട് ചിറ കെട്ടുകയും, വെള്ളം ഉയരുകയും, ലങ്കേശ്വരനായ രാവണൻ ആ ജലത്തിൽ മുങ്ങിപ്പൊങ്ങി കുഴങ്ങിപ്പോവുകയും ചെയ്തു. കാർത്തവീര്യൻ രാവണനെ ബന്ധിച്ച് കാരാഗ്രഹ- ത്തിൽ ഇട്ട് രാവണന്റെ അഹങ്കാരം ശമിപ്പിച്ചു.) ആയിരം കൈകളിൽ ആയുധങ്ങളുമായി പരശു- രാമനോട് യുദ്ധം ചെയ്യാൻ കാർത്തവീര്യൻ തയ്യാറെടു- ത്തെങ്കിലും ഇതെല്ലാം പരശുരാമൻ തടഞ്ഞു നിർത്തി. സുദർശനചക്രം പോലും ഫലിക്കാതായപ്പോൾ അങ്ങ് മഹാവിഷ്ണുവാണെന്ന് രാജാവ് തിരിച്ചറിഞ്ഞു. അവന്റെ ആയിരം കൈകളും പരശുരാമൻ വെട്ടിക്കളയുകയും, അവനെ നിഗ്രഹിക്കുകയും ചെയ്തു. ഇതിൽ കോപം പൂണ്ട കാർത്തവീര്യന്റെ പുത്രന്മാർ ജമദഗ്നി മഹർഷിയെ കൊന്നു. ഭർത്താവിന്റെ മൃതശരീരം കണ്ട് പൊട്ടിക്കരയുന്ന

അമ്മയെ ദർശിച്ച്, എത്ര തവണ അമ്മ മാറത്തടിക്കുന്നുവോ അത്ര തവണ ഞാൻ ക്ഷത്രി‌യരെ കൊന്നൊടുക്കും എന്ന് പരശുരാമൻ പ്രതിജ്ഞ ചെയ്തു. (ഇരുപത്തി ഒന്ന് തവണയാണ് അമ്മ മാറത്തടിച്ചത്.) അങ്ങിനെ ക്ഷത്രിയരെ കൊന്നൊ‌ടുക്കി ഭൂമി മുഴുവൻ ക്ഷത്രിയ ശൂന്യമായി. പിതാവിനെ പുനരുജ്ജീവിപ്പിച്ച പരശുരാമരൂപിയായ ഭഗവാൻ 21 തവണ രാജകുലത്തെ ജയിച്ച് സമന്തപഞ്ചകം എന്ന സ്ഥലത്ത് പിതൃതർപ്പണം നടത്തി. യാഗാവസാന‌ത്തിൽ ഭൂമി മുഴുവനും കശ്യപാദികൾക്ക് ദാനം ചെയ്തു. ഒടുവിൽ സാല്വനുമായി യുദ്ധം ചെയ്യാൻ ഒരുങ്ങിയപ്പോൾ ഇവനെ കൊല്ലരുത് ഇവൻ കൃഷ്ണ‌നാൽ വധിക്കപ്പെടേണ്ടവനാണ് എന്ന് സനകാദികൾ വിലക്കി. പരശുരാമൻ പിന്നീട് മഹേന്ദ്ര പർവത‌ത്തിൽ തപസ്സ് ചെയ്യാനാരംഭിച്ചു. ഗോകർണ്ണം വരെയുള്ള കര മുഴുവൻ വെള്ളം മൂടി കിടന്നിരുന്നതു കണ്ട് മഹർഷിമാരുടെ അഭ്യർത്ഥനപ്രകാരം സമുദ്ര‌ത്തെ ഭയപ്പെടുത്തി യാഗ തവി(സ്രുവം) എറിഞ്ഞ് സമുദ്രത്തെ രണ്ട് ഭാഗത്തേക്ക് മാറ്റി കേരളത്തെ ഉയർത്തിയെടുത്തു.

കേരളത്തിന്റെ മറ്റൊരു ഐതിഹ്യം: പാതാളത്തിൽ ചാമ്പലായി കിടന്നിരുന്ന സഗര പുത്രന്മാരുടെ ഉദക ക്രിയക്കുവേണ്ടി ഭഗീരഥൻ തപസ്സിനാൽ ഗംഗയെ ഭൂമിയിലേയ്ക്ക് വരുത്തിയപ്പോൾ സമുദ്രം കര കവിഞ്ഞു. അവിടെ സഗരന്മാർ കുഴിച്ച സ്ഥലങ്ങൾ സാഗരങ്ങളായി മാറി. ഗോകർണ ക്ഷേത്രവും വെള്ള-

ത്തിനടിയിലായി. അവിടെ തപസ്സു ചെയ്ത മഹർഷി-
മാർ പരശുരാമനെ അഭയം പ്രാപിച്ചു. പരശുരാമൻ
ധ്യാനനിരതനായി. സമുദ്രതീരത്ത് വന്ന് അമ്പും വില്ലും
ആകാശത്തേക്ക് അയച്ച് ഒരു മുറം അഥവാ
ശൂർപ്പംകടലിലേക്ക് എറിഞ്ഞു ഇത് എറിഞ്ഞ സ്ഥലം
വരെയുള്ള കടൽ മാറി കരയായി തീർന്നു. ഇതാണ്
കേരളം.

ദശകം 37 - കൃഷ്ണാവതാര കാരണം

ദേവാസുരയുദ്ധത്തിൽ ഭഗവാൻ മഹാവിഷ്ണു നിഗ്രഹിച്ച അസുരന്മാർ മോക്ഷം ലഭിക്കാതെ ഭൂമി-യിൽ ദുഷ്ട രാജാക്കന്മാരായി ജന്മമെടുത്തു. ഇവരുടെ ഭാരം താങ്ങാൻ കഴിയാതെ ഭൂമീദേവി ബ്രഹ്മദേവനെ അഭയം പ്രാപിച്ചു. ഞാൻ മുങ്ങിത്താണു കൊണ്ടിരി-ക്കുകയാണ് എന്നെ എങ്ങിനെയെങ്കിലും രക്ഷി-ക്കണം, എന്ന് ഭൂമീദേവി കേണപേക്ഷിച്ചു. ബ്രഹ്മ-ദേവൻ ഭഗവാനെ മനസ്സിൽ ധ്യാനിച്ചു ഭൂമിയോട് പറഞ്ഞു. ഇതിന് അറുതി വരുത്തുവാൻ മഹാ-വിഷ്ണുവിന് മാത്രമേ കഴിയൂ. അങ്ങിനെ സാക്ഷാൽ പരമശിവനെയും കൂട്ടി ബ്രഹ്മാവും മറ്റു ദേവന്മാരും പാൽക്കടലിലേക്ക് വന്നു. ദേവന്മാർ ഭഗവാന്റെ തൃപ്പാദത്തെ സ്മരിക്കാൻ തുടങ്ങി. ഭഗവാന്റെ മനസ്സിലുള്ള കാര്യം ബ്രഹ്മദേവനും മനസ്സിലായി. അദ്ദേഹം മറ്റുള്ളവരോട് പറഞ്ഞു. ദുഷ്ട രാജാക്കന്മാർക്ക് അറുതി വരുത്തുവാൻ ഭഗവാൻ സമഗ്രാത്മാവായി ജനിക്കും. ദേവന്മാരും ദേവാംഗന-മാരും വൃഷ്ണികുലത്തിൽ ഭഗവാനെ സേവിക്കാ-നായി ജനിക്കും. ഇതു കേട്ട് സന്തുഷ്ടരായി എല്ലാവരും സ്വസ്ഥാനങ്ങളിലേയ്ക്ക് തിരിച്ചുപോയി.

അനന്തരം ഭഗവദ് സാന്നിദ്ധ്യം കൊണ്ട്, മഥുരാപുരിയിൽ ശൂരസേനപുത്രനായ വസുദേവർ ദേവകപുത്രിയെ വിവാഹം ചെയ്തു. വിവാഹത്തിനു ശേഷം ദേവകിയുടെ സഹോദരനായ കംസൻ

ദമ്പതികളെ തേരിലിരുത്തി സ്വയം തേരാളിയായി യാത്ര ചെയ്യുമ്പോൾ ആകാശത്തുനിന്ന്, "ദേവകിയുടെ എട്ടാമത്തെ പുത്രൻ, പരമ ദുഷ്ടനായ നിന്നെ വധിക്കും" എന്ന് ഒരു അശരീരി കേട്ടു. ഇതു കേട്ടയുടനെ കംസൻ തേര് നിർത്തി ദേവകിയെ കൊല്ലാൻ വാളൂരി. ദേവകിയെ കൊന്നാൽ പിന്നെ പുത്രന്മാർ ഉണ്ടാകില്ലല്ലോ എന്ന് കരുതിയാണ് കംസൻ ഇപ്രകാരം ചെയ്യാനൊരുങ്ങിയത്. ഒടുവിൽ വസുദേവർ തങ്ങളുടെ കുട്ടികളെയെല്ലാം കംസന്റെ മുന്നിൽ സമർപ്പിച്ചു കൊള്ളാം എന്ന വാഗ്ദാനം ചെയ്തു. ഇതുകേട്ട് സന്തുഷ്ടനായ കംസൻ ദേവകിയെ കൊട്ടാരത്തിലേക്ക് കൂട്ടിക്കൊണ്ടുപോയി. അവർക്ക് ആദ്യത്തെ പുത്രൻ ജനിച്ചപ്പോൾ കംസൻ ഈ വിവരം അറിഞ്ഞു. എന്നാൽ അവനോട് അല്പ സ്നേഹം തോന്നിയതിനാൽ ആ കുട്ടിയെ വധിച്ചില്ല. പക്ഷേ ഭഗവാന്റെ ഇച്ഛയനുസരിച്ച് എത്തിയ നാരദമഹർഷി പറഞ്ഞു "മായാവിയായിരിക്കുന്ന മഹാ-വിഷ്ണു ദേവന്മാരുടെ പ്രാർത്ഥന പ്രകാരം അസുര രാജാക്കന്മാരെ കൊല്ലുവാനായി ദേവകിയുടെ എട്ടാമത്തെ പുത്രനായി അവതരിക്കും. ആദ്യത്തെ ഏഴു പുത്രന്മാരെ വധിച്ചില്ലെങ്കിൽ അവർ എട്ടാമത്തെ പുത്രനെ സഹായിക്കും അതിനാൽ നിനക്ക് എട്ടാമത്തെ പുത്രനെ കൊല്ലാൻ സാധിക്കുകയില്ല". ഈ അറിയിപ്പ് കേട്ട കംസൻ യാദവർക്കുള്ള അവകാശങ്ങൾ നിഷേധിക്കുകയും അവരെ സ്ഥാന-ഭ്രഷ്ടരാക്കുകയും ചെയ്തു. വസുദേവപുത്രന്മാരെ

ജനിച്ച ഉടൻതന്നെ കൊന്നൊടുക്കാൻ തുടങ്ങി. ദേവകിയുടെ ഏഴാം ഗർഭത്തിലെ കുഞ്ഞിനെ ഭഗവാൻ തന്റെ ആജ്ഞായാൽ രോഹിണിയുടെ ഗർഭ-പാത്രത്തിൽ എത്തിച്ചു. ഭഗവാൻ ദേവകിയുടെ ഗർഭത്തിലും പ്രവേശിച്ചു. ഇത് കണ്ട് ദേവന്മാർ സന്തോഷത്തോടെ ഗാനങ്ങൾ ആലപിച്ചു .

ദശകം 38 - ശ്രീകൃഷ്ണാവതാരം

ഭഗവാന്റെ അവതാര സമയത്ത് ആ ദിവ്യമംഗള രൂപത്തിൽ നിന്നുള്ള ശോഭ എല്ലായിടത്തും പരന്നു. പാതിരാത്രിയിൽ ചന്ദ്രോദയ സമയത്ത് ലോകത്തിന്റെ മുഴുവൻ ദുഃഖം അകറ്റാൻ ഭഗവാൻ ശ്രീകൃഷ്ണനായി അവതരിച്ചു. ഭഗവാൻ ശിശുരൂപത്തിൽ ആണെങ്കിലും ദൈവീകമായ കിരീടം, മുത്തുമാലകൾ എന്നിവ-യണിഞ്ഞ് പാഞ്ചജന്യം, സുദർശനം, കൗമോദകി എന്നിവ വഹിക്കുന്ന തൃക്കൈകളോടുകൂടിയാണ് അവതരിച്ചത്. ഈ വൈഷ്ണവ ദിവ്യവിഗ്രഹത്തെ കണ്ട വസുദേവർ ഗദ്ഗദകണ്ഠനായി ഭഗവാനെ സ്തുതിച്ചു. ദേവകിയും ഭഗവാനെ വാഴ്ത്തി സ്തുതിച്ചു. ഭഗവാൻ കഴിഞ്ഞ രണ്ട് ജന്മങ്ങളിലും ഇവരുടെ പുത്രനായി താൻ ജനിച്ച വൃത്താന്തങ്ങൾ അവർക്ക് വിശദീകരിച്ചു കൊടുത്തു. അതിനുശേഷം മനുഷ്യശിശുവായി മാറി. ചാക്ഷുഷൻ എന്ന മനുവിന്റെ ഭരണകാലത്ത് വസുദേവരും ദേവകിയും അവരുടെ ആദ്യ ജന്മത്തിൽ സുതപസ്സ് മഹർഷിയും പ്രശ്നിയു-മായിരുന്നു. അവർ പന്ത്രണ്ടായിരം കൊല്ലം തപസ്സു

ചെയ്ത് മഹാവിഷ്ണുവിനെ പ്രത്യക്ഷനാക്കി. വിഷ്ണു തന്റെ പുത്രനായി ജനിക്കണം എന്ന വരം നേടി. പ്രശ്നിഗർഭൻ എന്ന പേരിൽ വിഷ്ണു അവരുടെ പുത്രനായി ജനിച്ചു. അടുത്ത മന്വന്തര- ത്തിൽ വൈവസ്വതമനുവിന്റെ കാലത്ത് ഇവർ കശ്യപനായും അദിതിയായും പുനർജന്മമെടുത്തു. പ്രാർത്ഥനയുടെ ഫലമായി മഹാവിഷ്ണു ഇവരുടെ പുത്രനായി ജനിച്ചു. ഇതാണ് വാമനാവതാരം. ഈ ജന്മത്തിൽ കശ്യപന് വേറെയും ഭാര്യമാർ ഉണ്ടായിരുന്നു. (സുരസ) ഒരിക്കൽ യാഗം നടത്താനായി എല്ലാം തയ്യാറാക്കിയെങ്കിലും യാഗ- ത്തിനുള്ള പശുവിനെ കിട്ടിയില്ല. കശ്യപൻ വരുണന്റെ ആലയത്തിൽ നിന്നും പശുവിനെ മോഷ്ടിച്ചു കൊണ്ടുവന്നു. അദിതിയും സുരസയും പശുവിനെ ആശ്രമത്തിൽ ഒളിപ്പിച്ചു. കുപിതനായ വരുണൻ ബ്രഹ്മാവിനോട് പരാതി പറഞ്ഞു. പശുവിനെ മോഷ്ടിച്ചതിനാൽ കശ്യപൻ ഗോപാലനായും അദിതിയും സുരസയും ഗോപാലന്മാരുടെ ഭാര്യ- മാരായും ജനിക്കട്ടെ എന്ന് വരണനും ബ്രഹ്മാവും കൂടി ശപിച്ചു. ഇവർ വസുദേവരായും, ദേവകിയും, രോഹിണിയുമായും ജന്മമെടുത്തു. വസുദേവ- രുടെയും ദേവകിയുടേയും പുത്രനായി ജനിച്ച ശ്രീകൃഷ്ണനാണ് മൂന്നാമത്തെ ജന്മം. ഭഗവാന്റെ നിയോഗ പ്രകാരം നന്ദഗോപരുടെ മകളെ ദേവകി- യുടെ അരികിലും പകരം ഭഗവാനെ അമ്പാടിയിലെ യശോദയുടെ അടുത്തും കിടത്തി. ഭഗവാന്റെ ജനന

സമയത്ത് നന്ദഗോപരുടെ ഗൃഹത്തിൽ മായാഭഗവതി പെൺകുഞ്ഞായി ജനിച്ചു. ആ യോഗമായാദേവി മഥുരാപുരിയിലെ സകല ജനങ്ങളെയും യോഗനിദ്രയ്ക്ക് വിധേയമാക്കി. കാരാഗൃഹത്തിന്റെ പൂട്ടുകൾ വസുദേവർക്കായി തുറക്കപ്പെട്ടു. ഭാഗ്യവാനായ വസുദേവർ ഭഗവാനെ കയ്യിലെടുത്ത് ആദിശേഷന്റെ ആയിരം ഫണങ്ങൾക്കു കീഴിലായി, ഫണങ്ങളിലുള്ള രത്നങ്ങളുടെ പ്രകാശത്താൽ അനന്തൻ കാണിച്ചു കൊടുത്ത വഴിയിലൂടെ സഞ്ചരിച്ചു.

ദശകം 39 - യോഗമായാവർണ്ണനം

വസുദേവർ കാളിന്ദീ നദിയിലൂടെ മുന്നോട്ട് സഞ്ചരിക്കുമ്പോൾ ആകാശം മുട്ടെ ഉയർന്നു പൊങ്ങിയ കാളിന്ദീ നദിയിലെ ജലം വസുദേവരുടെ പാദം വരേയ്ക്ക് മാത്രമായി കുറഞ്ഞു. നന്ദഗോപരുടെ ഗൃഹത്തിൽ പ്രവേശിച്ച വസുദേവർ ബാലരൂപത്തിലുള്ള ശ്രീകൃഷ്ണ ഭഗവാനെ യശോദയയുടെ പ്രസവശയ്യയിൽ കിടത്തി, യോഗമായാദേവിയെ കൈകളിൽ എടുത്ത് സ്വഗൃഹത്തിൽ തിരിച്ചെത്തി. ദേവകിയുടെ കുഞ്ഞിന്റെ കരച്ചിൽ കേട്ട് പ്രസവവാർത്ത അറിഞ്ഞ കാവൽക്കാർ കംസനെ വിവരമറിയിച്ചു. ഭയാക്രാന്തനായ കംസൻ ശിശുവിനെ കാണാൻ സൂതികാഗ്രഹത്തിൽ എത്തി. സഹോദരിയുടെ കയ്യിൽ ഒരു പെൺകുട്ടിയെ കണ്ടപ്പോൾ അസന്തുഷ്ടനായി. ഏഴാമത്തെ കുട്ടി പുത്രനു പകരം പുത്രി ആണല്ലോ? ഇവൾ എങ്ങനെ തന്നെ വധിക്കും

എന്ന് ചിന്താകുലനായി. ഒടുവിൽ ഇത് മഹാ-
വിഷ്ണുവിന്റെ മായയാണെന്ന് തിരിച്ചറിഞ്ഞ് സഹോ-
ദരിയുടെ കയ്യിലിരിക്കുന്ന ആ പെൺകുഞ്ഞിനെ
പിടിച്ചു വലിച്ചു കല്ലിൽ അടിക്കാൻ തുടങ്ങിയപ്പോൾ
ആ മഹാമായ കംസന്റെ കയ്യിൽ നിന്ന് വേർപെട്ട്
ശിശുരൂപം ഉപേക്ഷിച്ച് എട്ടു കൈകളിലും ദിവ്യാ-
യുധങ്ങൾ ധരിച്ച് ആകാശമാർഗ്ഗത്തിൽ കാർത്ത്യായനീ
സ്വരൂപിണിയായി ശോഭിച്ചു. ഉടൻ ആകാശത്തുനിന്ന്
ഒരു അശരീരി കേട്ടു. "നീ എന്നെ കൊന്നതുകൊണ്ട്
എന്താണ് ഫലം? നിന്റെ അന്തകൻ ഭൂമിയിൽ ജനിച്ചു
കഴിഞ്ഞു. ഇഷ്ടാനുസരണം ആലോചിച്ച് വേണ്ടത്
ചെയ്യുക" എന്ന്. മായാദേവി അപ്രത്യക്ഷ-
മാകുകയുംചെയ്തു. ഈ ദേവിയെയാണ് ഭൂമിയിലെ
ക്ഷേത്രങ്ങളിൽ (108 ദുർഗ്ഗാലയങ്ങൾ) നാം
പൂജിക്കുന്നത്. കംസൻ ഈ അശരീരിയുടെ വിവ-
രങ്ങൾ തന്റെ മന്ത്രിമാരെ അറിയിച്ചു, ബകാസുരൻ,
പ്രലംബാസുരൻ, പൂതന എന്നിവർ കംസന്റെ
ഘാതകനെ കണ്ടുപിടിക്കുവാൻ ശ്രമിച്ചു കൊണ്ടി-
രുന്നു. അവർ ആ ദിവസങ്ങളിൽ ജനിച്ച ശിശുക്കളെ
തിരഞ്ഞ് കണ്ടുപിടിച്ച് അവരെ വധിച്ചുകൊണ്ട്
സഞ്ചാരം തുടങ്ങി. ഇതേസമയം യശോദയുടെ
പ്രസവ ശയ്യയിൽകിടന്ന് ഭഗവാൻ കൈകാൽ
കുടഞ്ഞിടറി കരഞ്ഞു. യശോദയ്ക്ക് ഒരു ബാലകൻ
ജനിച്ചതറിഞ്ഞ് നാട്ടുകാർ മഹോത്സവമായി ആഘോ-
ഷിച്ചു. തന്റെ വാർദ്ധക്യകാലത്ത് ലഭിച്ച പുത്രനെ കണ്ട്
സന്തോഷം കൊണ്ട് മതിമറന്ന് നന്ദഗോപർ,

കുഞ്ഞിന്റെ ഐശ്വര്യങ്ങൾക്കായി ബ്രാഹ്മണർക്ക് ധാരാളം സമ്മാനങ്ങൾ ദാനം നൽകി അവരെ സന്തോഷിപ്പിച്ചു.

ദശകം 40 - പൂതനാ മോക്ഷം

രാജാവായ കംസന് കപ്പം കൊടുക്കാൻ വന്ന നന്ദഗോപർ വസുദേവരെ കണ്ടു. നന്ദഗോപന് മകൻ ഉണ്ടായത് അറിഞ്ഞ താൻ അത്യധികം സന്തോഷി-ക്കുന്നു എന്നു പറഞ്ഞു. ഒപ്പം അങ്ങേയ്ക്ക് മഥുരാപുരിയിൽ പല ദുർനിമിത്തങ്ങളും കാണും, വേഗം അമ്പാടിയിലേക്ക് പോയാലും എന്നും പറഞ്ഞു. നവജാതശിശുക്കളെ കൊല്ലുവാൻ കംസൻ തന്റെ കിങ്കരവർഗ്ഗത്തെ നിയോഗിച്ചിരുന്നു. അതിൽ പൂതന എന്നൊരു സ്ത്രീ സുന്ദരീ രൂപം ധരിച്ച് ഭഗവാന്റെ അടുക്കൽ എത്തി. അവൾ ശിശുരൂപിയായ ഭഗവാനെ കയ്യിലെടുത്ത് മുലപ്പാൽ നൽകാൻ തുടങ്ങി. ഭഗവാൻ കോപിഷ്ഠനായെങ്കിലും അപരിചിതത്വം കാണി-ക്കാതെ അവരുടെ മുലപ്പാൽ കുടിച്ചു കൊണ്ടി-രുന്നു.ഭഗവാൻ ഒപ്പം ആ വിഷം തേച്ച കുചങ്ങളിലൂടെ അവളുടെ പ്രാണനും അപഹരിക്കാൻ തുടങ്ങി. ഒടുവിൽ ഇടിമുഴക്കത്തിന്റെ ശബ്ദത്തിൽ അലറി രാക്ഷസാകാരത്തോടു കൂടി കൈകൾ മലർത്തി പൂതന മലർന്നുവീണു. രാക്ഷസസ്ത്രീയുടെ അലർച്ച കേട്ട് ഗോപികമാർ ബോധം കെട്ടു. അവർ വന്ന് നോക്കിയപ്പോൾ ശിശുരൂപിയായ ഭഗവാൻ പൂതനയുടെ മാറിൽ കയറിയിരുന്ന് കളിക്കുക-

യായിരുന്നു ഗോപികമാർ ഉണ്ണിയെ വാരിയെടുത്ത്
ഉണ്ണിയുടെ ക്ഷേമത്തിനായി പ്രാർത്ഥിച്ചു.

ദശകങ്ങൾ 41 – 50

ദശകം 41 - പൂതനാശരീരദഹനം

മധുരാപുരിയിൽ വച്ച് വസുദേവർ പറഞ്ഞ ദുർനിമിത്തങ്ങളെ പറ്റി കേട്ട് ഭയപ്പെട്ട നന്ദഗോപർ വഴിയിൽ വലിയൊരു വസ്തു കിടക്കുന്നതുകണ്ട് ഭഗവാനെ വിളിച്ചു നിലവിളിച്ചു. സൂക്ഷിച്ചു നോക്കിയപ്പോൾ ഭയങ്കരിയായ ഒരു രാക്ഷസിയുടെ ജഡമാണ് അത് എന്ന് മനസ്സിലായി. തന്റെ കുഞ്ഞിന് ആപത്തൊന്നും വന്നിട്ടുണ്ടാകരുതേ എന്ന് ഭഗവാനോട് പ്രാർത്ഥിച്ചു. ഗോപന്മാർ പൂതനയുടെ ശരീരം മഴു കൊണ്ട് മുറിച്ച് ദഹിപ്പിച്ചു. ഭഗവാന്റെ ദിവ്യ വക്ത്രം കൊണ്ട് മുലപ്പാൽ കുടിച്ചതിനാൽ പൂതനയുടെ ശരീരത്തിൽ നിന്ന് ഉയർന്ന പുക സുഗന്ധമുള്ളതായിരുന്നു. ഭഗവാന്റെ സാന്നിധ്യം കൊണ്ട് ഗോകുലം ദിവസേന പുരോഗതിയിലേക്ക് ഉയർന്നു. ഗോപികമാർ ശിശുരൂപിയായ ശ്രീകൃഷ്ണനെയെടുത്ത് ലാളിക്കുകയും, ചുംബിക്കുകയും, ആശ്ലേഷിക്കുകയും ചെയ്തു. തന്റെ മടിയിൽ കിടത്തി ഭഗവാനെ മുലപ്പാലൂട്ടി യശോദാദേവി ആനന്ദത്തിലാറാടി.

ദശകം 42 - ശകടാസുര വധം

ഒരിക്കൽ കുഞ്ഞായ കൃഷ്ണന്റെ പിറന്നാൾ ദിവസം അതിഥികളെ സൽക്കരിക്കുന്ന തിരക്കിലായ യശോദ കണ്ണനെ അടുക്കളയ്ക്കടുത്ത് വെച്ചിരുന്ന ഒരു വണ്ടിയുടെ അരികിലായി കിടത്തി. അല്പസമയ-ത്തിന്ശേഷം കണ്ണനെ നോക്കാൻ ഏൽപ്പിച്ച കുട്ടികളുടെ ഭയവിഹ്വലമായ നിലവിളിയും വണ്ടി തകരുന്ന ശബ്ദവും കേട്ട് ഗോപാംഗനകൾ കണ്ണന്റെ അടുത്തേക്ക് ഓടിയെത്തി. പൊട്ടി തകർന്നു കിടക്കുന്ന വണ്ടിയുടെ നടുക്ക് യശോദയുടെ മടിയിൽ ഒരാപത്തുമില്ലാതെ ഇരുന്ന കണ്ണനെ കണ്ട് "ഇതെ-ങ്ങനെ സംഭവിച്ചു" എന്ന് അതിശയിച്ച് നന്ദഗോപർ മൂക്കത്ത് വിരൽ വെച്ച് നിന്നുപോയി. കണ്ണൻ കൈകാൽ കുടഞ്ഞ് കരഞ്ഞപ്പോൾ, കാൽ തട്ടി ശകടംവീണതാണ് എന്ന് ഒപ്പമുള്ള ബാലകർ പറഞ്ഞു. ഭഗവാന്റെ ദേഹത്ത് എവിടെയെങ്കിലും മുറിവ് പറ്റിയോ എന്ന് സ്ത്രീകൾ പരിശോധിച്ച് ഭഗവാനെ തലോടിക്കൊണ്ടിരുന്നു. ശബ്ദം കേട്ട് ഓടിവന്ന യശോദയും നന്ദഗോപരും കുഞ്ഞിനെ മാറിമാറി-യെടുത്ത് ആശ്ലേഷിച്ച് നിർവൃതി നേടി. വണ്ടിയുടെ രൂപത്തിൽ വന്ന ശകടാസുരനെയാണ് ഭഗവാൻ ഇങ്ങിനെ നിഗ്രഹിച്ചത്. ഇങ്ങനെയുള്ള ബാലലീല-കളാൽ കുഞ്ഞു കൃഷ്ണൻ ഗോകുലവാസികളെ സന്തോഷിപ്പിച്ചുകൊണ്ടിരുന്നു.

ദശകം 43 - തൃണാവർത്തവധം

ഒരു ദിവസം കണ്ണനെ കയ്യിലെടുത്ത് ലാളിക്കുന്ന സമയത്ത് ഉണ്ണിയുടെ ഭാരം കൂടിക്കൂടി വരുന്നതു കണ്ട്, ഭാരം സഹിക്കാനാകാതെ യശോദ, കണ്ണനെ ഒരു കിടക്കയിൽ കിടത്തി. കുഞ്ഞിന് അപകടമൊന്നും വരാതിരിക്കാൻ പ്രാർത്ഥിച്ചു കൊണ്ടിരുന്നു. ഈ സമയത്ത് തൃണാവർത്തൻ എന്ന അസുരൻ ഒരു ചുഴലിക്കാറ്റിന്റെ രൂപത്തിൽ ഗോകുലത്തിലെത്തി ഹൂങ്കാര ശബ്ദത്തോടെ പൊടിപടലങ്ങളാൽ ആകാശത്തെ അന്ധകാരാവൃതമാക്കി, കണ്ണനെ അപ- ഹരിച്ചു. പൊടിപടലങ്ങൾക്കിടയിലൂടെ കുഞ്ഞിനെ തിരഞ്ഞപ്പോൾ കിടക്കയിൽ കുഞ്ഞിനെ കാണാതെ വിഷമിച്ച് യശോദ ഉറക്കെ കരയാൻ തുടങ്ങി. ഭഗവാനെ കയ്യിലെടുത്ത അസുരൻ ഭഗവാന്റെ ശരീര- ഭാരം കാരണം വിഷമിച്ചു. കൃഷ്ണൻ അസുരനെ ശ്വാസം മുട്ടിച്ചുകൊണ്ടിരുന്നു. അസുരൻ കണ്ണന്റെ പിടി വിടുവിക്കാൻ വളരെയധികം ശ്രമിച്ചെങ്കിലും ഭഗവാൻ അസുരനെ മുറുകെ പിടിച്ചു കൊണ്ടേ- യിരുന്നു. ഒടുവിൽ തൃണാവർത്തൻ ആകാശത്തു- നിന്നും താഴേക്ക് പതിച്ച് ഒരു പാറക്കല്ലിൽ തലയടിച്ചു വീണു മരിച്ചു. കണ്ണനെ കാണാതെ കരഞ്ഞു തളർന്ന ഗോപവൃന്ദം പാറയുടെ മുകളിൽ ഒരു രാക്ഷസ ജഡവും ജഡത്തിനു മുകളിൽ കളിച്ചു കൊണ്ടി- രിക്കുന്ന കണ്ണനെയും കണ്ടു. ഗോപന്മാർ ഓടിച്ചെന്ന് കുഞ്ഞു കൃഷ്ണനെ കൈകളിലെടുത്തു. എല്ലാ ഗോപികമാരും കൃഷ്ണനെ മാറിമാറി ആശ്ലേഷിച്ചു.

മാതാപിതാക്കളും മറ്റു ഗോപഗണങ്ങളും കണ്ണന്റെ സംരക്ഷണത്തിനുവേണ്ടി ഭഗവാനെ പ്രാർത്ഥിച്ചു കൊണ്ടിരുന്നു.

ദശകം 44 - നാമകരണമഹോത്സവം

വസുദേവരുടെ അപേക്ഷ പ്രകാരം ജ്യോതിശാസ്ത്ര വിധഗ്ധനായ ഗർഗ്ഗമുനി ഭഗവാന്റെ നാമകരണാദി-ക്രിയകൾക്കായി നന്ദഗൃഹത്തിൽ രഹസ്യമായി എത്തി. നന്ദഗോപർ മഹർഷിശ്രേഷ്ഠനെ അർഘ്യ-പാദ്യാദികൾകൊണ്ട് പൂജിച്ച് നാമകരണം ചെയ്യാൻ അപേക്ഷിച്ചു. ഗർഗ്ഗമുനി കണ്ണനെ ശ്രീകൃഷ്ണൻ എന്നും ജേഷ്ഠസഹോദരനെ ബലരാമൻ എന്നും നാമകരണം ചെയ്തു. സച്ചിദാനന്ദ സ്വരൂപം എന്നും സർവ്വ ജഗത് പാപഹരൻ എന്നുമാണ് കൃഷ്ണന്റെ അർത്ഥം. കൃഷ്ണൻ അമാനുഷികനാണ്, അദ്ദേഹത്തെ സ്നേഹിക്കുന്നവർ ജനന മരണ പ്രവാഹരൂപമായ മായയാൽ മോഹിപ്പിക്ക-പ്പെടുകയില്ല, ധാരാളം അസുരന്മാരെ നിഗ്രഹിക്കു-ന്നതിലൂടെ ഈ കുഞ്ഞിന്റെ കീർത്തി ലോകം മുഴുവനും വ്യാപിക്കും എന്നെല്ലാം മുനി പറ-ഞ്ഞെങ്കിലും, ഇദ്ദേഹം സാക്ഷാൽ മഹാവിഷ്ണു ആണ് എന്ന് മാത്രം പറഞ്ഞില്ല. നാമകരണത്തിന് ശേഷം ഗർഗ്ഗമുനി പോയപ്പോൾ കൃഷ്ണനെ ഗോപാംഗനമാർ ലാളിച്ചു കൊണ്ടിരുന്നു.

ദശകം 45 - ബാലലീല

കുഞ്ഞുങ്ങളായ കൃഷ്ണനും ജ്യേഷ്ഠൻ ബലരാമനും നന്ദഗൃഹത്തിൽ എല്ലായിടത്തും മുട്ടുകുത്തി ഇഴഞ്ഞു കളിച്ചു. ഇവർ എല്ലാവരുടെയും കണ്ണും കരളും കവർന്നു. അമ്മമാർ അവരെ ആശ്ലേഷിക്കുകയും പാലൂട്ടുകയും ചെയ്തു. പിച്ചവെച്ചു തുടങ്ങിയപ്പോൾ കണ്ണൻ അയൽ വീടുകളിലെല്ലാമെത്തി പക്ഷി-മൃഗാദികളുടെ കൂടെ ഓടിക്കളിച്ചു. ഈ സമയത്ത് ഗോപികമാർ തങ്ങളുടെ വീട്ടുജോലികൾ പോലും മറന്നു കുട്ടികളുടെ കളികൾ കണ്ടു രസിച്ചു. അവർക്ക് വെണ്ണയും പാലും നൽകി. ഇടയ്ക്ക് കൃഷ്ണൻ എല്ലാ വീടുകളിൽ നിന്നും തൈരും നെയ്യും മോഷ്ടിച്ചിരുന്നു. എങ്കിലും കണ്ണനോട് അമ്മമാർക്ക് ഒട്ടും ദേഷ്യം തോന്നിയില്ല കാരണം ഭഗവാൻ അവർക്ക് ഏറ്റവും പ്രിയപ്പെട്ടവനായിരുന്നു

ദശകം 46 - വിശ്വരൂപദർശനം

ഒരു ദിവസം അമ്മയുടെ മടിയിൽ കിടന്ന് കണ്ണൻ മുലപ്പാൽ കുടിച്ചു കൊണ്ടിരിക്കുമ്പോൾ വായ് തുറക്കുകയും യശോദാ ദേവി പ്രപഞ്ചം മുഴുവനും കുഞ്ഞിന്റെ വായിൽ കാണുകയും ചെയ്തു. മറ്റൊരവസരത്തിൽ ബാലകന്മാർക്കൊപ്പം കളിക്കു-മ്പോൾ അവർ ശേഖരിച്ച പഴങ്ങൾ കൃഷ്ണൻ ഭക്ഷിക്കുകയും എന്നാൽ സുഹൃത്തുക്കൾ യശോദ-യോട് കണ്ണൻ മണ്ണ് തിന്നു എന്ന് അറിയിക്കുകയും

ചെയ്തു. മണ്ണ് തിന്നാൽ രോഗബാധിതനായാലോ എന്ന് ശങ്കിച്ച യശോദ കണ്ണനോട് "കണ്ണാ നീ മണ്ണ് തിന്നുവോ?" എന്ന് ചോദിച്ചു. എല്ലാം അറിയുന്ന ഭഗവാൻ അത് നിഷേധിച്ചു. പക്ഷേ മറ്റുബാലകർ തങ്ങളുടെ അഭിപ്രായത്തിൽ ഉറച്ചുനിന്നു. ഒടുവിൽ യശോദ ഭഗവാനോട് വായ് തുറന്നു കാണിക്കാൻ അപേക്ഷിച്ചു. ഭഗവാൻ വായ തുറന്നപ്പോൾ വായിൽ വനങ്ങൾ, സമുദ്രം, മേഘങ്ങൾ, പാതാള ലോകം, മനുഷ്യർ, അസുരർ എന്നിവയെല്ലാമാണ് യശോദ കണ്ടത്. കൂടാതെ പാൽക്കടൽ മധ്യത്തിൽ ശയിക്കുന്ന അനന്തശയനരൂപവും ദർശിച്ചു. പരമാത്മാവായ സച്ചിദാനന്ദ മൂർത്തി തന്നെയാണ് തന്റെ പുത്രനായി അവതരിച്ചിരിക്കുന്നത് എന്ന് യശോദയ്ക്ക് മനസ്സി-ലായി.

ദശകം 47 - ഉലൂഖല ബന്ധനം

ഒരിക്കൽ യശോദാദേവി തൈര് കടഞ്ഞു കൊണ്ടിരിക്കുമ്പോൾ കണ്ണൻ മുലപ്പാൽ കുടിക്കാൻ എത്തുകയും, അമ്മയുടെജോലി തടസ്സപ്പെടുത്തി അമ്മയുടെ മടിയിൽ കയറിയിരിക്കുകയും ചെയ്തു. മുലപ്പാൽ കുടിക്കുന്നതിനിടയ്ക്ക് യശോദ കൃഷ്ണനെ താഴെയിറക്കി, അടുപ്പിൽ തിളച്ചു മറിയുന്ന പാലിനടുത്തേക്ക് പോയി. ഇതുകണ്ട് ദേഷ്യം വന്ന കണ്ണൻ കടകോലെടുത്ത് തൈർകലം ഉടച്ചു. പിന്നീട് കൃഷ്ണനെ തിരഞ്ഞു നടന്ന യശോദ കണ്ടത് ഉറിയിൽ നിന്ന് വെണ്ണ കട്ട് തിന്ന് ബാക്കി വെണ്ണ

പൂച്ചയ്ക്ക് കൊടുക്കുന്ന കണ്ണനെയാണ്. കോപാകുലയായ യശോദ കണ്ണനെ കെട്ടിയിടുവാൻ ഒരു കയർ എടുത്തു. എത്ര ശ്രമിച്ചിട്ടും കയറുകൊണ്ട് കൃഷ്ണനെ കെട്ടിയിടാൻ കഴിഞ്ഞില്ല കെട്ടുമ്പോൾ കയറിന് രണ്ടു വിരൽനീളം കുറവായി വന്നു കൊണ്ടേയിരുന്നു. കൂടുതൽ കയറുകൾ കൂട്ടിക്കെട്ടി ശ്രമിച്ചെങ്കിലും നീളം കുറഞ്ഞു തന്നെയായിരുന്നു. ഒടുവിൽ ക്ഷീണിതയായി വിയർത്തൊഴുകിയ യശോ- ദയെ കണ്ട് ഭഗവാൻ ബന്ധനത്തിന് വിധേയനായി. കണ്ണനെ ഒരു ഉരലിലേക്ക് വലിച്ചു കെട്ടി" നീ ഇവിടെ കുറെ നേരം കിടക്കുക" എന്ന് പറഞ്ഞ് യശോദ വീട്ടിനകത്തേക്ക് പോയി. കൃഷ്ണനാകട്ടെ ഉരലിൽ മുൻപ് ഒളിപ്പിച്ചു വച്ചിരുന്ന വെണ്ണ തിന്നു- കൊണ്ടിരുന്നു.യശോദയ്ക്ക് ഭഗവാനെ കയറിൽ ബന്ധിക്കാൻ കഴിഞ്ഞുവെന്ന് കണ്ടപ്പോൾ ദേവ- ഗണങ്ങൾ അത്ഭുതപ്പെട്ടു.

ദശകം 48 – നളകൂബര മണിഗ്രീവന്മാരുടെ ശാപമോക്ഷം

ഉദരത്തിൽ ദാമത്താൽ (കയറിനാൽ) ബന്ധിത- നായിരിക്കുന്ന കണ്ണനെ സുരഗണങ്ങൾ ദാമോദരൻ എന്ന് വാഴ്ത്തി സ്തുതിച്ചു. ഈ ഉരലിനടുത്ത് രണ്ടു മരുത് മരങ്ങൾ ഉണ്ടായിരുന്നു. ഇത് യഥാർത്ഥത്തിൽ നളകൂബരനും മണിഗ്രീവനും ആയിരുന്നു. കുബേര- പുത്രരായ ഇവർ രുദ്രനെ പ്രാർത്ഥിച്ച് സർവ്വ ഐശ്വര്യങ്ങളും നേടിയെങ്കിലും അഹങ്കാരികളായി

വളർന്നു. ഇവർ വിഷ്ണു ഭഗവാനെയും ശിവനെയും ഭേദബുദ്ധിയോടെ വീക്ഷിക്കുകയും വിഷ്ണു-വിമുഖന്മാരായി തീരുകയും ചെയ്തു. നാരദമഹർഷി ഒരിക്കൽ ഇവരെ മദോന്മത്തരും, ദിഗംബരരുമായി കുറേ യുവതികളുടെ ഇടയിൽ ഗംഗാനദിയിൽ ജലക്രീഡ നടത്തുന്നത് കണ്ടു. മഹർഷിയെ കണ്ട യുവതികൾ ശാപഭീതിയാൽ അവരുടെ വസ്ത്രങ്ങൾ എടുത്ത് ധരിച്ചു. എന്നാൽ നളകൂ ബരനും മണിഗ്രീവനും അലക്ഷ്യമായി ദിഗംബരന്മാരായി നിലകൊണ്ടു. നാരദ മഹർഷി അവരെ, "നിങ്ങൾ വൃക്ഷസ്വരൂപികളാകട്ടെ" എന്ന് ശപിച്ചു. നൂറു ദിവ്യ വർഷങ്ങൾക്ക് ശേഷം സാക്ഷാൽ ഭഗവാൻ ഗോകുലത്തിൽ അവതരിക്കുമ്പോൾ ഭഗവദ് ദർശന-ത്താൽ ശാപമോക്ഷം സിദ്ധിച്ച് നിങ്ങൾ വൈശ്രവണ സന്നിധിയിൽ പോകും എന്ന് അനുഗ്രഹവും കൊടുത്തു. ഇവരാണ് മരുത്തു മരങ്ങളായത്. കുഞ്ഞു കൃഷ്ണൻ ഉരലുംവലിച്ച് നടന്നുനീങ്ങി ഈ വൃക്ഷങ്ങൾക്കിടയിലൂടെ അപ്പുറത്തേക്ക് കടന്നു. ഉരൽ വിലങ്ങനെ നിന്നതിനാൽ കൃഷ്ണൻ മുന്നിലേക്ക് വലിച്ചപ്പോൾ ഈ മരുത്തു മരങ്ങൾ നിലംപതിച്ചു. അതിന്നുള്ളിൽനിന്നും ദിവ്യ-തേജസ്സോടുകൂടിയ രണ്ട് യക്ഷന്മാർ പ്രത്യക്ഷപ്പെട്ടു. അവർ ഭഗവാനെ സ്തുതിക്കാൻ തുടങ്ങി. രുദ്ര ഭക്ത-രായിരുന്ന ഇവർ നാരദമഹർഷിയുടെ അനുഗ്രഹത്താൽ വിഷ്ണുഭക്തന്മാരായിത്തീർന്നു. അവർ ഭഗവദ് ഭക്തി-ക്കായി പ്രാർത്ഥിച്ചു കൊണ്ട് അളകാപുരിയിലേക്ക് പോയി. ഈ മരുത്ത് മരങ്ങൾ കടപുഴങ്ങിയ ശബ്ദം കേട്ട് ഗോകുലവാസികൾ പരിഭ്രാന്തരായി ഓടിയെത്തി. വീണു

കിടക്കുന്ന രണ്ടു മരങ്ങളുടെയും ഇടയിലായി ഉരലിനാൽ ബന്ധിപ്പിക്കപ്പെട്ട ഭഗവാനെ കണ്ടു. നന്ദഗോപൻ ഓടി-വന്ന് കൃഷ്ണനെ മോചിപ്പിച്ചു. കണ്ണനെ ഉരലിൽ കെട്ടിയിട്ടതോർത്ത് യശോദ പശ്ചാത്താപ വിവശയായി നിലകൊണ്ടു. അവർ കണ്ണനെ എടുത്ത് വീട്ടിനകത്തേക്ക് പോയി കണ്ണന് അപകടം ഒന്നും സംഭവിച്ചില്ലല്ലോ എന്നോർത്ത് സമാശ്വസിച്ചു.

ദശകം 49 - വൃന്ദാവനപ്രവേശം

ഭഗവാന്റെ മഹത്വത്തെക്കുറിച്ച് അറിവില്ലാത്ത ഗോപജനങ്ങൾ ഗോകുലത്തിലെ സംഭവങ്ങളെ ദുർനിമിത്തങ്ങളായി വിചാരിച്ച് അവിടെ നിന്ന് താമസം മറ്റൊരു സ്ഥലത്തേക്ക് മാറ്റാം എന്ന് ആഗ്രഹിച്ചു. ഗോപശ്രേഷ്ഠനായ ഉപനന്ദൻ അമ്പാടിയുടെ പടിഞ്ഞാറ് ഭാഗത്തുള്ള വൃന്ദാവനം അതിമനോ-ഹരമായ സ്ഥലമാണ് എന്ന് അഭിപ്രായപ്പെട്ടു. ഇതനുസരിച്ച് നന്ദഗോപരും മറ്റു ഗോപാലകന്മാരും പല പല വണ്ടികളിൽ വൃന്ദാവനത്തിലേക്ക് യാത്ര-യായി. വണ്ടിയുടെ ശബ്ദവും പശുക്കളുടെ കുളമ്പടി ശബ്ദവും, മണികിലുക്കവും കൃഷ്ണന്റെ മധുര-വചനങ്ങളും കൊണ്ട് അവർക്ക്, ദൂരയാത്ര-യായിരുന്നെങ്കിലും യാത്രാക്ലേശം ഒട്ടും അനുഭവ-പ്പെട്ടില്ല. വൃക്ഷങ്ങളും, പുഷ്പങ്ങളും, പച്ചപ്പുൽ-ത്തകിടികളും കണ്ട് അവർ സന്തോഷിച്ചു. ഗോപന്മാർ അവിടെ പുതിയ ഗൃഹങ്ങൾ നിർമ്മിച്ച് സുഖമായി താമസം തുടങ്ങി. വളഞ്ഞുപുളഞ്ഞൊഴുകുന്ന, തെളി-

നീരോടുകൂടിയ അതിസുന്ദരിയായ കാളിന്ദീ നദിയും സത്യലോകത്തെ സ്പർശിക്കുന്ന ഗോവർധന പർവ്വതവും അവർ അവിടെ ദർശിച്ചു. ശ്രീകൃഷ്ണൻ അവിടെ മറ്റു ഗോപപാലകന്മാരോടൊപ്പം കാളിന്ദി-യുടെ കൈത്തോടുകളിലും, ലതാഗൃഹങ്ങളിലും ഗോവർദ്ധനഗിരി തടത്തിലും പുൽത്തകിടുകളിലും കാലികൾ മേച്ചുനടന്ന് ആഹ്ളാദിച്ചു.

ദശകം 50 - വത്സാസുരവധവും ബകാസുരവധവും

ഭഗവാൻ വൃന്ദാവനത്തിൽ താമസം തുടങ്ങിയപ്പോൾ, ഭൂമി സസ്യങ്ങളാലും പർവ്വത നിരകളെ കൊണ്ടും പണ്ടത്തേതിനെക്കാൾ സമ്പൽസമൃദ്ധമായി. ഗോ-വർദ്ധന താഴ്വരകളിൽ വേണുഗാനമാലപിച്ച് പശു-ക്കുട്ടികളെ മേച്ച് നടക്കുന്ന കൃഷ്ണൻ ഒരു ദിവസം ഗോവത്സങ്ങളുടെ ഇടയിൽ ഗോവത്സരൂപിയായ ഒരു അസുരനെ കണ്ടു. കൃഷ്ണനെ കൊല്ലുവാൻ അവസരം പാർത്ത് വാൽ ഇളക്കി കൂത്താടി നടക്കുന്ന അസുരൻ ഇടയ്ക്കിടെ പിൻതിരിഞ്ഞു നോക്കു-ന്നുണ്ടായിരുന്നു. കൃഷ്ണൻ അവന്റെ അടുത്തു ചെന്ന് നാലുകാലുകളും കൂട്ടിപ്പിടിച്ച് അവനെ ചുഴറ്റി എറിഞ്ഞു. താഴെ വീണപ്പോൾ ആ ശരീരം തട്ടി കുറെ വൃക്ഷങ്ങൾ ഒടിയുകയും നാശനഷ്ടങ്ങൾ സംഭവി-ക്കുകയും ചെയ്തു. ആകാശചാരികളായ ദേവന്മാർ ഭഗവാന്റെ മൂർദ്ധാവിൽ പുഷ്പവൃഷ്ടി നടത്തി. ഇതു കണ്ട് കൂട്ടുകാർ അന്തം വിട്ടു. ശവശരീരം വൃക്ഷത്തിൽ

പതിച്ചപ്പോൾ പുഷ്പങ്ങൾ അടർന്ന് താഴേക്ക് വീണതാണ് എന്ന് കൃഷ്ണൻ തമാശ രൂപത്തിൽ അവരോട് പറഞ്ഞു. പിന്നീട് ഒരു ദിവസം ദാഹം സഹിക്കവെയ്യാതെ വെള്ളം കുടിക്കാനായി കൃഷ്ണനും കൂട്ടുകാരും കാളിന്ദി തീരത്ത് വന്നു. അവിടെ കൈലാസ പർവതം പോലെ ഭയാനകമായ ഒരു ബകത്തെ കണ്ടു. ആ ബകം ചിറകുകൾ അടിച്ച് ശബ്ദം ഉണ്ടാക്കിക്കൊണ്ടിരുന്നു. കാളിന്ദി നദിയിൽ വെള്ളം കുടിച്ചിരുന്നു കൊണ്ടിരുന്ന കൃഷ്ണന്റെ അടുത്തേക്ക് ആ ബകം പെട്ടെന്ന് പാഞ്ഞടുക്കുകയും കൃഷ്ണനെ വിഴുങ്ങുകയും ചെയ്തു. അപ്പോൾ വായ്ക്കകത്ത് അഗ്നി തുല്യം ചൂട് അനുഭവപ്പെട്ട് കൃഷ്ണനെ ആ അസുരൻ പുറത്തേക്ക് ഛർദ്ദിച്ചു. കൂടാതെ തന്റെ ചുണ്ടുകൾ കൊണ്ട് ഭഗവാനെ കടിച്ചുകീറാൻ ശ്രമിച്ചു. പക്ഷേ ഭഗവാൻ ബകത്തിന്റെ ചുണ്ടുകളെ ഇരുവശങ്ങളിലേക്കും പിടിച്ചു പിളർത്തി ആ ബകാസുരനെ കൊന്നു. ദേവകൾ വീണ്ടും പുഷ്പവൃഷ്ടി നടത്തി. കൃഷ്ണനും കൂട്ടുകാരും വീടുകളിലേക്ക് യാത്രയായി.

ദശകങ്ങൾ 51 – 60

ദശകം 51 - അഘാസുര വധം

ഒരിക്കൽ വ്രജവാസികളായ ബാലകന്മാരുമൊത്ത് കൃഷ്ണൻ വനഭോജനത്തിനായി യാത്രയായി. അവിടെ പശുക്കളെ മേച്ചുകൊണ്ടിരുന്നപ്പോൾ അഘാസുരൻ പെരുമ്പാമ്പിന്റെ രൂപത്തിൽ കൃഷ്ണ-ന്റെയും കൂട്ടുകാരുടേയും വഴി തടഞ്ഞു. അഘാ-സുരന്റെ പിളർന്ന വായ കണ്ട് ഗുഹയാണെന്ന് കരുതി ബാലകർ ഒളിച്ചു കളിക്കാൻ അതിനുള്ളിലേക്ക് കയറി. പക്ഷേ അസുര ശരീരത്തിലെ വിഷക്കാറ്റിന്റെ ചൂട് സഹിക്കാൻ വയ്യാതെ അവർ വിഷമിച്ചു. കൃഷ്ണൻ കൂട്ടുകാരെ രക്ഷിക്കുവാൻ വേണ്ടി പാമ്പിന്റെ വായിൽ പ്രവേശിച്ചു. പാമ്പിന്റെ കഴുത്തിൽ കയറി നിന്ന് ഭഗവാൻ തന്റെ ശരീരത്തിന്റെ വലുപ്പംകൂട്ടാൻ തുടങ്ങി. ശ്വാസംമുട്ടിയ പെരുമ്പാമ്പ് വേദന കൊണ്ട് പുളയാൻ തുടങ്ങുകയും കഴുത്ത് പൊട്ടിപ്പോവുകയും ചെയ്തു. ആ അസുരന്റെ പൊട്ടിപ്പോയ കണ്ഠപ്രദേശത്തുകൂടി ഭഗവാനും കൂട്ടുകാരും പശുക്കുട്ടികളും പുറത്ത് കടന്നു. ആ സമയത്ത് ആ രാക്ഷസനിൽ നിന്നും ഒരു തേജസ് പുറപ്പെട്ട് ആകാശത്തിൽ കുറച്ചുനേരം തങ്ങിയശേഷം ഭഗവാനിൽ ലയിച്ചു. ഭഗവാനെ

അല്പനേരം വഹിച്ചതിനാൽ ആ അസുരന് നിത്യമുക്തി കിട്ടി.ഈ അസുരവധം കഴിഞ്ഞ് ഗോപ-കുമാരന്മാരോടൊത്തു ഭോജനം കഴിക്കുന്ന കൃഷ്ണനെ കണ്ട് ദേവഗണങ്ങൾ ഭഗവാനെ സ്തുതിച്ചു.

ദശകം 52 - വസ്ത്രാപഹരണവും ബ്രഹ്മഗർവശമനവും

ഒരിക്കൽ ബ്രഹ്മദേവൻ കൃഷ്ണന്റെ ഐശ്വര്യം കണ്ടിട്ട് ഭഗവാനെ പരീക്ഷിക്കുന്നതിന് വേണ്ടി പശുക്കുട്ടികളെയെല്ലാം തന്റെ ദൈവശക്തി കൊണ്ട് മറച്ചു കളഞ്ഞു. പശുക്കുട്ടികളെ കാണാതെ ഗോപകുമാരന്മാർ വിഷമിക്കുന്നത് കണ്ട് കൃഷ്ണൻ പശുക്കുട്ടികളെ അന്വേഷിക്കാനാണ് എന്ന ഭാവ-ത്തിൽ കൂട്ടുകാരിൽനിന്നും വളരെ ദൂരേക്ക് പോയി. ഈ സമയത്ത് ബ്രഹ്മദേവൻ ഈ കൂട്ടുകാരെയും അപ്രത്യക്ഷരാക്കി. ഇതറിഞ്ഞപ്പോൾ തന്റെ മായയാൽ പശുക്കുട്ടികളും ഗോപന്മാരുമായി ഭഗവാൻ രൂപം കൊണ്ടു. വൈകുന്നേരം എല്ലാവരും ഗോകുല-ത്തിലേക്ക് തിരിച്ചുപോയി. ശ്രീകൃഷൻ കൃഷ്ണ-രൂപിയായി ഗോപകുമാരന്മാരുമൊത്ത് ഗോകുലത്തിൽ എത്തിയപ്പോൾ അമ്മമാർ ഭഗവാനെ സ്നേഹ-ത്തോടെ സ്വീകരിച്ചു. ഗോപകുമാരൻമാരായും പശുക്കുട്ടികളായും പുല്ലാംകുഴലായും രൂപമെടുത്ത കൃഷ്ണനെ ആ അമ്മമാർ തങ്ങളുടെ മക്കളാണെന്ന് കരുതി മടിയിലിരുത്തി ലാളിച്ചു. ഏകദേശം ഒരു

വർഷം കഴിഞ്ഞപ്പോൾ ബ്രഹ്മാവിനാൽ മറയ്ക്ക-പ്പെട്ടവനും ഭഗവാനാൽ സൃഷ്ടിക്കപ്പെട്ട വരുമായ ഗോവത്സന്മാരേയും ഗോപകുമാരന്മാരെയും ഒരുമിച്ചു കണ്ട് ബ്രഹ്മാവിന് അവരെ തമ്മിൽ തിരിച്ചറിയാതെ-യായി. അപ്പോൾ ഭഗവാൻ താൻ സൃഷ്ടിച്ചവരെ കിരീട മകുടാദി വിഷ്ണുചിഹ്നങ്ങളോടുകൂടിയും ചതുർ-ബാഹുക്കളോടു കൂടിയും നീലമേഘ ശ്യാമള വർണ്ണരായി ബ്രഹ്മാവിന് കാണിച്ചുകൊടുത്തു. ബ്രഹ്മാവ് ഓരോ ഗോവത്സന്മാരേയും, മഹാ-ലക്ഷ്മിയുടെ സമീപം ആദിശേഷനായ കിടക്കയിൽ യോഗനിദ്ര ചെയ്യുന്ന വിഷ്ണുസ്വരൂപിയായി കണ്ടു. ബ്രഹ്മാവ് ഇതു കണ്ട് മായയിൽ മുഴുകി ഇതികർത്തവ്യതാമൂഢനായി നിലകൊണ്ടു. ഉടനെ-ത്തന്നെ ഭഗവാൻ ബാല ഗോപാല രൂപിയായി ബ്രഹ്മാവിന്റെ മുന്നിൽ പ്രത്യക്ഷനായി. ബ്രഹ്മാവ് അഹങ്കാരം നശിച്ച് ഭഗവാനെ സ്തുതിച്ച് സാഷ്ടാംഗം പ്രണമിച്ച് സത്യലോകത്തേക്ക് തിരിച്ചുപോയി. ഭഗവാനാകട്ടെ ഗോകുലത്തിലേയ്ക്കും തിരിച്ചു.

ദശകം 53 - ധേനുകാസുര വധം

ബാല്യം കഴിഞ്ഞ് അഞ്ചാം വയസ്സിലേക്ക് പ്രവേശിച്ച ഭഗവാൻ കൃഷ്ണൻ പശുക്കുട്ടികളെ മേയ്ക്കുന്ന ജോലി ഉപേക്ഷിച്ച് അവരുടെ സംരക്ഷണം ഏറ്റെ-ടുത്തു. കാട്ടിൽ വച്ച് കൃഷ്ണൻ ബലഭദ്രനും ശ്രീദാമാവുമൊരുമിച്ച് താലവനത്തിലേക്ക് പോയി. ധേനുകാസുരന്റെ വാസസ്ഥലമായിരുന്നു അത്.

ബലഭദ്രൻ അവിടെയുള്ള പനവൃക്ഷങ്ങൾ ശക്തി-യായി കുലുക്കി പനമ്പഴക്കുലകൾ വീഴ്ത്തി. ധേനുകാസുരൻ കഴുതയുടെ രൂപത്തിൽ അവിടെ ചാടി വീണു ബലഭദ്രനുമായി ഏറ്റുമുട്ടി. ബല-രാമനാൽ ആ അസുരൻ വധിക്കപ്പെട്ടു. കുറുക്ക-ന്മാരുടെ രൂപത്തിൽ വന്ന അസുര ഭൃത്യന്മാരേയും ശ്രീകൃഷ്ണനും ബലരാമനും കൂടി നിഷ്പ്രയാസം കൊന്നു. ശ്രീകൃഷ്ണൻ ജംബുകന്മാരെ വധിക്കാൻ തുടങ്ങിയപ്പോൾ ജംബുകൻ എന്ന് കൂടി പേരുള്ള-വനായ വരുണൻ, കൃഷ്ണൻ തന്നെ നിഗ്രഹിച്ചാലോ എന്ന് ഭയന്ന് പരിഭ്രമിച്ചു. ധേനുക വധം കണ്ട് സന്തുഷ്ടരായ ദേവന്മാർ ഭഗവാനെ സ്തുതിച്ചു. ഭഗവാൻ കൃഷ്ണൻ കൂട്ടുകാരുമൊത്ത് ധാരാളം പനമ്പഴങ്ങൾ ഭക്ഷിക്കുകയും അമ്മമാർക്ക് കൊടു-ക്കാനായി കരുതുകയും ചെയ്തു. കൃഷ്ണൻ ധേനുകനെ കൊന്നു എന്നറിഞ്ഞ് വ്രജവാസികൾ സന്തോഷം കൊണ്ട് തുള്ളിച്ചാടി.

ദശകം 54 - കാളിയ മർദ്ദനം

ശ്രീകൃഷ്ണ ഭക്തനായ സൗഭരി മഹർഷി കാളിന്ദീ നദിയുടെ അന്തർഭാഗത്ത് തപസ്സനുഷ്ഠിച്ചു കൊണ്ട് പന്ത്രണ്ടു വർഷം താമസിച്ചു. കാളിന്ദിയിലെ മത്സ്യ-ങ്ങളെ അയാൾക്ക് വളരെയധികം ഇഷ്ടമായിരുന്നു. കാട്ടിലോ നാട്ടിലോ തപസ്സു ചെയ്താൽ ലൗകിക-സാമീപ്യം കാരണം തപസ്സിന് വിഘ്നം സംഭവിച്ചാലോ എന്ന് കരുതിയാണ് സൗഭരി മഹർഷി കാളിന്ദീ

നദിയിൽ തപസ്സനുഷ്ഠിച്ചത്. എന്നാൽ അവിടെയും മത്സ്യങ്ങളോട് ഇഷ്ടമുണ്ടായി, അവ-രോട് സ്നേഹബന്ധം പുലർത്തുകയും ചെയ്തു. ഇതിൽ നിന്ന് മനസ്സാണ് ബന്ധകാരണം എന്നു വ്യക്ത-മാകുന്നു. ഒരു ദിവസം ഭഗവാന്റെ വാഹനമായ ഗരുഡൻ അവിടെയെത്തി ഒരു മത്സ്യത്തെ പിടിച്ചു തിന്നു .ദു:ഖിതനായ മഹർഷി ഇനി മുതൽ ഈ കാളിന്ദീ നദിയിൽ നിന്ന് ജന്തുക്കളെ ഭക്ഷിച്ചാൽ നീ മരിച്ചുപോകും എന്ന് ഗരുഡനെ ശപിച്ചു. സർപ്പ-ശത്രുവായ ഗരുഡന് സർപ്പങ്ങൾ ബലി നടത്തിയിരുന്നു. ഒരിക്കൽ കാളിയൻ എന്ന ഘോര-സർപ്പം വിഷവീര്യത്താൽ മത്തനായിരിക്കുമ്പോൾ ഗരുഡന് നൽകിയ ബലി ഭക്ഷിച്ചുകളഞ്ഞു. ഗരുഡൻ കോപം മൂത്ത് കാളിയനെ ചിറകുകൊണ്ട് പ്രഹരിച്ചു. പരവശനായ കാളിയൻ ഗരുഡനെ ഭയന്ന്, കാളിന്ദി നദിയിൽ അഭയം പ്രാപിച്ചു . മഹർഷിയുടെ ശാപം മൂലം ഗരുഡന് കാളിന്ദിയിൽ പ്രവേശിക്കാനായില്ല. അത്യുഗ്ര വിഷമുള്ളതും, ആയിരം ഫണങ്ങളുള്ളതു-മായ കാളിയന്റെ വിഷംമൂലം തീരത്തുള്ള വൃക്ഷങ്ങളെ-ല്ലാം കരിഞ്ഞുപോയി. പക്ഷികൾ പറന്ന് കാളിന്ദിയുടെ മുകളിൽ എത്തുമ്പോൾ സർപ്പത്തിന്റെ വിഷജ്വാല-യേറ്റ് കരിഞ്ഞുവീണു. ഒരു ദിവസം കൃഷ്ണനും മറ്റു ഗോപാലകന്മാരും ഗോക്കളും കാട്ടിൽമേഞ്ഞു നടക്കു-മ്പോൾ, ഇടയക്കുട്ടികളും, പശുക്കളും ദാഹം സഹിക്കവയ്യാതെ കാളിന്ദിയിലെ ജലം കുടിക്കുകയും, ബോധരഹിതരയിത്തീരുകയും ചെയ്തു. കൃഷ്ണൻ

തന്റെ കടാക്ഷം കൊണ്ട് അവർക്ക് ജീവൻ നൽകി. എല്ലാവരും അത്ഭുതത്തോടെ ചാടിയുണർന്നു. ആഹ്ളാദചിത്തരായ കൂട്ടുകാർ പശുക്കളുമൊത്ത് സ്നേഹത്തോടെ കൃഷ്ണന്റെ അരികിലെത്തി. ഗോപകുമാരന്മാർ അത്ഭുതപരതന്ത്രരായി ഭഗവാനെ കൈകൂപ്പി സ്തുതിച്ചു കൊണ്ടിരുന്നു.

ദശകം 55 - കാളിയമർദ്ദനം തുടർച്ച

കാളിന്ദി നദിയിൽ നിന്നും കാളിയ സർപ്പത്തെ ഓടിക്കാൻ ഭഗവാൻ കൃഷ്ണൻ തീരുമാനിച്ചു. ശ്രീകൃഷ്ണൻ കാളിന്ദിയുടെ തീരത്ത് നിൽക്കുന്ന ഉണങ്ങിക്കഴിഞ്ഞ ഒരു കടമ്പുവൃക്ഷത്തിൽ കയറി കലങ്ങിമറിഞ്ഞ കാളിന്ദി നദിയിലേക്ക് എടുത്തുചാടി ജലമാകെ ഇളക്കിമറിച്ചു. ഉയർന്നു പൊങ്ങി തിരമാലകൾകണക്കെ ഇളകി മറിയുന്ന വെള്ള-ത്തിന്റെ ശബ്ദം കേട്ട് കോപം വന്ന സർപ്പ-ശ്രേഷ്ഠനായ കാളിയൻ ജലത്തിലൂടെ പൊങ്ങിവന്ന് കൃഷ്ണന്റെ അടുത്തെത്തി. ആയിരം ഫണങ്ങളുള്ള ആ മഹാസർപ്പം ഫണങ്ങളിൽ നിന്ന് അഗ്നിജ്വലിപ്പിച്ച് വിഷം ചീറ്റി അമിത ബലവാനായ ശ്രീകൃഷ്ണനെ കടിക്കുകയും തന്റെ ദേഹം കൊണ്ട് വരിഞ്ഞു ചുറ്റുകയും ചെയ്തു. യമുനാനദിയിൽ ചാടിയ ഭഗവാനെ കാണാതെ പശുക്കളും പശുപാലകരായ കുട്ടികളും പരവശരായി. ഇതേ സമയത്ത് ഗോകുലത്തിൽ ചില ദുർനിമിത്തങ്ങൾ കാണപ്പെട്ടു. ഇതുകണ്ട് നന്ദഗോപരും സുഹൃത്തുക്കളും യമുനാതീരത്തേക്കെത്തിച്ചേർന്നു. കാളിയനാൽ ബന്ധ-

നസ്ഥനായ കൃഷ്ണനെ കണ്ട് നന്ദഗോപാദികൾ ദുഃഖിതരായി. കൃഷ്ണനെ രക്ഷിക്കാൻ തങ്ങളുടെ ജീവൻ വെടിയാൻ പോലും അവർ തയ്യാറായി. ഇതു കണ്ട് നന്ദഗോപാദികൾക്ക് സന്തോഷമുളവാക്കാൻ കൃഷ്ണൻ കാളിയന്റെ ബന്ധനത്തിൽ നിന്ന് വിമുക്തനായി, സുസ്മേരവദനനായി ജലോപരിതലത്തിലെത്തി. കൃഷ്ണൻ കാളിയന്റെ ഫണങ്ങളുടെ മുകളിൽ കയറി നിന്ന് മധുരമായി കിലുങ്ങുന്ന ചിലമ്പുകളോടും, മനോഹരമായി താളം പിടിക്കുന്ന കൈവളകളോടും കൂടി നൃത്തം ചെയ്യാൻ തുടങ്ങി. ഇതു കണ്ട് ഗോപന്മാർക്ക് സന്തോഷമായി. ദേവന്മാർ പുഷ്പവൃഷ്ടി നടത്തി.

ദശകം 56 - കാളിയമർദ്ദനം തുടർച്ച

ഭഗവാന്റെ കാളിയമർദ്ദനം കണ്ട് ദേവന്മാർ ദുന്ദുഭിനാദം മുഴക്കി. ദേവസ്ത്രീകൾ സ്തുതി ഗീതങ്ങൾ പാടി. കാളിയന്റെ ഓരോ ശിരസ്സുകളിലും ഭഗവാൻ മാറി മാറി നൃത്തം ചവിട്ടുകയും കാളിയനെ മർദ്ദിക്കുകയും ചെയ്തു. ഫണങ്ങളിൽ നിന്ന് ഛർദ്ദിക്കപ്പെട്ട രക്തം കലർന്ന വിഷജലം ചുവപ്പ് നിറമായി മാറി. ഒടുവിൽ കാളിയൻ ക്ഷീണിതനായി. ഇതുകണ്ട് കാളിയന്റെ ഭാര്യമാരായ നാഗസ്ത്രീകൾ വന്ന് ഭഗവാന്റെ പാദാ- രവിന്ദങ്ങളിൽ നമസ്കരിച്ചുകൊണ്ട് ഭഗവാനെ സ്തുതിച്ചു. അവരുടെ ഭക്തിയിൽ അലിവു തോന്നിയ കൃഷ്ണൻ മർദ്ദനം നിർത്തി. തന്റെ ജീവൻ തിരിച്ചു കിട്ടിയപ്പോൾ സർപ്പരാജൻ ഭഗവാനെ സ്തുതിച്ചു. കാളിയൻ കൃഷ്ണ ഭക്തനാവുകയും ഭഗവാൻ നിർദ്ദേശിച്ച

പ്രകാരം കുടുംബാംഗങ്ങളോടു കൂടി രമണദ്വീപിലേയ്ക്ക്പോകാൻ തയ്യാറാകുകയും ചെയ്തു. ശ്രീകൃഷ്ണനാകട്ടെ നാഗപതിമാർ കാഴ്ചവെച്ച രത്ന-ങ്ങൾ ധരിച്ച്, പട്ടുകൊണ്ട് അലങ്കരിക്കപ്പെട്ടവനായി നന്ദ-ഗോപാദികളുടെ അടുത്തെത്തി. സമയം രാത്രിയായ-തിനാൽ ഗോപസമൂഹം ഗോകുലത്തിലേക്ക് പോകാൻ കഴിയാതെ യമുനാ തീരത്ത് തന്നെ കിടന്നുറങ്ങി. പെട്ടെന്ന് ചുറ്റിലും കാട്ടുതീ പടർന്നു. പരിഭ്രാന്തരായ ഗോപന്മാർ തങ്ങളെ രക്ഷിക്കണേ കൃഷ്ണാ എന്ന് പറഞ്ഞ് ഉറക്കെ കരയാൻ തുടങ്ങി. കൃഷ്ണൻ അഗ്നി മുഴുവൻ വിഴുങ്ങുകയും അവരെ രക്ഷിക്കുകയും ചെയ്തു. അഗ്നിസ്വരൂപമായ ഭഗവാന്റെ മുഖത്ത് പൊള്ളൽ ഏൽപ്പിക്കാൻ അഗ്നിയ്ക്ക് സാധ്യമല്ല. ദുരിതങ്ങളെയും രോഗങ്ങളെയും പാപങ്ങളെയും നശി-പ്പിക്കുന്നവനാണ് കൃഷ്ണൻ എന്ന് ഇതിൽ നിന്ന് നമുക്ക് വ്യക്തമാകുന്നു.

ദശകം 57 - പ്രലംബാസുരവധം

ഒരു ദിവസം ഗോപന്മാരോടും ബലരാമനോടുമൊപ്പം ഭംഗിയുള്ള വസ്ത്രങ്ങളും ആഭരണങ്ങളും ധരിച്ച് ശ്രീകൃഷ്ണൻ കാട്ടിലേക്ക് പോയി. ഭാണ്ഡീരകം എന്ന വടവൃക്ഷത്തിന്റെ ചുവട്ടിൽ എത്തിയപ്പോൾ പ്രലംബൻ എന്ന അസുരൻ ഒരു ഗോപപാലകന്റെ രൂപത്തിൽ ഭഗവാന്റെ അടുത്തെത്തി. അസു-രനാണെന്ന് മനസ്സിലായെങ്കിലും മനസ്സിലാകാത്ത പോലെ അഭിനയിച്ച് അവനോട് ഇഷ്ടം കാണിച്ച് ശ്രീകൃഷ്ണൻ മറ്റു ഗോപകുമാരൻമാരെയും കൂട്ടി ദ്വന്ദയുദ്ധം എന്ന കളി ആരംഭിച്ചു. ബലരാമനും ശ്രീകൃഷ്ണനും രണ്ട് സംഘങ്ങളായി തിരിഞ്ഞു. പ്രലംബനെ കൃഷ്ണന്റെ പക്ഷത്ത് തന്നെ ചേർത്തു . ദ്വന്ദയുദ്ധത്തിൽ തോൽക്കുന്നയാൾ ജയിക്കുന്ന ആളെ തോളിലെടുത്ത് നടക്കണമെന്നാണ് നിയമം. കൃഷ്ണ-നുമായി ഏറ്റുമുട്ടി തോറ്റാൽ കൃഷ്ണനെ തോളിലേറ്റി നടക്കണമല്ലോ എന്നതിനാൽ തൃണാവർത്തന്റെ അനുഭവം തനിക്കും വന്നെങ്കിലോ എന്ന് പ്രലംബാ-സുരൻ ഭയപ്പെട്ടു. ഇത് മനസ്സിലാക്കിയാണ് കൃഷ്ണൻ പ്രലംബനെ തന്റെ സംഘത്തിൽ തന്നെ ചേർത്തത്. യുദ്ധത്തിൽ പ്രിയ സുഹൃത്തായ ശ്രീദാമാവ് കൃഷ്ണനെ തോൽപ്പിക്കുകയും ഭഗവാൻ കൃഷ്ണൻ അവനെ തോളിലേറ്റി ഓടുകയും ചെയ്തു. അങ്ങനെ ഭഗവാൻ തന്റെ ഭക്തന്റെ മുന്നിൽ തോറ്റു കൊടുക്കു-കയാണ് ചെയ്തത്. കളി വീണ്ടും തുടരവെ ബലരാമനാൽ ജയിക്കപ്പെട്ട പ്രലംബൻ ബലരാമനെ

തോളിലെടുത്ത് വളരെ ദൂരേക്ക് കൊണ്ടുപോയി. കൃഷ്ണൻ അറിയാതെ ബലഭദ്രനെ ദ്രോഹിക്കാനുള്ള സൂത്രമായിരുന്നു അത്. പക്ഷേ ബലഭദ്രന് കാര്യം മനസ്സിലാവുകയും അദ്ദേഹം തന്റെ ശരീരഭാരം അമിതമായി വർദ്ധിപ്പിക്കുകയും ചെയ്തു. പ്രലംബന് ബലഭദ്രന്റെ ഭാരം താങ്ങാനായില്ല. അപ്പോൾ ഗോപാലകരൂപം കൈവിട്ട് പ്രലംബാസുരൻ അസുര-രൂപമെടുത്തു. അതികായനായ പ്രലംബന്റെ ഉയരം കാരണം ദൂരത്തു നിന്ന് ബലഭദ്രൻ കൃഷ്ണനെ കാണുകയും തന്റെ മനസ്സിൽ തോന്നിയ ഭയം നീക്കി മുഷ്ടി പ്രഹരം കൊണ്ട് ദുഷ്ടനായ പ്രലംബാ-സുരനെ വധിക്കുകയും ചെയ്തു.സന്തോഷം കൊണ്ട് ആലിംഗനബദ്ധരായ കൃഷ്ണനെയും ബല-രാമനേയും കണ്ട് ദേവന്മാർ സന്തോഷിച്ച് പുഷ്പവൃഷ്ടി നടത്തി.

ദശകം 58 - ദാവാഗ്നിമോക്ഷം

പ്രലംബാസുര വധം നടക്കുമ്പോൾ കൃഷ്ണന് കുറച്ച് അധികസമയം പശുക്കളുടെ അടുത്തുനിന്ന് മാറി നിൽക്കേണ്ടിവന്നു. ഈ സമയം കൊണ്ട് പശുക്കൾ മേഞ്ഞ്, മേഞ്ഞ് ദൂരെയുള്ള ഐഷികം എന്ന വനത്തിൽ എത്തി. ഇത് വൃന്ദാവനത്തിൽ നിന്നും വളരെ ദൂരെയായിരുന്നു. പശുക്കൾ കണ്ണനെ കാണാതെ വിഷമിക്കുകയും ചൂടുകൊണ്ട് ദാഹിച്ച് തളർന്നവരാകുകയും ചെയ്തു. പശുക്കളെ അന്വേ-ഷിച്ച് വളരെ ദൂരം സഞ്ചരിച്ച കൃഷ്ണൻ പശുക്കളുടെ

അടുത്തെത്തിയപ്പോൾ അവിടെ തീപടർന്നു പിടിച്ചതാണ് കണ്ടത്. അതിൽ നിന്നും പുറത്തു കടക്കാൻ വഴിയില്ലാതെ ഞങ്ങളെ രക്ഷിക്കണേ എന്ന് പറഞ്ഞ് ഗോപബാലകന്മാരും പശുക്കളും ഉറക്കെ കരഞ്ഞു. കൃഷ്ണൻ പറഞ്ഞു, "ആരും പേടിക്കേണ്ട നിങ്ങൾ കണ്ണുകൾ അടച്ച് നിന്നാൽ മതി." കണ്ണുകൾ അടച്ചു നിന്ന അവരെ കൃഷ്ണൻ അഗ്നിയിൽ നിന്ന് രക്ഷിച്ച്, ഭാണ്ഡീരകവനത്തിലെ വടവൃക്ഷത്തിന്റെ ചുവട്ടിൽ എത്തിച്ചു. സന്തോഷം കൊണ്ട് അവർ കൃഷ്ണനെ സ്തുതിക്കാൻ തുടങ്ങി. കൃഷ്ണൻ വീണ്ടും വൃന്ദാവനത്തിൽ പശുക്കളെ മേച്ച് കൂട്ടു-കാരോടൊത്തു സഞ്ചരിച്ചു. ഇങ്ങനെ ഗ്രീഷ്മകാലം മുഴുവനും യമുനാപ്രദേശങ്ങളിലും, പിന്നീട് വർഷ-ക്കാലത്ത് ഗോവർദ്ധന പർവതത്തിന്റെ ഗുഹകളിലും അവർ കഴിഞ്ഞുകൂടി. ഗോവർധന പർവ്വതം മയിൽ-ക്കൂട്ടത്തിന്റെ ആഹ്ളാദം കലർന്ന ശബ്ദം കൊണ്ടും കടകപ്പാല, കടമ്പ് എന്നിവൃക്ഷങ്ങളാൽ പുഷ്പാർ-ച്ചന ചെയ്തും കൃഷ്ണരൂപിയായ ഭഗവാനെ ഉപചരിച്ചു. വർഷക്കാലത്തിനു ശേഷമുള്ള ശരത്-കാലത്ത് അവർ നിർമ്മലമായ ജലസാന്നിധ്യമുള്ള വനങ്ങളിൽ കാലികളെ മേച്ചു നടന്നു.

ദശകം 59 - വേണുഗാന വർണ്ണനം

കൃഷ്ണന്റെ കായാമ്പൂ പോലെ സുന്ദരവും എല്ലാവരെയും മോഹിപ്പിക്കുന്നതുമായ ശരീരം കണ്ട് ഗോപസുന്ദരികൾ ആ സച്ചിദാനന്ദ സ്വരൂപത്തിൽ മോഹിതരായി തീർന്നു. കൃഷ്ണൻ ദിവസേന പശുക്കളെ മേയ്ക്കാൻ കാട്ടിൽ പോകുന്നത് പോലും അവർക്ക് സഹിക്കാൻ വയ്യാതായി. അവർ കൃഷ്ണനിൽ ലയിച്ച മനസ്സുമായി കൃഷ്ണന്റെ ഓടക്കഴൽ വിളിയ്ക്കായി കാതോർത്തിരുന്നു. കൂടാതെ ഭഗവാന്റെ ലീലകൾ പറഞ്ഞു രസിച്ചു. കാട്ടിലെത്തിയ ഭഗവാൻ പാദങ്ങൾ പിണച്ചുവെച്ച് അതി-മനോഹരമായി പുല്ലാംകുഴലിൽ വേണുഗാന-മാലപിച്ചു. ഈ രംഗം നേരിട്ട് കണ്ടില്ലെങ്കിലും മനസ്സിൽ ചിന്തിച്ചു ചിന്തിച്ച് അവർ കൃഷ്ണനിൽ മോഹിതരായി. ഓടക്കുഴലൂതുന്ന കണ്ണനെ വാരി-യെടുത്ത് ഒന്ന് ചുംബിക്കാൻ പ്രേമപരവശരായ ഗോപികമാർ കൊതിച്ചു. അവർ തങ്ങളുടെ ദൈനം ദിന കർമ്മങ്ങൾ പോലും ചെയ്യാൻ മറന്ന് ഭഗവാന്റെ വേണുഗാനത്തിൽ മയങ്ങി നിന്നു. ഭഗവാനിൽ പ്രേമം ജനിച്ചാൽ അത് മോക്ഷകരമാണ് എന്നതിനാൽ ഗോപികകൾ അനുഗ്രഹീതരായി. അതായത് ഗോപ-സ്ത്രീകൾക്ക് പ്രേമവും ഭക്തിയും ഒരുമിച്ച് തന്നെ കൈവരിക്കാൻ സാധിച്ചു.

ദശകം 60 - ഗോപീജനവസ്ത്രാപഹരണം

പ്രേമപരവശരായ ഗോപസുന്ദരിമാർ കൃഷ്ണന്റെ പാദശുശ്രൂഷ ചെയ്യാനുള്ള ആഗ്രഹം കാരണം സ്വയം കളിമണ്ണ് കൊണ്ടുണ്ടാക്കിയ പാർവതീവിഗ്രഹം യമുനാതീരത്ത് വെച്ച് പൂജിച്ചു. യമുനയിൽ കുളിച്ച് പൂജാദ്രവ്യങ്ങൾ കൊണ്ട് കൃഷ്ണനെ ഭർത്താവായി ലഭിക്കാൻ ഗിരിസുതയെ പൂജിച്ചു. ഗോപികമാരുടെ ഒരു മാസത്തെ വ്രതത്തിനു ശേഷം അവരെ അനുഗ്രഹിക്കാനായി ഭഗവാൻ കാളിന്ദി തീരത്ത് എത്തിച്ചേർന്നു. വ്രതാവസാനത്തിൽ വസ്ത്രങ്ങൾ കരയ്ക്ക് അഴിച്ചുവെച്ച് നഗ്നരായി കാളിന്ദിയിൽ നീന്തിത്തുടിച്ചു കുളിക്കുമ്പോൾ കൃഷ്ണനെ മുന്നിൽ കണ്ട് അവർ വളരെയധികം ലജ്ജിച്ചു. ലജ്ജയാൽ തലതാഴ്ത്തി നിൽക്കുന്ന അവരുടെ വസ്ത്രങ്ങൾ അവരറിയാതെ കട്ടെടുത്ത് കൃഷ്ണൻ ഒരുമരത്തിന്റെ മുകളിൽ കയറിയിരുന്നു. കുളികഴിഞ്ഞ് തങ്ങളുടെ വസ്ത്രം തിരയുന്ന അവരോട് കൃഷ്ണൻ നിങ്ങൾ വസ്ത്രങ്ങൾ ഇവിടെ വന്ന് എടുത്തുകൊള്ളൂ എന്ന് പറഞ്ഞു. പക്ഷേ നഗ്നരായി ജലത്തിൽ നിന്നും പുറത്തു വരാനുള്ള മടി കൊണ്ട് എന്ത് ചെയ്യണ മെന്നറിയാതെ അവർ ചിന്തിച്ചു നിന്നു. ഞങ്ങളെ പരവശരാക്കാതെ ഞങ്ങളുടെ വസ്ത്രങ്ങൾ തന്നു കൂടെ എന്ന് ഗോപികമാർ ചോദിച്ചു. പക്ഷെ ഭഗവാൻ മറുപടിയായി പുഞ്ചിരി മാത്രം നൽകി.

ഗോപികമാർ നഗ്നരായി ജലക്രീഡ നടത്തി-
യതിനാൽ വരുണന്റെ ശാപമുണ്ടായി; അങ്ങനെ
ഗോപികമാരുടെ വ്രതത്തിന് ഭംഗമുണ്ടായി എന്ന്
അവർക്ക് മനസ്സിലാക്കിക്കൊടുത്തു. വരുണദേവനെ
കൈകൂപ്പി തൊഴുതതിനാൽ അതിന് പ്രായശ്ചിത്ത-
മാകുകയും ചെയ്തു. ഒടുവിൽ അവർ യമുനയിൽ
നിന്ന് കയറി വന്നു. കൃഷ്ണൻ അവർക്ക് അവരുടെ
വസ്ത്രങ്ങൾ തിരികെ നൽകുകയും ചെയ്തു.
"അല്ലയോ ഗോപസുന്ദരിമാരേ, നിങ്ങളുടെ ആഗ്രഹം
ഞാൻ മനസ്സിലാക്കുന്നു. ചന്ദ്രികാചർച്ചിതമായ രാത്രി-
കളിൽ യമുനാപുളിനങ്ങളിൽ ഇതിനുള്ള ശരിയായ
മറുപടി നിങ്ങൾക്ക് ലഭിക്കും" എന്ന് പറഞ്ഞു.
ഇതുകേട്ട ഗോപികമാർ ഭഗവാനെ പ്രേമപരവശരായി
നോക്കിക്കൊണ്ട് അവരുടെ വീടുകളിലേക്ക് പോയി.
ഭഗവാൻ കാലികളെ മേയ്ക്കാൻ കാട്ടിലേക്കും തിരിച്ചു
പോയി.

ദശകങ്ങൾ 61 – 70

ദശകം 61 - വിപ്രപത്നീ അനുഗ്രഹം

ഒരിക്കൽ ബ്രാഹ്മണ സ്ത്രീകൾക്ക് അനുഗ്രഹം നൽകുന്നതിനുവേണ്ടി ശ്രീകൃഷ്ണൻ ഗോക്കളോടും ഗോപകുമാരന്മാരോടും കൂടി വൃന്ദാവനത്തിൽ നിന്നും വളരെ ദൂരെയുള്ള മറ്റൊരു വനത്തിലേക്ക് പോയി. അവിടെ വെച്ച് ഗോപകുമാരന്മാർ വിശപ്പും ദാഹവും കൊണ്ട് തളർന്നു പോയി. കൃഷ്ണൻ അവരോട് അല്പം ദൂരത്ത് യാഗം ചെയ്തുകൊണ്ടിരിക്കുന്ന ചില ബ്രാഹ്മണ ഗൃഹങ്ങളിൽ പോയി കുറച്ച് അന്നം യാചിച്ചു കൊണ്ടുവരുവാൻപറഞ്ഞു. കൃഷ്ണന്റെ നിർദ്ദേശമനുസരിച്ച് ബ്രാഹ്മണരുടെ അടുത്തെത്തിയ കുട്ടികൾ ഭഗവാന്റെ പേര് പറഞ്ഞ് ഭക്ഷണത്തിനു വേണ്ടി യാചിച്ചു. ഭഗവദ് സ്മരണയില്ലാത്ത ഈ ബ്രാഹ്മണർ ഇവരുടെ യാചന കേട്ടെങ്കിലും കേൾക്കാ-ത്തതു പോലെ ഭാവിച്ച് ഒരു മറുപടിയും നൽകിയില്ല. വേദങ്ങൾ പഠിച്ച, ബുദ്ധിയുള്ള ബ്രാഹ്മണന്മാരാണ് ഞങ്ങൾ എന്ന ഭാവിച്ച് അവർ കുട്ടികളെ ഗൗനിച്ചില്ല. ബാലകന്മാർ ബ്രാഹ്മണരുടെ അനാദരവുകണ്ട് വളരെ വിഷമിച്ചു തിരിച്ചുപോന്നു. ഇവരെ ബ്രാഹ്മണർ അപമാനിച്ച വിവരങ്ങൾ കേട്ട ശ്രീകൃഷ്ണൻ അവരോട്,

കേവലം യജ്ഞ കർമ്മങ്ങൾ മാത്രം അനുഷ്ഠിക്കുന്ന അവർ ഭക്തിയില്ലാത്തതുകൊണ്ടാണ് ഭക്ഷണം ദാനം ചെയ്യാത്തത്. അതിനാൽ "നിങ്ങൾ ബ്രാഹ്മണന്മാരുടെ ഭാര്യമാരോട് പോയി യാചിച്ചു നോക്കുക" എന്ന് മറുപടി പറഞ്ഞു. അങ്ങനെ കുമാരന്മാർ ബ്രാഹ്മണ പത്നിമാരോട് ചെന്ന് ഭക്ഷണം യാചിച്ചു. കുറേക്കാലമായി ഭഗവാനെ കാണുവാൻ കൊതിച്ചിരുന്ന അവർ ഗോപകുമാരന്മാർ കൃഷ്ണന്റെ പേര് പറയുന്നത് കേട്ടപ്പോൾ തന്നെ പരിഭ്രമചിത്തരായി നാനാവിധത്തിലുള്ള ഭക്ഷണപ്പൊതി-കളുമെടുത്ത്‌ ഭർത്താക്കന്മാരെ വകവയ്ക്കാതെ കൃഷ്ണന്റെ അടുത്തേക്ക് ഓടി. അവിടെ മകര-കുണ്ഡലങ്ങളണിഞ്ഞ് മയിൽപീലി കൊണ്ട് അലങ്കരിച്ച് സ്നേഹാർദ്രനായി ശ്രീദാമാവിന്റെ തോളിൽ കയ്യിട്ടു നിൽക്കുന്ന ശ്രീകൃഷ്ണനെ കണ്ടു. ഭഗവാന്റെ അരികി-ലേക്ക് ഓടിയെത്താൻ ശ്രമിച്ച ഒരു വിപ്രപത്നിയെ ഭർത്താവ് തടഞ്ഞു. എന്നാൽ അവൾ ഭഗവാനിൽ തന്നെ ഭക്തിയുറച്ച് നിലകൊള്ളുകയും അപ്പോൾ തന്നെ മോക്ഷം പ്രാപിക്കുകയും ചെയ്തു. വിപ്രപത്നിമാർ കൊണ്ടുവന്ന ഭോജ്യങ്ങൾ സ്വീകരിച്ച് ഭഗവാൻ അവരെ അനുഗ്രഹിച്ചു. കൂടാതെ ധർമ്മപത്നിമാരുടെ സാന്നിധ്യം യാഗവൃത്തിക്ക് ആവശ്യമാണെന്ന് ധരിപ്പിച്ച് അവരെ തിരിച്ചയക്കുകയും ഭർത്താക്കന്മാർക്ക് അവരോട് സ്നേഹമുണ്ടാകാൻ അനു-ഗ്രഹിക്കുകയും ചെയ്തു .

ദശകം 62 – ഇന്ദ്രമേഖഭംഗം

ഒരിക്കൽ ഇന്ദ്രയാഗത്തിനുള്ള വിഭവങ്ങളെല്ലാം ഒരുക്കുന്ന ഗോപന്മാരെ കണ്ടിട്ട് ഇന്ദ്രന്റെ അഹങ്കാരം ശമിപ്പിക്കാൻ നിശ്ചയിച്ച്, (എല്ലാം അറിയുന്ന-വനാണെങ്കിലും ശ്രീകൃഷ്ണൻ ഒന്നുമറിയാത്ത-വനെപ്പോലെ) ഈ ഒരുക്കങ്ങൾ ആർക്കു വേണ്ടിയാണ്" എന്ന് നന്ദഗോപനോട് ചോദിച്ചു. "എല്ലാ വർഷവും ഇന്ദ്രനു വേണ്ടി യാഗം നടത്തണം, ഇന്ദ്രനാണ് മഴ പെയ്യിക്കുന്നത്, മഴയെ ആശ്രയിച്ചാണ് നമ്മുടെ കൃഷി. പശുക്കൾക്ക് പുല്ലും വെള്ളവും ആവശ്യമുണ്ടല്ലോ അതിനാലാണ് യാഗത്തിനുവേണ്ടി ഒരുക്കങ്ങൾ നടത്തുന്നത് എന്ന് നന്ദഗോപർ മറുപടി പറഞ്ഞു. ഇതുകേട്ട് കൃഷ്ണൻ പറഞ്ഞു. മഴ പെയ്യിക്കുന്നത് ഇന്ദ്രനാണ് എന്ന വിശ്വാസം ശരിയല്ല. ജീവകോടികളുടെ സുകൃതം കൊണ്ടാണ് മഴ പെയ്യുന്നത്. മഹാവനങ്ങളിലുള്ള മരങ്ങൾക്ക് ഇന്ദ്രന് യാഗം ചെയ്യാതെ തന്നെ മഴ ലഭിക്കുന്നുണ്ടല്ലോ. പശുക്കൾ നമ്മുടെ കുലധനമാണ്. അവയ്ക്ക് പുല്ല് ലഭിക്കുന്നത് ഗോവർദ്ധനത്തിൽ നിന്നല്ലേ അതിനാൽ നാം അവരെയും പൂജിക്കേണ്ടതുണ്ട്. കൂടാതെ, ഭൂമിയിൽ ദേവന്മാരേക്കാൾ ശ്രേഷ്ഠന്മാർ ബ്രാഹ്മണ-രായതുകൊണ്ട് അവരേയും പൂജിക്കണം. ഇതുകേട്ട ഗോപന്മാർ ഗോവർദ്ധനത്തിന് വിശേഷ പൂജ ചെയ്ത് ബലിദാനം നൽകി, പ്രദക്ഷിണം വെച്ച് നമസ്കരിച്ചു. കൃഷ്ണൻ തന്നെ ഗോവർദ്ധനരൂപം കൈകൊണ്ട് ഞാൻ നിങ്ങളിൽ സന്തുഷ്ടനായിരിക്കുന്നു എന്ന്

പറഞ്ഞ് ബലിസാധനങ്ങൾ ഭക്ഷിച്ചു. ഇന്ദ്രന് യാഗം നടക്കുന്നുണ്ടെങ്കിലും ഭക്ഷണസാധനങ്ങൾ ഭക്ഷിക്കു-ന്നത് ഇതുവരെയും നമ്മൾ കണ്ടിട്ടില്ലല്ലോ? എന്നാൽ ഇത് ആശ്ചര്യകരമായിരിക്കുന്നു ഈ പർവ്വതം മുഴുവൻ ഭക്ഷിച്ചല്ലോ ഇനി ബലി നൽകാത്തതിന് ഇന്ദ്രൻ കോപിച്ചാലും നമ്മളെ രക്ഷിക്കാൻ ഈ പർവതം മതിയാകും എന്ന് ഭഗവാൻ കൃഷ്ണൻ തന്നെ ഗോപാലകന്മാരുടെ ഇടയിൽ ചെന്നു നിന്ന് അഭിപ്രായം പറഞ്ഞു. പർവ്വതപൂജ സംതൃപ്തി-യോടെ ചെയ്ത് ഗോപകുമാരന്മാർ അമ്പാടിയിൽ തിരിച്ചെത്തി. കൃഷ്ണൻ സാക്ഷാൽ മഹാ വിഷ്ണു-വാണെന്ന് അറിയാമായിരുന്നിട്ടും ഈ ഗോപബാലന്റെ എല്ലാ സമ്പത്തുകളും ഞാൻ മുടക്കുമെന്ന് മനസ്സിൽ ഉറപ്പിച്ചുകൊണ്ട് ഇന്ദ്രൻ ഭഗവാനെ എതിർക്കാൻ തീരുമാനിച്ചു. ഗോകുലത്തെ നശിപ്പിക്കാൻ ആകാശം പ്രളയമേഘങ്ങൾ കൊണ്ട് നിറച്ചു. ഐരാവതത്തിന്റെ മുകളിലേറി ഗോകുലത്തിലേക്ക് യാത്ര തിരിച്ചു. ദേവേന്ദ്രൻ യാഗവിഘ്നം കൊണ്ട് കോപിച്ചാൽ പോലും ഗോവർധനത്തിന്റെ കൃപ കൊണ്ട് നമുക്ക് ആപത്ത് വരില്ല എന്ന് ഗോകുലവാസികളെ ധരിപ്പിച്ച ശേഷം ഇന്ദ്രന്റെ വരവിനായി കൃഷ്ണനും കാത്തി-രിക്കുകയായിരുന്നു.

ദശകം 63 - ഗോവർദ്ധനോദ്ധാരണം

ദിഗന്തങ്ങൾ ഞെട്ടുമാറുള്ള ഇടിമുഴക്കങ്ങളോടു കൂടി വർഷമേഘങ്ങൾ അമ്പാടിക്കു മുകളിൽ തിങ്ങി

നിറഞ്ഞു. ആലിപ്പഴങ്ങളോടുകൂടി പെരുമഴ പെയ്യാൻ തുടങ്ങി. ഗോപാലകന്മാർ പേടിച്ചുവിറച്ച് മഴയിൽ നിന്ന് രക്ഷനേടാൻ കൃഷ്ണനെ അഭയം പ്രാപിച്ചു. "കോപിഷ്ഠനായ ഇന്ദ്രനാൽ വർഷിക്കപ്പെടുന്ന ഈ മഴയിൽ നിന്ന് ഞങ്ങളെ രക്ഷിക്കേണമേ" എന്ന് അപേക്ഷിച്ചു. കൃഷ്ണൻ അവർക്ക് ധൈര്യം കൊടുത്തു. കൂടാതെ തന്റെ പിഞ്ചുകൈകൾകൊണ്ട് ഗോവർദ്ധന പർവതത്തെ ചുവടു പറിച്ചെടുത്ത് ഉയർത്തിപ്പിടിച്ചു. വെള്ളമൊട്ടുമില്ലാത്ത മണൽ പരപ്പിൽ (പർവ്വതത്തിന്റെ അടിഭാഗം) ഗോക്കളേയും ഗോപന്മാരെയും പ്രവേശിപ്പിച്ചിട്ട് അവരോട് തമാശ-കൾ പറഞ്ഞ് അവിടെ സമയം ചെലവഴിച്ചു. ഇത്രയും പ്രായം കുറഞ്ഞ ശ്രീകൃഷ്ണൻ എങ്ങനെയാണ് ഈ പർവ്വതം മുഴുവനും തന്റെ ചെറിയ കൈകൾ കൊണ്ട് താങ്ങി നിർത്തിയത് എന്ന് ഗോപന്മാർ അത്ഭുതപ്പെട്ടു. കൃഷ്ണന്റെ അഹങ്കാരം ശമിപ്പിക്കാനെന്നവണ്ണം ഇന്ദ്രൻ ഏഴു ദിവസം മുഴുവനും ശക്തമായ മഴ പെയ്യിച്ചു. ഒടുവിൽ മേഘങ്ങളിലെ വെള്ളം മുഴുവനും തീർന്നുപോയി. കൃഷ്ണൻ സാക്ഷാൽ മഹാവിഷ്ണു-വാണെന്ന് തിരിച്ചറിഞ്ഞപ്പോൾ ഇന്ദ്രൻ ദൂരേക്ക് ഓടിപ്പോയി. മഴ ശമിച്ചപ്പോൾ ഗോപസമൂഹവും പശു സമൂഹവും പർവ്വതത്തിന്റെ അടിയിൽ നിന്ന് പുറത്തേയ്ക്ക് വരികയും കൃഷ്ണൻ ഗോവർധനത്തെ പൂർവ്വ സ്ഥാനത്ത് തന്നെ ഉറപ്പിച്ചുനിറത്തുകയും ചെയ്തു. ഇതുകണ്ട് നന്ദഗോപാദികെൾ സന്തോഷ-ത്തോടെ ഭഗവാനെ ആശ്ലേഷിച്ചു. വരാഹാ-

വതാരത്തിൽ ഭൂമി മുഴുവനും എടുത്തുയർത്തിയ ഭഗവാന് ഈ ചെറിയ പർവ്വതം ഉയർത്തുന്നത് നിസ്സാര കാര്യമല്ലേ എന്നു പറഞ്ഞ് ദേവവൃന്ദങ്ങൾ ഭഗവാനെ സ്തുതിച്ചു.

ദശകം 64 - ഗോവിന്ദാഭിഷേകം

ഗോവർദ്ധനപർവ്വതം തന്റെ പിഞ്ചു കൈകൾകൊണ്ട് എടുത്തുയർത്തി എന്ന അത്ഭുതകൃത്യം കണ്ട ഗോപ-ന്മാർ കൃഷ്ണന്റെ ജാതകത്തെക്കുറിച്ച് അന്വേഷിച്ചു. ഗർഗമഹർഷിയാൽ വർണ്ണിക്കപ്പെട്ട ഭഗവാന്റെ മാഹാത്മ്യം നന്ദഗോപർ അവർക്ക് വിവരിച്ചു കൊടുത്തു. ഇതിനിടയിൽ അഹങ്കാരം ശമിച്ച ദേവേന്ദ്രൻ കാമ-ദേവനോട് കൂടി വന്ന് കൃഷ്ണനെ സാഷ്ടാംഗം നമസ്ക്കരിച്ച് സ്തുതിഗീതങ്ങൾ ആലപിച്ചു. കാമ-ധേനുവിന്റെ പാൽ കൊണ്ടും ഐരാവതം കൊണ്ടുവന്ന ജലം കൊണ്ടും ഇന്ദ്രൻ ഭഗവാനെ അഭിഷേകം ചെയ്തു. ഈ അഭിഷേകം കൊണ്ട് ഗോകുലം സ്വർഗ്ഗത്തേക്കാളും വൈകുണ്ഠത്തേക്കാളും വിശിഷ്ടമായി ഭവിച്ചു.

ഒരിക്കൽ പ്രഭാതസ്നാനം നടത്തവേ വരുണ ദൂതനായ ഒരാൾ നന്ദഗോപരെ അവിടെ നിന്നും ആരുമറിയാതെ കൊണ്ടുപോയി. ഇതറിഞ്ഞ ഭഗവാൻ കൃഷ്ണൻ നന്ദഗോപരെ തിരിച്ചുകിട്ടാൻ വരുണ-പുരിയിലെത്തി. വരുണൻ പരിഭ്രമിച്ച് ഭഗവാനെ പൂജാ-ദ്രവ്യങ്ങളാൽ സ്വീകരിച്ച് നന്ദഗോപരെ തിരികെ നൽകി. വീട്ടിലെത്തിയശേഷം നന്ദഗോപർ ഈ സംഭവം

ബന്ധുക്കൾക്ക് വിവരിച്ചു കൊടുത്തു. ഭഗവാൻ തന്റെ പരബ്രഹ്മ സ്വരൂപം അവർക്ക് കാണിച്ചുകൊടുത്തു. എല്ലാവരും സദാ പ്രകാശിച്ചു കൊണ്ടിരിക്കുന്ന ബ്രഹ്മാനന്ദരസ പ്രവാഹത്താൽ നിറഞ്ഞമോക്ഷമാകുന്ന മഹാസമുദ്രത്തിൽ മുഴുകിപ്പോയി. ഭഗവാൻ തന്നെ അവരെ യാഥാർത്ഥ്യത്തിലേക്ക് തിരികെ കൊണ്ടു-വരികയും ചെയ്തു. ബാലഗോപാലരൂപനായിരിക്കുന്ന കൃഷ്ണൻ സാക്ഷാൽ പരബ്രഹ്മ സ്വരൂപി തന്നെയാണ് എന്ന് എല്ലാവർക്കും വ്യക്തമായി.

ദശകം 65 - ഗോപീ സമാഗമം

ഒരിക്കൽ ഗോപികമാരോട് പ്രതിജ്ഞ ചെയ്ത-തനുസരിച്ച് അവരുടെ കാർത്ത്യായനീ വ്രതാവസാന ദിവസം മാരോത്സവത്തിന് വേണ്ടി കൃഷ്ണൻ കാളിന്ദി തീരത്തുള്ള വനത്തിലെത്തി. മുരളീനാദം കൊണ്ട്, തന്റെ ഭാര്യമാരാകാൻ കൊതിച്ച ഗോപികമാരോടൊത്ത് അവർ ആഗ്രഹിച്ച രീതിയിൽ തന്നെ മാരോത്സവമാടി അവർക്ക് പരമാനന്ദം നൽകി അനുഗ്രഹിച്ചു. ഭഗവാന്റെ പുല്ലാംകുഴൽ വിളികേട്ട ഗോപികമാർ മാനസിക വിഭ്രാന്തിപോലും കാണിക്കുന്ന ഒരു അവസ്ഥയിലെത്തി. അവർ ജോലികളെല്ലാം ഉപേ-ക്ഷിച്ച് ഭഗവാനെ കാണുവാൻ അതിവേഗം വന-ത്തിലേക്ക് പോകാനൊരുങ്ങി. ചിലർ സർവ്വാഭരണ വിഭൂഷിതരായിട്ടും, എന്നാൽ മറ്റു ചിലർ പകുതി ആഭരണങ്ങൾ ധരിച്ച് ഭഗവാന്റെ മുന്നിൽ പെട്ടെന്നു തന്നെ എത്തിപ്പെട്ടു. ചിലർ പരിഭ്രമിച്ച് കഴുത്തിലെ

ആഭരണം അരയിലും അരഞ്ഞാണം കഴുത്തിലും ധരിച്ചു. ഇത് അഭംഗിയായി തോന്നുമെങ്കിലും ബാഹ്യ-ഭൂഷണ ഭംഗിക്കല്ല, പകരം പ്രേമസ്വരൂപമായ ഭക്തി-ക്കാണ് എന്നതിനാൽ അവളുടെ സൗന്ദര്യം വർദ്ധിച്ചു. ഒരുവൾ മാറ് മറയ്ക്കാൻ പോലും മറന്നാണ് ഓടിയെത്തിയത്. അതു കണ്ടാൽ ഹൃദയത്തിൽ ഭഗവാനെയിരുത്തി അഭിഷേകം ചെയ്യാൻ സ്വർണ്ണ കുംഭവുമായി ഇവൾ എത്തിയതാണോ എന്ന് ആരും സംശയിക്കും. മറ്റുചിലർ വീട്ടിൽ നിന്ന് പുറത്തി-റങ്ങാൻ കഴിയാതെ ഭഗവാനെ മനസ്സിൽ സങ്കൽപ്പിച്ച് സ്ഥൂല സൂക്ഷ്മ ശരീരങ്ങൾ ഉപേക്ഷിച്ച് സച്ചിദാനന്ദ സ്വരൂപനായ ഭഗവാനെ പ്രാപിച്ചു. ഇരു വശത്തും, തന്നെ കാണുവാൻ നിരന്നു നിൽക്കുന്ന ഗോപിക-മാരെ സുന്ദരമായ മന്ദഹാസത്തോടും കൃപാ കടാക്ഷം കൊണ്ടും ഭഗവാൻ നോക്കി കണ്ടു.

ദശകം 66 – ഗോപീജനാഹ്ളാദനം

കാമപരവശരായി ഭഗവാന്റെ അടുത്തെത്തിയ ഗോപ-സ്ത്രീകളുടെ ആഗ്രഹങ്ങൾ സാധിപ്പിക്കുവാൻ ഭഗവാൻ നിശ്ചയിച്ചിരുന്നെങ്കിലും ആദ്യം ഭഗവാൻ അവരോട് പിണങ്ങിയ മട്ടിലിരുന്നു. ശ്രീകൃഷ്ണൻ ഉറക്കെ ആകാശത്ത് കാത്തുനിൽക്കുന്ന മഹർഷിമാർ കേൾക്കാനായി കുലസ്ത്രീകളുടെ ധർമ്മത്തെക്കുറിച്ച് പറഞ്ഞുകൊണ്ടിരുന്നു. ഗോപികമാർ ഭർതൃ-സന്നിധിയിലേക്ക് തിരികെ പോകണം എന്ന കൃഷ്ണന്റെ വാക്കു കേട്ട് അവർ ദുഃഖിതരായി.

"അല്ലയോ ദയാവാരിധേ അങ്ങ് ഞങ്ങളെ തള്ളിക്കളയരുതേ" എന്ന് അവർ അപേക്ഷിച്ചു. അവരുടെ ദുഃഖം മനസ്സിലാക്കിയ കൃഷ്ണൻ അവരോടുകൂടി കാളിന്ദിയുടെ മണൽത്തട്ടിൽ അവരുടെ ഓരോരുത്തരുടെയും ഇഷ്ടമനുസരിച്ച് രാസക്രീഡ ആരംഭിച്ചു. എത്ര ഗോപികമാരുണ്ടോ അത്രയും രൂപം കൈക്കൊണ്ടുകൊണ്ടാണ് ഭഗവാൻ രാസക്രീഡ ആരംഭിച്ചത്. പാൽ പോലെയൊഴുകുന്ന പൂനിലാവിൽ കാളിന്ദീമണൽത്തട്ടിൽ ഗോപസ്ത്രീ-കളുടെ ഉത്തരീയങ്ങൾ വിരിച്ച് ഭഗവാൻ അവരോ-ടൊപ്പം രാസലീല നടത്തി. കളിവാക്കുകൾ കൊണ്ടും കൈകൾ ചേർത്തുപിടിച്ചും ചുംബനം കൊണ്ടും ഗാഢാലിംഗനം കൊണ്ടും ഭഗവാൻ അവരെ ആനന്ദ-ത്തിലാറാടിച്ചു. പരമാത്മാവായ ഭഗവാൻ നിസ്സംഗ-നാണ്. കേവലം പ്രതിജ്ഞാനിർവഹണാർത്ഥമാണ് ഭഗവാൻ ഇതെല്ലാം ചെയ്തത്. മുല്ലപ്പൂ പോലെ മൃദുമന്ദഹാസം കളിയാടുന്ന മുഖത്തോടു കൂടി-യവനും വിയർപ്പ് കണങ്ങൾ പൊതിഞ്ഞവനുമായ ഭഗവാനെ ആലിംഗനം ചെയ്തു ഗോപികമാർ ആനന്ദചിത്തരായി, സായൂജ്യം നേടി. ഭഗവാൻ സമാ-ഗമങ്ങളിൽ ശൃംഗാരമയനും വിരഹത്തിൽ തീക്കട്ട പോലെയുമാണ്. അതിനാൽ കൃഷ്ണനോടൊപ്പമുള്ള സമാഗമത്തിന് ശേഷമുള്ള വിരഹം തീ പോലെ ഗോപികമാർക്ക് അനുഭവപ്പെട്ടു. എല്ലാ ഗോപ-സ്ത്രീകളിലും വെച്ച് കണ്ണന് ഏറ്റവും പ്രിയപ്പെട്ടവൾ ഏറ്റവും അഹങ്കാരം കുറഞ്ഞ രാധയാണ്.

അഹങ്കാരമില്ലാതെ നിഷ്കളങ്കമായി പ്രാർത്ഥിക്കുന്ന എല്ലാവരോടും ഭഗവാൻ പ്രതിപത്തി കാണിക്കും എന്ന് ഇതു വ്യക്തമാക്കുന്നു.

ദശകം 67 - ഗോപീഗർവപ്രശമനം

പരമാനന്ദ സ്വരൂപിയായ ശ്രീകൃഷ്ണനിൽ നിന്നും കാമക്രീഡാരസങ്ങൾ അനുഭവിച്ച ഗോപികമാർ കുറച്ച് അഹങ്കാരികളായി മാറി. ലോകൈക സുന്ദരനായ ഈ ലക്ഷ്മീവല്ലഭൻ എന്നെ മാത്രം ഇഷ്ടപ്പെടുന്നു എന്ന് ഓരോ ഗോപ സ്ത്രീകളും അഹങ്കരിച്ചു. അഹങ്കാരമുള്ള ഗോപസ്ത്രീകളുടെ മനസ്സിൽ നിന്നും കൃഷ്ണൻ മറഞ്ഞു നിൽക്കുകയും, അഹങ്കാരമില്ലാത്ത ഗോപികമാരെ രസിപ്പിച്ചുകൊണ്ടിരിക്കുകയും ചെയ്തു.

ചിലപ്പോളെല്ലാം അഹങ്കാരം ലേശംപോലുമില്ലാത്ത പ്രിയ രാധയെ കൂട്ടി ദൂരേക്ക് പോയി ഭഗവാൻ സൈ്വരമായി വിഹരിച്ചു. ഭഗവാനെ കാണാതായപ്പോൾ ഗോപികമാർ വനത്തിലെല്ലാം കൃഷ്ണനെ തിരഞ്ഞെ-ങ്കിലും അവിടെയൊന്നും ഭഗവാനെ കണ്ടില്ല. അവർ അതീവദുഃഖിതകളാകുകയും മുന്നിൽ കണ്ട മരങ്ങ-ളോടും വള്ളികളോടും നിങ്ങൾ ഭഗവാനെ കണ്ടോ എന്ന് ചോദിച്ച് കൃഷ്ണനെ തേടിയലയുകയും ചെയ്തു. ഒരു ഗോപസ്ത്രീ ഞാനിപ്പോൾ കൃഷ്ണനെ ഇവിടെ കണ്ടു എന്ന് പറഞ്ഞ് മറ്റ് സ്ത്രീകളുടെ ദുഃഖം ഇരട്ടിപ്പിച്ചു. ഗോപസ്ത്രീകൾ ഭഗവാനോടുള്ള നിരന്തര ധ്യാനം നിമിത്തം ഭഗവാന്റെ ലീലകൾ അനുകരിച്ച് കാട്ടിലൂടെ

നടക്കുമ്പോൾ ദൂരെ ഭഗവാനാലുപേക്ഷിക്കപ്പെട്ട രാധയെ കണ്ടു. അവളെയും കൂട്ടി ഭഗവാനെ അന്വേഷിച്ച് അവർ വീണ്ടും അലഞ്ഞു. ഒടുവിൽ കാളിന്ദീതീരത്തെത്തി ഭഗവാന്റെ ഗുണങ്ങളെ വാഴ്ത്തിക്കൊണ്ടിരുന്നു. അപ്പോൾ ദു:ഖിതരായ ഗോപികമാർക്കു മുമ്പിൽ കാമദേവനെക്കാൾ സുന്ദരനായി പുഞ്ചിരി തൂകി കൃഷ്ണൻ പ്രത്യക്ഷപ്പെട്ടു. ഇനി ഞങ്ങൾക്ക് ഭഗവാനെ കാണാൻ പറ്റുമോ എന്ന് സംശയിച്ചിരിക്കുന്ന സ്ത്രീകളുടെ മുന്നിൽ പെട്ടെന്ന് കൃഷ്ണൻ പ്രത്യക്ഷപ്പെട്ടപ്പോൾ ഗോപസ്ത്രീകൾ സന്തോഷത്താൽ മതിമറന്നു.

ദശകം 68 - ഗോപീജനപുന:സമാഗമം

ഭഗവാനെ ദർശിച്ച് പരമാനന്ദ വിവശരായ ഗോപികമാർ അമൃതം കൊണ്ട് അഭിഷേകം ചെയ്യപ്പെട്ടവരെ പോലെ ഭഗവാന്റെ മുന്നിൽ ചലനമറ്റു നിന്നുപോയി. ഒരു ഗോപസ്ത്രീ ഭഗവാന്റെ താമരപ്പൂ പോലെയുള്ള കൈകൾ തന്റെ കൊങ്കയിൽ വച്ച് കോൾമയിർ കൊണ്ടു. മറ്റൊരുവൾ ഭഗവാന്റെ കൈകൾ തന്റെ പ്രാണവായു തടസ്സപ്പെടുന്നത് പോലെ തന്റെ കണ്ഠത്തിൽ ചുറ്റിക്കെട്ടി. മറ്റൊരു ഗോപസ്ത്രീ ഭഗവാന്റെ വദനാരവിന്ദത്തിൽ നിന്ന് താംബൂലം വാങ്ങി തന്റെ താമരപ്പൂവൊത്ത വദനത്തിൽ ധരിച്ച് ജന്മസാഫല്യം നേടി. "അങ്ങ് എന്നെ കാട്ടിൽ ഉപേക്ഷിച്ച് അപ്രത്യക്ഷനായില്ലേ" എന്ന് പരിഭവിച്ച ഒരു ഗോപസ്ത്രീ നിറകണ്ണുകളോടെ കൃഷ്ണനെ നോക്കി. കൃഷ്ണൻ ഈ ഗോപികമാരോടൊത്ത് അവരുടെ ഉത്തരീയം പട്ടു

മെത്തയാക്കി, അവരുമൊത്ത് രാസക്രീഡ നടത്തി. എല്ലാം ഉപേക്ഷിച്ച് അങ്ങയെ ശരണം പ്രാപിച്ച ഞങ്ങളോട് അങ്ങ് ഇത്രയും നിഷ്കരുണനായത് എന്താണെന്ന് ഗോപീജനങ്ങൾ ഭഗവാനോട് ചോദിച്ചു. "എന്നിൽ നിങ്ങൾക്കുള്ള പ്രേമം ഉറപ്പിച്ചുനിർത്തുന്നതിനാണ് ഞാൻ ഇടയ്ക്കിടെ അപ്രത്യക്ഷനാകുന്നത്" എന്നായിരുന്നു ഭഗവാന്റെ മറുപടി. കൃഷ്ണൻ പറഞ്ഞു: "എനിക്ക് നിങ്ങളെ വളരെയധികം ഇഷ്ടമാണ്. നിങ്ങൾ ഈ യമുനാതീരത്തിൽ മനോഹരമായ രാത്രികളിൽ എന്നോടൊപ്പം ഇഷ്ടാനുസരണം രമിച്ചു കൊള്ളു". സുന്ദരികളായ ഗോപികമാർ ഇതുകേട്ട് ഏറ്റവും സന്തുഷ്ടരായി.

ദശകം 69 - രാസക്രീഡ

വാർമുടിക്കെട്ടിൽ മയിൽപീലി ചൂടി മകരമത്സ്യാ- കൃതിയിലുള്ള കുണ്ഡലങ്ങളണിഞ്ഞ് മുത്തുമാലയും വനമാലയും ചാർത്തി, ചന്ദനം, കുങ്കുമം, ഗോരോചനം എന്നിവയുടെ സൗരഭ്യമുള്ള മഞ്ഞപ്പട്ടുടയാട ചാർത്തി, ചിലങ്കകൾ അണിഞ്ഞ് ഭഗവാൻ രാസക്രീഡയ്ക്ക് തയ്യാറായി. അണിഞ്ഞൊരുങ്ങി വന്നു നിൽക്കുന്ന സുന്ദരിമാരുടെ ഇടയിലൂടെ നടന്ന്നടന്ന് രാസലീല തുടങ്ങി. ഇതു കാണാൻ ദേവസമൂഹം, ദേവസുന്ദരിമാരുമൊത്ത് ആകാശമാർഗത്തിൽ വന്നു നിന്നു. ഓടക്കുഴലിന്റെ ശ്രുതിക്കനുസരിച്ച് ഒഴുകി വരുന്ന ഗാനത്തിന് അതിമനോ ഹരങ്ങളായ

മൃദുപാദങ്ങൾ കൊണ്ട് ചുവട് വെച്ച് കൈവളകൾ കിലുക്കി, കൃഷ്ണൻ നൃത്തം ചെയ്തു.

സുന്ദരിമാരുടെ തോളിൽ കൈ വെച്ചും അരക്കെട്ടിൽ ചുറ്റിപ്പിടിച്ചും നടത്തിയ രാസലീലയിൽ, മത്സര ബുദ്ധിയോടെ ഗോപികമാർ മധുര ഗാനങ്ങ-ളാലപിച്ച് ആഹ്ളാദത്തോടെ നൃത്തം ചെയ്തു. ഇതു കണ്ടു നിന്ന ദേവ സമൂഹം പൂക്കൾ വാരിയെറിഞ്ഞ് ഭഗവാനിൽ ലയിച്ച് അത്യന്തം മോഹവിവശ-രായിത്തീർന്നു. നൃത്തം ചെയ്ത് തളർന്ന ഗോപികമാർ ഭഗവാന്റെ തോളിൽ തല ചായ്ച്ചു നിന്നു. മറ്റുചിലർ ഭഗവാന്റെ കൈത്തലം ചുംബിച്ച് രോമാഞ്ചം കൊണ്ടു. ഗോപസ്ത്രീകൾ രാസലീലയ്ക്കിടയ്ക്ക് വിവിധ വികാരങ്ങൾ കൊണ്ട് ഭ്രാന്തമായ അവസ്ഥയിലെത്തി. നൃത്തം അതിന്റെ പാരമ്യത്തിലെത്തിയപ്പോൾ തങ്ങളുടെ വസ്ത്രങ്ങൾ അഴിഞ്ഞതോ, മുടിക്കെട്ട് അഴിഞ്ഞതോ, തങ്ങളുടെ മാറിടത്തിൽ നിന്നും ഉത്തരീയം മാറിപ്പോയതോ അവർ അറിഞ്ഞതേയില്ല. പാട്ടും നൃത്തവും വാദ്യമേളങ്ങളും നിലച്ചതു പോലും-മറിയാതെ ഗോപികമാർ നൃത്തം തുടർന്നു കൊണ്ടേ-യിരുന്നു രാസക്രീഡയിൽ പരവശരായി ഗ്രഹങ്ങളും, നക്ഷത്രങ്ങളും മറ്റും സ്വസ്ഥാനങ്ങളിൽ ചലനമറ്റു നിന്നുപോയത്രെ. രാത്രി പോലും അവസാനിക്കാതെ നിലകൊണ്ടു. സർവ്വവ്യാപിയായ ഭഗവാൻ ലോകത്തെ മുഴുവൻ പരമാനന്ദരസത്തിൽ ലയിപ്പിച്ച് തന്റെ നൃത്തം അവസാനിപ്പിച്ചു. എത്ര ഗോപികമാർ ഉണ്ടോ, അത്രയും രൂപം കൈകൊണ്ട് ഭഗവാൻ നൃത്തം

ചെയ്തു. ഭഗവാൻ രാസക്രീഡാസമയത്ത്, കാമ-വികാരം കൊണ്ട് അസഹനീയമായ മനസികവസ്ഥ പ്രാപിച്ച ഗോപികമാർക്കൊപ്പം നൃത്തമാടുകയും, അവരോടു കൂടി ജലത്തിൽ സ്വൈരമായി വിഹരി-ക്കുകയും ചെയ്തു. ഭംഗിയുള്ള പൂക്കളുടെ മണം നിറഞ്ഞ കാനനത്തിൽ ഗോപികമാർക്കൊപ്പം ചുറ്റി നടന്നു. ഇതെല്ലാം കണ്ട് ബ്രഹ്മാവ്, ശിവൻ എന്നീ ദേവന്മാർക്ക് പോലും ഗോപികമാരോട് ആദരവ് തോന്നി.

ദശകം 70 - സുദർശന ശാപമോക്ഷം, ശംഖചൂഡവധം, അരിഷ്ടവധം.

കൃഷ്ണൻ ഗോപികമാരുമൊത്ത് രാസ ക്രീഡകൾ നടത്തി ദിവസങ്ങൾ കഴിഞ്ഞുപോയി. ഒരു ദിവസം നന്ദഗോപർ മറ്റു ഗോപന്മാരോടൊത്ത് അംബികാ-വനത്തിനുള്ള ഒരു ശിവക്ഷേത്രത്തിൽ ഉത്സവം കാണാൻ പോയി. ഉത്സവം കഴിഞ്ഞ് അവിടെത്തന്നെ കിടന്നുറങ്ങിയ അവരുടെ നേർക്ക് ഇഴഞ്ഞുവന്ന ഒരു പെരുമ്പാമ്പ് നന്ദഗോപരെ വിഴുങ്ങാൻ നോക്കി. കത്തുന്ന ഒരു വിറകുകൊണ്ട് അദ്ദേഹം പാമ്പിനെ കുത്തുകയും അടിക്കുകയും ചെയ്തെങ്കിലും പാമ്പ് നന്ദഗോപരുടെ ശരീരത്തിൽ കടിച്ചുതന്നെയിരുന്നു. അവർ കൃഷ്ണനെ വിളിച്ച് രക്ഷിക്കാൻ അപേക്ഷിച്ചു. കൃഷ്ണൻ ആ പെരുമ്പാമ്പിനെ തന്റെ കാൽവിരൽ കൊണ്ട് സ്പർശിച്ചു. ഉടനെ പാമ്പ് വിദ്യാധര രൂപം കൈകൊണ്ട് ശോഭിച്ചു. വിദ്യാധരന്റെ പൂർവ്വകഥ:

വിദ്യാധരന്റെ യഥാർത്ഥ നാമം സുദർശനൻ എന്നാണ്. ഒരിക്കൽ അംഗിരസ്സി പരമ്പരയിൽപ്പെട്ട മഹർഷിമാരുടെ വൈരൂപ്യത്തെ സൗന്ദര്യവാനായ സുദർശനൻ പരിഹസിക്കുകയും മഹർഷി അവനെ വിരൂപിയായ ഒരു പെരുമ്പാമ്പായി കാട്ടിൽ വാഴട്ടെ എന്ന് ശപിക്കുകയും ചെയ്തു. ഇത്രയും നാൾ അവിടെകഴിഞ്ഞ വിദ്യാധരൻ ഭഗവാന്റെ പാദ-സ്പർശം കൊണ്ട് ശാപമുക്തനായി തന്റെ ലോക-ത്തേക്കും നന്ദഗോപർ അമ്പാടിയിലേക്കും പോയി.

ഒരിക്കൽ ബലഭദ്രനോടും ഗോപികമാരോടും കൂടി ശ്രീകൃഷ്ണൻ കാട്ടിൽ നടക്കുമ്പോൾ വൈശ്രവണ-ഭൃത്യനായ ശംഖചൂഡൻ ഗോപസ്ത്രീകളെ അപ-ഹരിച്ചു കൊണ്ടു പോയി. കൃഷ്ണൻ അവനെ നിഗ്രഹിച്ച് ഗോപികമാരെ മോചിപ്പിച്ച് അവന്റെ ശിരോരത്നം ബലരാമന് നൽകി. പകൽ മുഴുവൻ ശ്രീകൃഷ്ണൻ ഇടയക്കുട്ടികളുമൊത്ത് കാട്ടിൽ അലഞ്ഞു നടക്കുമ്പോൾ ഗോപികമാർ കൃഷ്ണനെ-ക്കാണാതെ വളരെ ദുഃഖിതരായി. അവർ കൃഷ്ണനെ ഓർത്ത് വിലപിച്ചു കൊണ്ടേയിരുന്നു ഒരിക്കൽ കംസഭൃത്യനായ അരിഷ്ടൻ എന്ന അസുരൻ കാളയുടെ രൂപത്തിൽ ഘോരശബ്ദത്തോടുകൂടി മുക്രയിട്ട് ഭഗവാന്റെ അടുത്തു വന്നു. അതിഭീകര രൂപമെടുത്ത ആ ദുഷ്ടനായ കാള, കൃഷ്ണന്റെ പശു സമൂഹങ്ങളെ ഓടിച്ചിട്ട് ഭഗവാന്റെ അടുത്തേക്ക് പാഞ്ഞടുത്തു. ഉയർന്ന കൊമ്പുകൾ ആട്ടി തലയുയർത്തി നിർഭയനായി ഭഗവാന്റെ അടുത്തെ-

ത്തിയ ഈ അരിഷ്ടാസുരനെ ഭഗവാൻ മർദ്ദിച്ച-
വശനാക്കി കൊന്നു. ദേവേന്ദ്രനും ദേവഗണങ്ങളും
ഇതിൽ വളരെയധികം സന്തോഷിച്ചു. ഇടയന്മാ-
രാകട്ടെ, കൃഷ്ണനെ വൃഷഘാതകൻ എന്നു വിളിച്ച്
കളിയാക്കി. കൃഷ്ണൻ കൂട്ടുകാരുമൊത്ത് അമ്പാടി-
യിലേയ്ക്കു മടങ്ങി.'

ദശകങ്ങൾ 71 – 80

ദശകം 71 - കേശിവധവും വ്യോമാസുരവധവും

കംസന്റെ ഉറ്റ മിത്രമായ കേശി എന്ന അസുരൻ ഒരിക്കൽ ഒരു കുതിരയുടെ ആകൃതി പൂണ്ട് കൃഷ്ണന്റെ അടുത്തെത്തി. കേശി ഒരു ഗന്ധർവ്വ-നായിരുന്നിട്ടും അവന്റെ കഠോരമായ ശബ്ദം കൊണ്ട് എല്ലാ ജനങ്ങളെയും പേടിപ്പിച്ചു. ഗന്ധർവന്മാരുടെ ശബ്ദം സാധാരണ എല്ലാവരെയും ആനന്ദിപ്പി-ക്കുന്നതായിരിക്കും എന്തെന്നാൽ അവർ ദേവ-ഗായകരാണ്. പക്ഷേ കേശിയുടെ ശബ്ദം അതിൽ നിന്നും വിപരീതമായിരുന്നു. (പണ്ട് ത്രിമൂർത്തികളിൽ ഏറ്റവും ക്ഷമ ആർക്കാണെന്ന് പരീക്ഷിക്കാൻ ഭൃഗുമഹർഷി വൈകുണ്ഠത്തിലെത്തി. ഗരുഡനു-മേൽ പാദങ്ങൾ വെച്ച് ആദിശേഷനിൽ പള്ളി കൊള്ളുന്ന മഹാവിഷ്ണുവിന്റെ വക്ഷസ്ഥലത്ത് ഭൃഗുമഹർഷി ഭഗവാന്റെ ക്ഷമ പരീക്ഷിക്കാനായി ചവിട്ടി. എന്നാൽ ഭൃഗുമഹർഷി വിഷ്ണു ഭക്ത-നായതിനാൽ ഈ അടയാളം ഒരു മറുകായി ഭഗവാന്റെ മാറിടത്തിൽ പരിലസിച്ചു (ശ്രീവത്സം). ഭഗവദ് ഭക്തനായ ഗരുഡനെ വാഹനമാക്കുകയും ചെയ്തു.

ഈ കഥകൾ മനസ്സിലാക്കിയ കേശി തനിക്കും അപ്രകാരം ചെയ്യാൻ കഴിയും എന്ന അഹങ്കാര- ത്തോടുകൂടിയാണ് ഭഗവാന്റെ നേർക്ക് കുളമ്പുകൾ ഉയർത്തി ചവിട്ടാൻ ശ്രമിച്ചത്. എന്നാൽ ഭഗവാൻ കേശിയുടെ കാലുകൾ കൂട്ടിപ്പിടിച്ച് അവനെ ദൂരേക്ക് വലിച്ചെറിഞ്ഞു. ബോധമറ്റ് വീണ അസുരൻ വീണ്ടും ചാടി എണീറ്റ് ഭഗവാനെ ആക്രമിക്കാനൊരുങ്ങി. ഭഗവാൻ അവന്റെ വായിൽ തന്റെ കൈകടത്തി കൈ വലുതാക്കി കൊണ്ടിരുന്നു. കുതിരയായി വന്ന കേശി ശ്വാസം കിട്ടാതെ മരിക്കുകയയും, ഭഗവാന്റെ സപർശം കൊണ്ട് മരിച്ചതിനാൽ കേശി ബ്രഹ്മസായൂജ്യം നേടുകയും ചെയ്തു. കേശിയെ വധിച്ചതിനാൽ സന്തുഷ്ടരായ ദേവസമൂഹം കൃഷ്ണന് കേശവൻ എന്ന് പേര് നൽകി. പിന്നീട് നാരദമഹർഷി കംസന്റെ അടുക്കലെത്തി കൃഷ്ണൻ വസുദേവന്റെ പുത്രനാണ് എന്ന സത്യം വെളിപ്പെടുത്തി. ക്രോധം മൂത്ത കംസൻ വസുദേവരെ വധിക്കാൻ പുറപ്പെട്ടെങ്കിലും നാരദൻ അർത്ഥമില്ലായ്മയാണ് ഇത് എന്ന് കംസനെ ഉപദേശിച്ചു. അതിനുശേഷം നാരദൻ ഗോകുല- ത്തിലെത്തി കൃഷ്ണനെ സ്തുതിക്കാൻ തുടങ്ങി. ഒരിക്കൽ ഗോപകുമാരന്മാരൊത്ത് വനത്തിൽ ഒളിച്ചു കളിക്കുമ്പോൾ മയന്റെ പുത്രനായ വ്യോമാസുരൻ ഒരു ഗോപകുമാരന്റെ വേഷത്തിൽ കള്ളനായി വന്നു പശുക്കളെയും മറ്റു ഗോപന്മാരെയും മോഷ്ടിച്ച് ഗുഹയ്ക്കുള്ളിലാക്കി ഒരു പാറക്കല്ലെടുത്ത് ഗുഹാ- മുഖം അടച്ചു. ഇതറിഞ്ഞ കൃഷ്ണൻ അവിടെ എത്തി

അവനെ വധിച്ച് ഗോപബാലന്മാരെയും പശു-
ക്കളേയും മോചിപ്പിച്ചു.

ദശകം 72 - അക്രൂരാഗമനം

നാരദന്റെ സന്ദർശനത്തിനുശേഷം തന്റെ കാലനായ കൃഷ്ണൻ അമ്പാടിയിൽ വസിക്കുന്നുണ്ട് എന്ന് കംസൻ മനസ്സിലാക്കി. ഭീതിപൂണ്ട കംസൻ കൃഷ്ണനെ തന്റെ അടുത്തേക്ക് കൊണ്ടുവരുവാൻ അക്രൂരനെ നിയോഗിച്ചു. അക്രൂരൻ ഭഗവാന്റെ ഭക്തനായിരുന്നു. പക്ഷേ കംസനെ ഭയപ്പെട്ട് വളരെ കാലം കൃഷ്ണനെ സന്ദർശിക്കാൻ പോലും വന്നിരുന്നില്ല. ഇപ്പോൾ അത് സാധ്യമായല്ലോ എന്നോർത്ത് അദ്ദേഹം സന്തോഷിച്ചു. രഥത്തിൽ കയറി ഗോകുലത്തിലെത്തുന്നതുവരെയും അക്രൂരൻ ഭഗവാനെ മാത്രം ഓർത്തുകൊണ്ടിരുന്നു. തനിക്ക് യാത്രയിൽ വിഘ്നങ്ങൾ വരുത്തല്ലേ എന്ന് പ്രാർത്ഥിച്ചു കൊണ്ടിരുന്ന അദ്ദേഹം ഒടുവിൽ വൃന്ദാവനത്തിൽ എത്തി. വൃന്ദാവനത്തിൽ എത്തിയ അദ്ദേഹം പരമാനന്ദം കൊണ്ട് അദ്ഭുത-
പരതന്ത്രനായി. ഭഗവാൻ ഗോപന്മാരോടൊത്ത് കളിച്ചു നടക്കുന്ന അമ്പാടിയിലെ സ്ഥലങ്ങളിൽ അദ്ദേഹം നമസ്കരിച്ചു. സന്ധ്യയോടെ അക്രൂരൻ ശ്രീ-
കൃഷ്ണന്റെ വീടിനടുത്തെത്തി. അവിടെ ബലരാമ-
നുമൊത്ത് അമ്മമാർ പശുവിനെ കറക്കുന്നത് നോക്കി നിൽക്കുന്ന കൃഷ്ണനെ അക്രൂരൻ ദൂരെ നിന്നു തന്നെ കണ്ടു. അപ്പോൾ തന്നെ തേരിൽ നിന്നിറങ്ങി ഭഗവാനെ

നമസ്കരിച്ചു. ശ്രീകൃഷ്ണൻ അക്രൂരനെ സന്തോഷത്തോടെ ആലിംഗനം ചെയ്തു. ക്ഷേമാന്വേഷണത്തിനുശേഷം സ്വഗൃഹത്തിലേക്ക് കൂട്ടിക്കൊണ്ടുപോയി. കൃഷ്ണൻ അദ്ദേഹത്തെ ആദരവോടുകൂടി പൂജിച്ചു. അക്രൂരൻ ധനുർയാഗത്തെക്കുറിച്ച് അമ്പാടിയിലെ ഗോപ വൃന്ദത്തെ അറിയിച്ചു. കൃഷ്ണൻ രാത്രി മുഴുവൻ അക്രൂരനോടൊത്ത് സമയം ചെലവഴിച്ചതിനാൽ കൃഷ്ണപ്രേയസികളായ ഗോപികമാർക്ക് കൃഷ്ണനെ കാണാത്തതിൽ ശങ്ക തോന്നി. ഓരോ ഗോപികമാരോടും താൻ അവരുടെ വീട്ടിൽ ഉണ്ടായിരിക്കും എന്ന് കൃഷ്ണൻ ഉറപ്പു കൊടുത്തിരുന്നു. ഓരോ ഗോപികമാരും, തങ്ങളുടെ അടുത്ത് വരാതെ കൃഷ്ണൻ മറ്റു ഗോപികമാരുടെ വീടുകളിൽ പോയോ എന്ന് ശങ്കിച്ചു.

ദശകം 73 - മഥുരാപുരി യാത്ര

അക്രൂരനോടൊപ്പം ശ്രീകൃഷ്ണൻ മഥുരയ്ക്ക് പുറപ്പെട്ടു. വിരഹതാപം കൊണ്ട് ദുഃഖിച്ചിരിക്കുന്ന ഗോപികമാരുടെ അടുത്തേയ്ക്ക് ഒരു ശിഷ്യനെ വിട്ട് അവരോട് ദുഃഖിക്കരുതെന്നും, താൻ ഉടൻതന്നെ തിരിച്ചെത്തുമെന്നും അറിയിച്ചു. എന്നാൽ ഗോപികമാർ, "ഞങ്ങളെ ഉപേക്ഷിക്കല്ലേ" എന്ന് യാചിച്ചു കൊണ്ടേയിരുന്നു. ശ്രീകൃഷ്ണൻ മറുപടി നൽകാതെ അവരെ ദയാപൂർവ്വം കടാക്ഷിച്ചു. വൃന്ദാവനം കടന്ന് അവർ യമുനാതീരത്തെത്തി. ശ്രീകൃഷ്ണനെയും

ബലരാമനേയും രഥത്തിൽ തന്നെയിരുത്തി, അക്രൂരൻ കുളിക്കാൻ വേണ്ടി കാളിന്ദി നദിയിലിറങ്ങി. അവിടെ ശംഖ്, ചക്രം, ഗദ, പത്മം, എന്നിവ ധരിച്ച ഭഗവാന്റെ വിശ്വരൂപമാണ് അദ്ദേഹം ദർശിച്ചത്. അമ്പാടിക്കണ്ണൻ തന്നെയാണ് മഹാവിഷ്ണു എന്ന തത്വബോധം അദ്ദേഹത്തിനുണ്ടായി. കാളിന്ദിയിൽ മുങ്ങി കുളിച്ച് വേഗം കണ്ണന്റെ അടുത്തെത്തി. "അല്ലയോ അക്രൂര, കാളിന്ദിയിലെ ജലത്തിന് ഇത്രയും തണുപ്പുണ്ടോ? നീ വല്ലാതെ കോരിത്തരിക്കുന്നുണ്ടല്ലോ" എന്ന് കൃഷ്ണൻ അക്രൂരനോട് ചോദിച്ചു. ആശ്ചര്യഭരിതനായ അക്രൂരൻ മറുപടി പോലും പറയാനാവാതെ നിശ്ചലനായി നിന്നു.

ദശകം 74 – മഥുരാപുരി പ്രവേശം

മഥുരാപുരിയിലെത്തിയ ഭഗവാൻ നഗരാ-തിർത്തിയിലെ ഉദ്യാനത്തിൽ വിശ്രമിച്ച് ഉച്ചയൂണിന് ശേഷം നഗരം കാണാൻ പുറപ്പെട്ടു. ഭഗവാന്റെ ആകാര ഭംഗി നഗരവാസികൾക്ക് ആസ്വാദ്യകരമായിരുന്നു എല്ലാ നഗരപുരവാസികളും സുന്ദരിമാരും ഭഗവാനെ വന്ദിക്കുവാനായി അവിടെ എത്തിക്കൊണ്ടിരുന്നു. എല്ലാവരെയും ഭഗവാൻ തന്റെ നോട്ടം കൊണ്ട് ആനന്ദചിത്തരാക്കി. ഇതിനിടയിൽ ഭഗവാന്റെ എതിരെ നടന്നുവരുന്ന ഒരു അലക്കുകാരനോട് ഭഗവാൻ വസ്ത്രം തരുമോ എന്ന് ചോദിച്ചു. നിനക്ക് ആരാണ് വസ്ത്രം തരുന്നത്? ഇത് രാജാവിന്റെ വസ്ത്രമാണ് എന്ന് നിഷേധ രൂപത്തിൽ മറുപടി കൊടുത്ത

അവന്റെ തലയറുത്ത് കൃഷ്ണൻ അവന് നിത്യമുക്തി നൽകി. അതിനുശേഷം ഭഗവാന് അണിയുവാൻ യോഗ്യമായ വസ്ത്രം സന്തോഷത്തോടെ ദാനം ചെയ്ത നെയ്ത്തുകാരനെ മോക്ഷം നൽകി അനുഗ്രഹിച്ചു. വീണ്ടും നഗരത്തിലൂടെ നടക്കുമ്പോൾ കൂനിയായ ഒരുവൾ ഭഗവാന് കുറിക്കൂട്ട് നൽകി. അവളെ ഭഗവാൻ തന്റെ തൃക്കൈകൊണ്ട് തലോടുകയും അവളുടെ കൂനുമാറ്റി ശരീരം നിവർത്തി സുന്ദരിയാക്കി മാറ്റുകയും ചെയ്തു. അവൾ കൃഷ്ണന്റെ പരമഭക്തയായി മാറി. ശരീരത്തിൽ മൂന്നു വളവുകളുള്ളതിനാൽ ത്രിവക്ര എന്നറിയപ്പെട്ടിരുന്ന കുബ്ജയുടെ ശരീരമാറ്റം കണ്ട് മധുരാപുര നിവാസികൾ ഭഗവാന്റെ മാഹാത്മ്യത്തിൽ വിശ്വാസി-കളായി. അവർ ഭഗവാനെ തങ്ങളുടെ വീട്ടിലേക്ക് ക്ഷണിച്ചെങ്കിലും താൻ പിന്നീട് വന്നുകൊള്ളാം എന്ന് കൃഷ്ണൻ മറുപടി പറഞ്ഞു. ഭഗവാൻ ഗോപുര-ദ്വാരത്തിൽ കടന്നു. രാജധാനിയിൽ പ്രവേശിച്ച ശേഷം കൃഷ്ണൻ ധനുസ്സു പൂജിക്കുന്ന ആസ്ഥാന മണ്ഡപത്തിലേക്കെത്തി. ഭഗവാന്റെ അത്യുജ്ജ്വല തേജോപ്രവാഹം കണ്ട് ചാപരക്ഷകർ വില്ലിന്റെ അടുത്ത് നിന്നും നീങ്ങി നിന്നു. ഭഗവാൻ അപ്പോൾ തന്നെ ധനുർയാഗത്തിന് വേണ്ടി പൂജിക്കാൻ തയ്യാറാക്കി വെച്ചിരിക്കുന്ന വില്ലെടുത്ത് പെട്ടെന്ന് കുലക്കുകയും ചെയ്തു. ഇത് യാഗത്തിന് ദോഷമാണ്. സത്യത്തിൽ പിറ്റേദിവസം നടക്കാൻ പോകുന്ന കംസവധത്തിന്റെ ഒരു സൂചനയായിരുന്നു ഇത്.

വില്ലൊടിക്കുന്ന ശബ്ദം കേട്ട് കംസൻ ഞെട്ടിവിറച്ചു. വില്ലിന്റെ കഷണങ്ങൾ കൊണ്ട് അടികൊണ്ട കംസ ഭൃത്യന്മാർ കംസനെ വിളിച്ച് അലമുറയിട്ട് കരയാൻ തുടങ്ങി. ഇത് കംസന്റെ വിറയൽ അധികമാക്കി. പകൽ മുഴുവനും മഥുരാനഗരിയുടെ സൗന്ദര്യ-മാസ്വദിച്ച് ചുറ്റി നടന്ന ശേഷം സന്ധ്യാസമയത്ത് കൃഷ്ണൻ ഉദ്യാനത്തിൽ തിരിച്ചെത്തി. അതിനുശേഷം ശ്രീദാമാവിനോട്, രാധയോടുള്ള വിരഹത്തെപ്പറ്റി സംസാരിച്ച് സംസാരിച്ച് പതുക്കെ നിദ്രയിൽ മുഴുകി.

ദശകം 75 - കംസ വധം

മുൻദിവസത്തെ ധനുർഭഞ്ജനത്തെക്കുറിച്ച് ചിന്തിച്ച് കംസന്റെ മനസ്സിൽ നല്ല ഭയമുണ്ടായിരുന്നു. എങ്കിലും കംസൻ മല്ല യുദ്ധത്തിന് മുന്നോടിയായുള്ള വാദ്യ-ഘോഷങ്ങൾ ആരംഭിക്കാൻ ഉത്തരവിട്ടു. കംസന്റെ ക്ഷണിതാക്കളായ രാജകുമാരന്മാരെല്ലാം അവർക്കായി നിശ്ചയിച്ച സ്ഥാനങ്ങളിൽ ഇരുപ്പുറപ്പിച്ചു. നന്ദ-ഗോപരും മാളികയിൽ എത്തി. ഭഗവാൻ കൃഷ്ണൻ ബലരാമനോടും കൂട്ടുകാരായ ഗോപൻമാരോടും കൂടി ഭംഗിയായി വേഷവിധാനം ചെയ്ത് മാളികയുടെ വാതിൽക്കൽ എത്തി. എന്നാൽ അവിടെ മഹാമാത്രൻ എന്ന ആനക്കാരന്റെ പ്രേരണയാൽ കുവലയപീഡം എന്ന കൊമ്പനാന വഴിതടഞ്ഞ് നിൽക്കു-ന്നുണ്ടായിരുന്നു. ഭഗവാൻ ആനയോട് വഴിയിൽനിന്ന് മാറിനിൽക്ക് എന്ന് പറഞ്ഞെങ്കിലും, ആനക്കാരന്റെ പ്രേരണ നിമിത്തം ആ ആന ഭഗവാനെ തുമ്പിക്കൈ-

യിലെടുത്ത് ഉയർത്താൻ ശ്രമിച്ചു. എന്നാൽ കൃഷ്ണൻ ആനയുടെ മസ്തകത്തിൽ ശക്തിയായി പ്രഹരിച്ച് ആനയുടെ കാലുകൾക്കിടയിൽ ഒളിച്ചു കളിച്ചു. ഭഗവാൻ ആനയുടെ മസ്തകത്തിൽ പ്രഹരിച്ചതിനാൽ ഭഗവാന്റെ കരസ്പർശപുണ്യം ആനയുടെ മസ്തകത്തിനും കൈവന്നു. തുമ്പിക്കെ കൊണ്ട് കൃഷ്ണനെ പിടിക്കാൻ സാധിക്കാത്ത വിധത്തിൽ കൃഷ്ണൻ ആനയ്ക്ക് ചുറ്റും ഓടിക്കളിച്ചു. ആനയും ഭഗവാനെ ഓടിയോടിപിടിക്കാൻ ശ്രമിച്ചെങ്കിലും ഒടുവിൽ തളർന്ന് നിലത്തു വീണു. കൃഷ്ണൻ ആനയുടെ മുന്നിൽ കമിഴ്ന്നു കിടന്ന് കുത്തുവാനോങ്ങുന്ന ആനയുടെ കൊമ്പുകൾ പിഴുതെടുക്കുകയും കൊമ്പിന്റെ കടയ്ക്കൽ ഉള്ള മുത്തുകൾ രാധയ്ക്ക് മാലയുണ്ടാക്കാൻ കൊടുക്കണം എന്ന് പറഞ്ഞ് ശ്രീദാമാവിന്റെ കയ്യിൽ കൊടുക്കകയും ചെയ്തു. പിന്നീട് കുവലയപീഡത്തെ നിഗ്രഹിച്ചതിനു ശേഷം ഒരു കൊമ്പ് ഭഗവാൻ സ്വന്തം തോളിലും മറ്റേ കൊമ്പ് ബലരാമൻ തന്റെ തോളിലും വെച്ച് മല്ലന്മാരുടെ യുദ്ധരംഗത്തേക്ക് വന്നു. ഭഗവാന്റെ പ്രവർത്തികളിൽ അത്ഭുതം പൂണ്ട് എല്ലാവരും അദ്ദേഹത്തെ വാഴ്ത്തിക്കൊണ്ടിരുന്നു. "ഭഗവാനെ പുത്രനായി ലഭിച്ച നന്ദഗോപരും, ഭഗവാന് കൂടുതൽ ഇഷ്ടമുള്ള ഗോപികമാരും, ഭഗവാനെ വളർത്തിയ യശോദയും, ഒപ്പം തന്നെ ഭഗവാന്റെ ദർശനപുണ്യം ലഭിച്ച നമ്മളും ഭാഗ്യശാലികളാണ്" എന്നു പറഞ്ഞ് ജനങ്ങൾ ഭഗവാനെ സ്തുതിച്ചുകൊണ്ടിരുന്നു.

ഒരിക്കലും നാശമില്ലാത്ത, പരമാനന്ദരൂപനും, ബ്രഹ്മസ്വരൂപിയും ആയിരിക്കുന്ന ഭഗവാൻ ശ്രീകൃഷ്ണരൂപേണ അവതരിച്ച് ഗോപാലന്മാരുടെ ഇടയിൽ ശോഭിച്ചു. പാപിയായ കംസനു പോലും കൃഷ്ണന്റെ ദർശനം ലഭിച്ചു. എല്ലാവരും കൃഷ്ണന്റെ ബാലലീലകൾ പാടിക്കൊണ്ടിരുന്നു. അപ്പോഴേക്കും കംസനിയോഗമനുസരിച്ച് മല്ലവീരന്മാരായ ചാണൂരൻ കൃഷ്ണനോടും മുഷ്ടികൻ ബലരാമനോടും മല്ലയുദ്ധം ആരംഭിച്ചു. ഉയർത്തിയെറിഞ്ഞ് താഴെ വീഴ്ത്തുക, വീണ്ടും എഴുന്നേൽക്കുക, പിടിച്ചു വലിക്കുക എന്നീ യുദ്ധമുറകൾ വീണ്ടും,വീണ്ടും ചെയ്തു കൊണ്ടിരുന്ന ചാണൂരനെ ശ്രീകഷ്ണൻ പലതവണ തന്റെ കൈ കൊണ്ട് തടഞ്ഞു. "ഭഗവാനോട് മല്ലയുദ്ധം ചെയ്തു മരിച്ചാൽ മോക്ഷം കിട്ടും. മൃദുകോമള ശരീരികളായ ബാലന്മാർ കഠോര സ്വഭാവമുള്ള മല്ലന്മാരോട് യുദ്ധം ചെയ്യുന്നത് അധർമ്മമാണ്. നമുക്ക് ഇവിടെ നിന്ന് പോകാം എന്ന് ജനങ്ങൾ പറഞ്ഞു." ശ്രീകൃഷ്ണൻ ചാണൂരന്റെ കാൽചുറ്റിപ്പിടിച്ച് ചുഴറ്റി ദൂരേക്ക് വലിച്ചെറിഞ്ഞു. ബലരാമൻ മുഷ്ടികനേയും നിലത്തടിച്ച് കൊന്നു. കംസ ഭൃത്യന്മാരായ മറ്റുമല്ലന്മാർ പ്രാണരക്ഷാർത്ഥം ഓടിയൊളിച്ചു. ഇതുകണ്ട് കംസൻ സംഭ്രമ ചിത്ത- നായി വാദ്യഘോഷങ്ങൾ നിർത്തിവെയ്ക്കാനും കൃഷ്ണനെ ആ രാജ്യത്ത് നിന്നും ആട്ടി- പ്പുറത്താക്കാനും ഉത്തരവിറക്കി. ഭഗവാൻ ഇതുകേട്ട് അത്യന്തം കോപിഷ്ഠനായി. കൃഷ്ണൻ കൊട്ടാര-

ത്തിന്റെ ഏറ്റവും മുകളിലത്തെ നിലയിലുള്ള സിംഹാ-
സനത്തിലേക്ക് ചാടിക്കയറി കംസനെ കടന്നുപിടിച്ച്.
താഴേയ്ക്ക് വീഴ്ത്തിയിട്ട് അവന്റെ മേൽ കയറിനിന്ന്
അവനോട് യുദ്ധം ചെയ്ത് കംസനെ വധിച്ചു. ഇതിൽ
സന്തോഷിച്ച ദേവസമൂഹം പുഷ്പവൃഷ്ടി നടത്തി.
കോപം കൊണ്ടാണെങ്കിലും ഭഗവാനോടുള്ള നിരന്തര-
സ്മരണ കംസനും സായൂജ്യം നേടാനുള്ള മാർഗ-
മായി. ഭഗവാനാൽ മുമ്പ് വധിക്കപെട്ട കാലനേമി എന്ന
അസുരന്റെ പുനർജന്മമാണ് കംസൻ. കംസന്റെ
സഹോദരന്മാരെയും കൃഷ്ണൻ നിഗ്രഹിച്ചു. പിന്നീട്
വസുദേവനെയും ദേവകിയെയും ചെന്ന് കണ്ട്
നമസ്കരിച്ചു. കംസന്റെ പിതാവായ ഉഗ്രസേനനെ
യദുവംശത്തിന്റെ രാജാവായി വീണ്ടും അഭിഷേകം
ചെയ്തു. അവരുടെ വംശാഭിവൃദ്ധിക്കായി അഷ്ടൈ-
ശ്വര്യങ്ങൾ ദാനം ചെയ്തു. പിന്നീട് ബൃഹസ്പതിയിൽ
നിന്നും നീതിശാസ്ത്രങ്ങൾ ഗ്രഹിച്ച ഉദ്ധവരെ
മന്ത്രിയായി സ്വീകരിച്ച് മഥുരയിലേക്ക് പോയി.

ദശകം 76 – ഉദ്ധവദൂത്

ഉപനയനത്തിനുശേഷം, ശ്രീകൃഷ്ണൻ ബല-
രാമനോട് കൂടി സാന്ദീപനി മഹർഷിയുടെ
ഗുരുകുലത്തിലെത്തി കുറച്ചു ദിവസങ്ങൾ കൊണ്ടു
തന്നെ സർവ്വ വിദ്യകളും അഭ്യസിച്ചു. ഗുരുകുല-
വിദ്യാഭ്യാസത്തിനുശേഷം, ഗുരുവിന്റെ മരിച്ചുപോയ
മകനെ യമധർമ്മരാജന്റെ രാജധാനിയിൽ നിന്ന്
തിരിച്ചുകൊണ്ടുവന്ന് അദ്ദേഹത്തിന് ദക്ഷിണയായി

സമർപ്പിച്ചു. ഗുരുവിന്റെ ആശിർവോദങ്ങൾ സ്വീകരിച്ച്
പാഞ്ചജന്യം എന്ന ശംഖ് ഊതിക്കൊണ്ട് മധുരാ-
പുരിയിൽ എത്തി. (ഒരിക്കൽ കുളിച്ചു കൊണ്ടി-
രിക്കുമ്പോൾ സാന്ദീപനി മഹർഷിയുടെ മകൻ പ്രഭാസ
തീർത്ഥത്തിൽ മുങ്ങി മരിച്ചു. ഈ മകനെ തനിക്ക്
ഗുരുദക്ഷിണയായി തിരികെ കിട്ടണം എന്നാണ്
മഹർഷി, ബലരാമനോടും ശ്രീകൃഷ്ണനോടും
ഗുരുദക്ഷിണയായി ചോദിച്ചത്. ബലരാമനും
ശ്രീകൃഷ്ണനും സമുദ്രതീരത്ത് ചെന്ന് വരുണനോട്
ഈ വിവരങ്ങൾ പറഞ്ഞു. സമുദ്രത്തിൽ ശംഖിന്റെ
രൂപത്തിൽ പഞ്ചജനൻ എന്ന ഒരു അസുരൻ
ഉണ്ടെന്നും അവനാണ് കുട്ടിയെ വധിച്ചത് എന്നും
വരുണൻ പറഞ്ഞു. ഇതുകേട്ട് ശ്രീകൃഷ്ണൻ
സമുദ്രത്തിന്റെ ഉള്ളിൽ ചെന്ന് പഞ്ചജനനെ വധിച്ചു-
വെങ്കിലും കുട്ടിയെ കണ്ടെത്താനായില്ല. അതുകൊണ്ട്
ഈ ശംഖുമെടുത്ത് രാമകൃഷ്ണന്മാർ കാല പുരി-
യിലെത്തി കാലനോട് വിവരങ്ങൾ പറഞ്ഞു. കാലൻ
സന്തോഷത്തോടെ കുട്ടിയെ തിരികെ കൊടുത്തു. ഈ
കുട്ടിയെയാണ് സാന്ദീപനി മഹർഷിക്ക് ഗുരു
ദക്ഷിണയായി കൊടുത്തത്.)

പിന്നീട് ഭഗവാൻ, വിരഹതാപത്താൽ
ദുഖിതരായിരിക്കുന്ന ഗോപികമാരുടെ അടുത്തേക്ക്,
ഭക്തന്മാരിൽ അത്യുത്തമനും തനിക്ക് ഏറ്റവും
ഇഷ്ടപ്പെട്ടവനുമായ ഉദ്ധവരെ അയച്ചു. ഉദ്ധവരെ-
ക്കാൾ ഭക്തിയുള്ളവരാണ് ഗോപികമാർ എന്ന്
തെളിയിക്കാനാണ് ഇങ്ങനെ ചെയ്തത്. ഉദ്ധവർ

ഗോകുലത്തിലെത്തി നന്ദഗോപരുടെ അടുക്കലെത്തി കൃഷ്ണന്റെ വൃത്താന്തങ്ങൾ അവരെ അറിയിച്ചു. നന്ദഗൃഹത്തിന് സമീപത്തായി രത്നമയമായ രഥം കണ്ട് ഗോപികമാർ ശ്രീകൃഷ്ണൻ തിരിച്ചെത്തിയെന്ന് കരുതി തങ്ങളുടെ ഗൃഹകാര്യങ്ങൾ ഉപേക്ഷിച്ച് തേരിന്നടുത്തേയ്ക്ക് ഓടിവന്നു. അവർ മനോഹര-മായി വേഷം ധരിച്ച ഉദ്ധവരെ കണ്ടപ്പോൾ ഭഗവാനേയും ഭഗവാന്റെ ക്രീഡാവിശേഷങ്ങളും ഓർമ്മിച്ച് സ്ഥലകാലബോധമില്ലാത്തവരായി. അവർ ഉദ്ധവരോട് അയാൾ ആരാണെന്നും കൃഷ്ണനാണോ അയച്ചത് എന്നും ചോദിച്ചു. അവർ ഞങ്ങൾക്ക് കൃഷ്ണനെ ഒന്ന് കാണിച്ചു തന്നാലും എന്ന് വിലപിച്ചുകൊണ്ടിരുന്നു. ഗോപികമാർ ഏതൊരു പ്രവർത്തി ചെയ്യുമ്പോഴും ശ്രീകൃഷ്ണന്റെ കഥകൾ പറയുകയും കൃഷ്ണനെ അനുകരിച്ച് പ്രവർത്തി-ക്കുകയും ചെയ്യുന്നത് കണ്ട് ഉദ്ധവർ ആശ്ചര്യ-ഭരിതനായി. രാധയെപ്പറ്റി എപ്പോഴും തന്നോട് പറയാറുണ്ടെന്നും ശ്രീകൃഷ്ണന് ഏറ്റവും പ്രിയപ്പെട്ട-വളാണ് രാധ എന്നും പറഞ്ഞ് ഉദ്ധവർ രാധയെ സമാധാനിപ്പിച്ചു. ഭഗവാനോടുള്ള ദൃഢസ്മരണയുടെ ഫലമായി ബ്രഹ്മാനന്ദം ലഭിക്കുമെന്നും, ബ്രഹ്മാനന്ദം കൈവന്നാൽ ഭഗവാന്റെ വിയോഗവും സംഗമവും നിങ്ങൾക്കു ലഭിക്കും എന്നുള്ള കൃഷ്ണന്റെ സന്ദേശവചനങ്ങൾ പറഞ്ഞുകൊണ്ട് മറ്റു സ്ത്രീ-കളേയും ഉദ്ധവർ ആശ്വസിപ്പിച്ചു. നിങ്ങൾക്ക് ഭഗവാനിലുള്ളതുപോലെയുള്ള ഭക്തി താൻ ഇതു-

വരെയും ആർക്കും കണ്ടിട്ടില്ലെന്നും ഉദ്ധവർ പറഞ്ഞു. ഗോപികമാരുടെ ഭക്തിക്ക് മുന്നിൽ തന്റെ ഭക്തി ഒന്നുമല്ല എന്നും ഉദ്ധവർ മനസ്സിലാക്കി. താൻ ഒരു ഭക്തനാണ് എന്ന ഭാവം ഉപേക്ഷിച്ച് ഉദ്ധവർ മഥുരാപുരിയിൽ എത്തി.

ദശകം 77 – ജരാസന്ധ യുദ്ധം

കുറേക്കാലമായി ഭഗവാനെ പ്രതീക്ഷിച്ചു കൊണ്ടി-രിക്കുന്നവളും ഭഗവാന്റെ പട്ടണപ്രവേശസമയത്ത് ഭഗവാന് കുറിക്കൂട്ട് ദാനം ചെയ്തവളുമായ സൈരന്ധ്രി-യുടെ വീട്ടിലേക്ക് ഭഗവാൻ ഉദ്ധവരെയും കൂട്ടി പോയി. വളരെ സന്തോഷത്തോടെ അവൾ നാനാപ്രകാര-ത്തിലുള്ള ഉപചാരങ്ങളാൽ ഭഗവാനെ സൽക്കരിച്ചു. കൂടാതെ മടക്കയാത്രാ സമയത്ത് എന്ത് വരമാണ് വേണ്ടത് എന്ന ഭഗവാന്റെ ചോദ്യത്തിന് ഭാഗ്യഹീനയായ അവൾ ഇനിയും പല രാത്രികളിലും ഭഗവാൻ ഇവിടേക്ക് വരണം എന്നാണ് അവൾ ആവശ്യപ്പെട്ടത്. സായൂജ്യ-മോക്ഷത്തെ ചോദിക്കുന്നതിനു പകരം ഇങ്ങനെ ചെയ്ത അവളുടെ അപേക്ഷ ഭഗവാൻ സ്വീകരിച്ചു. അങ്ങിനെ അവളിൽ ഉപശ്ലോകൻ എന്ന പുത്രൻ ജനിച്ചു. ഈ പുത്രൻ നാരദമഹർഷിയിൽ നിന്ന് സാത്ത്വതശാസ്ത്രം അഭ്യസിച്ച് മഹാപൂജ്യനായി ശോഭിച്ചു. ശ്രീകൃഷ്ണൻ പിന്നീട് ബലരാമനോടും ഉദ്ധവരോടും കൂടി അക്രൂരമന്ദിരത്തിൽ എത്തി. അക്രൂരൻ സങ്കീർത്തന-ങ്ങളോടുകൂടി അർഘ്യപാദ്യാദികളാൽ ഭഗവാനെ യഥാവിധി പൂജിച്ചു. ശ്രീകൃഷ്ണൻ കാട്ടിൽനിന്നു

തിരിച്ചെത്തിയ പാണ്ഡവരുടെയും ധൃതരാഷ്ട്രരുടേയും വിവരങ്ങൾ അന്വേഷിക്കാൻ അക്രൂരനെ ഹസ്തിനപുരി-യിലേയ്ക്കയച്ചു. തന്റെ ഉറ്റമിത്രവും ജാമാതാവുമായ കംസന്റെ നിഗ്രഹത്താൽ കോപാന്ധനായ ജരാസന്ധൻ ചതുരംഗസേനയോട് കൂടി വന്ന് മഥുരാപുരിയെ വളഞ്ഞു. എന്നാൽ സ്വർഗ്ഗലോകത്ത് നിന്ന് ദേവേന്ദ്രൻ അയച്ച തേര്, ആയുധങ്ങൾ എന്നിവ ഉപയോഗിച്ച് ഭഗവാൻ ബലരാമനുമൊത്ത് ജരാസന്ധന്റെ ഇരുപത്തി-മൂന്ന് അക്ഷൗഹിണി പടകളേയും സംഹരിച്ചു. ബലരാമനാൽ ബന്ധിക്കപ്പെട്ട ജരാസന്ധനെ ഒടുവിൽ ശ്രീകൃഷ്ണൻ വിട്ടയച്ചു. ജരാസന്ധൻ വീണ്ടും യുദ്ധത്തിനായി വരും എന്ന് ഉറപ്പുള്ളതിനാൽ വലിയൊരു സംഘം ദുഷ്ടന്മാരെ ആ സമയത്ത് നിഗ്രഹിക്കാം എന്ന് വിചാരിച്ചാണ് ഇങ്ങിനെ വിട്ടയച്ചത്. എല്ലാ രാജാ-ക്കന്മാരെയും പരാജയപ്പെടുത്തി രാജ്യങ്ങൾ കൈവശ-പ്പെടുത്തുന്ന ജരാസന്ധന് അതിരറ്റ സൈന്യ വ്യൂഹ-മുണ്ടായിരുന്നു. വീണ്ടും പതിനാറ് പ്രാവശ്യം കൂടി ജരാസന്ധൻ, കൃഷ്ണനോട് യുദ്ധത്തിനു വന്നു. ഓരോ പ്രാവശ്യവും 23 അക്ഷൗഹിണിപടകൾ എന്ന കണക്കിന് വന്ന സൈന്യത്തെ മുഴുവൻ ഭഗവാൻ നിഗ്രഹിക്കുകയും ചെയ്തു.

പതിനെട്ടാമത്തെ യുദ്ധത്തിന് ജരാസന്ധൻ തയ്യാറായി വന്നപ്പോൾ കാലയവനൻ എന്ന യവന-രാജാവ് മൂന്നു കോടി മ്ലേച്ഛസൈന്യങ്ങളുമായി അവിടെ-യെത്തി. ജരാസന്ധൻ മഥുര വീണ്ടെടുത്ത് കംസ-പുത്രന്മാർക്ക് നൽകിക്കൊള്ളട്ടെ എന്ന് കരുതി ഭഗവാൻ

സമുദ്രമധ്യത്തിൽ ഒരു പട്ടണം വിശ്വകർമ്മാവിനെ ഉപയോഗിച്ച് നിർമ്മിച്ച് മഥുരാപുരവാസികളെ മുഴുവൻ അവിടേക്ക് മാറ്റി. അതിനുശേഷം ഒരു താമരപ്പൂമാല കഴുത്തിലണിഞ്ഞ് ഏകനായി മഥുരാപുരയിൽ നിന്നി- റങ്ങി പേടിച്ചോടുന്നവനെ പോലെ അഭിനയിച്ച് ഒരു പർവ്വതത്തിന്റെ ഗുഹയിൽ ഒളിച്ചു. ഭഗവാനെ പിന്തുടർന്ന് ഓടി വന്ന കാലയവനൻ ശ്രീകൃഷ്ണനാണെന്ന് കരുതി അവിടെ ഉറങ്ങിക്കിടന്ന മുചുകുന്ദനെ ചവിട്ടുകയും അവനാൽ ഭസ്മമാക്കപ്പെടുകയും ചെയ്തു. ഭഗവാൻ മുചുകുന്ദന്റെ മുന്നിൽ നീലമേഘ ശ്യാമളവർണ്ണനായി പ്രത്യക്ഷപ്പെട്ടു. (ഇക്ഷ്വാകു വംശത്തിലെ മുചുകുന്ദ രാജാവ് ഇന്ദ്രന്റെ ക്ഷണം അനുസരിച്ച് ദേവലോകത്ത് ചെന്ന് ദേവന്മാർക്ക് വേണ്ടി അസുരന്മാരോട് യുദ്ധം ചെയ്തു. ഇന്ദ്രൻ അദ്ദേഹത്തിന് ദീർഘനിദ്ര വരമായി നൽകി. നിദ്രയുടെ ഇടയ്ക്ക് ആരെങ്കിലും നിങ്ങളെ ഉണർത്തിയാൽ അവൻ ഭസ്മമായി പോകും എന്ന വരവും കൊടുത്തു. മുചുകുന്ദൻ ഘോരവനത്തിൽ പോയി ഒരു ഗുഹയിൽ കിടന്ന് ഉറങ്ങാൻ തുടങ്ങി മുചുകുന്ദന്റെ നിദ്രാമധ്യേ ഉണർത്തിക്കൊണ്ട് ഗുഹയിൽ ഓടിക്കയറിയ കാലയവനൻ മുചുകുന്ദന്റെ നോട്ടത്താൽ ഭസ്മമായി.) മുചുകുന്ദൻ ഭഗവാനോട്, തന്നെ അനുഗ്രഹിക്കണമേ എന്ന് അപേക്ഷിച്ചു. ഈ ജന്മത്തിൽ മുക്തിയും അടുത്ത ജന്മത്തിൽ മോക്ഷവും ലഭിക്കട്ടെ എന്ന് ഭഗവാൻ അദ്ദേഹത്തെ അനുഗ്രഹിച്ചു. ഹിംസാ- പരമായ പാപങ്ങളുടെ പരിഹാരമായി തപസ്സ് ചെയ്യാനും ഉപദേശിച്ചു. മഥുരയിൽ തിരിച്ചെത്തിയ ഭഗവാൻ മൂന്നു

കോടി യവന സൈന്യത്തെ പരാജയപ്പെടുത്തിയിട്ട് വീണ്ടും ദ്വാരകയിലേക്ക് പോകുമ്പോൾ ജരാസന്ധൻ ഇരുപത്തിമൂന്ന് അക്ഷൗഹിണിപടയുമായി തടയാൻ എത്തി. അപ്പോൾ ജരാസന്ധന് അഹങ്കാരം കൂടാൻ വേണ്ടി ഭഗവാൻ തോറ്റോടുന്നത് പോലെ ഓടി മറഞ്ഞു.

ദശകം 78 - രേവതീ പരിണയം, രുഗ്മിണിയുടെ പ്രാർത്ഥന

വിശ്വകർമ്മാവിനാൽ സകല ഐശ്വര്യങ്ങളോടും കൂടി സമുദ്ര മധ്യത്തിൽ നിർമ്മിക്കപ്പെട്ട ദ്വാരകാപുരിയെ കൃഷ്ണൻ അതിമനോഹരമായി അലങ്കരിച്ചു. ഒരിക്കൽ രേവതൻ എന്ന രാജാവ് പുത്രി രേവതി-യെയും കൂട്ടി സത്യലോകത്ത് പോയി ബ്രഹ്മ-ദേവനോട് തന്റെ പുത്രിയെ ആർക്കാണ് വിവാഹം ചെയ്തു കൊടുക്കേണ്ടത് എന്ന് ചോദിച്ചു. ഇതിനു മറുപടിയായി ബ്രഹ്മദേവൻ പറഞ്ഞു "നീ ഭൂമിയിലേക്ക് എത്തുമ്പോഴേക്കും രാമകൃഷ്ണന്മാർ അവതരിക്കും" അവരിൽ രാമന് നീ ഇവളെ ദാനം ചെയ്താലും. രേവതൻ എന്ന രാജാവ് പുത്രിയായ രേവതിയെ ബലരാമന് കന്യാദാനം ചെയ്തു. ഈ ചടങ്ങിൽ ഒന്നിച്ചു കൂടിയ യാദവർ വിവാഹ സൽക്കാരം അതിഗംഭീരമാക്കി. വിദർഭ പുത്രിയായ രുഗ്മിണിക്ക് ഭഗവാനോട് അധികരിനമായ പ്രണയം തോന്നി. ഇത് തുടരവേ രുഗ്മിണിയുടെ സഹോദര-നായ രുഗ്മി ശിശുപാല രാജാവിന് രുഗ്മിണിയെ നൽകാൻ സ്വയം തീരുമാനമെടുത്തു. ദുഃഖിതയായ

രുഗ്മിണിഈ വൃത്താന്തം ഭഗവാനെ അറിയിക്കുവാൻ കൃഷ്ണന്റെ അടുത്തേക്ക് ഒരു ബ്രാഫ്മണനെ അയച്ചു. ദ്വാരകാപുരിയിൽ എത്തിയ ബ്രാഫ്മണൻ അർഘ്യ-പാദ്യാദികൾ കൊണ്ട് പൂജിക്കപ്പെട്ടു. "അല്ലയോ ഭഗവാനെ, കുണ്ഡിനാപുരിയിലെ രാജപുത്രിയായ രുഗ്മിണി ഭഗവാനോടുള്ള പ്രണയം മൂലം രാജകീയ പ്രൗഢി കൂടി ഉപേക്ഷിച്ചിരിക്കുന്നു. അവർ ഭഗവാനെ ഭർത്താവായി ലഭിക്കാൻ കാത്തിരിക്കുകയാണ്. എന്നാൽ ശിശുപാല രാജാവുമായി അവരുടെ വിവാഹം നിശ്ചയിച്ചിരിക്കുകയാണ്, ഭഗവാൻ അവരെ രക്ഷിക്കണം" എന്ന് രുഗ്മിണി പറഞ്ഞതായി ആ ദൂതൻ ഭഗവാനെ അറിയിച്ചു. ഭഗവാൻ മറുപടി പറഞ്ഞു "ഞാനും വലിയ മാരതാപം അനുഭവിച്ചു കൊണ്ടിരിക്കുകയാണ്. അതിനാൽ എല്ലാ നൃപന്മാരു-ടേയും മുന്നിൽ വെച്ച് ഞാൻ അവളെ തട്ടിക്കൊണ്ടു-പോരാം." ഇത് പറഞ്ഞതിനുശേഷം ആ ദൂതനുമായി തേരിൽ കയറി ഭഗവാൻ അതിവേഗം കുണ്ഡിന-പുരിയിൽ എത്തി.

ദശകം 79 - രുഗ്മിണീ സ്വയംവരം

ശ്രീകൃഷ്ണൻ സൈന്യസമേതനായ ബലഭദ്രനോടും ദൂതനോടും ഒപ്പം കുണ്ഡിനപുരയിൽ എത്തി. ഭഗവാനും, ബാലരാമനും, രാജാവിനാൽ പൂജാ-ദ്രവ്യങ്ങൾ കൊണ്ട് ആദരവോടുകൂടി പൂജിക്കപ്പെട്ടു.

രുഗ്മിണീ സ്വയംവര സമയത്ത് കലഹത്തിന് സാധ്യതയുണ്ട് എന്നറിഞ്ഞതിനാലാണ് ബലഭദ്രൻ സൈന്യസമേതം എത്തിയത്. ശ്രീകൃഷ്ണനെ കണ്ട മാത്രയിൽ ജനങ്ങൾ വളരെയധികം സന്തുഷ്ടരായി. ഇത്രയും തേജോരൂപനും മനോഹരനും ആയി-രിക്കുന്ന ഭഗവാനുമായി രുഗ്മിണി പ്രണയത്തി-ലാണെങ്കിൽ എന്തിനാണ് രുഗ്മി, തന്റെ സഹോദരി രുഗ്മിണിയെ ശിശുപാലന് വിവാഹം ചെയ്തു കൊടുക്കുന്നത് എന്ന് ശങ്കിച്ചു ജനങ്ങൾ സങ്കടപ്പെട്ടു.

പിറ്റേദിവസം പ്രഭാതത്തിൽ വിവാഹവസ്ത്ര-മണിഞ്ഞ് സർവ്വാഭരണ വിഭൂഷിതയായി രുഗ്മിണി അംഗരക്ഷകനുമൊത്ത് ദേവീവന്ദനത്തിന് അടു-ത്തുള്ള പാർവതീക്ഷേത്രത്തിൽ പോകാൻ ഒരുങ്ങി. അവിടെയെത്തി പൂജ ചെയ്തു തനിക്ക് ഭഗവാനെ തന്നെ ഭർത്താവായി ലഭിക്കണമെന്ന് ദേവിയോട് വീണ്ടും വീണ്ടും പ്രാർത്ഥിച്ചു. സ്വയംവരത്തിന് സന്നിഹിതരായ രാജാക്കന്മാർ സുന്ദരിയായ രുഗ്മിണിയെ ഒരു നോക്കു കാണാൻ തിരക്കു കൂട്ടിക്കൊണ്ടിരുന്നു. എന്നാൽ ഭഗവാൻ മാത്രം നിശബ്ദത പാലിച്ചു. ദേവീക്ഷേത്രത്തിൽ നിന്നും തിരിച്ചെത്തിയ സുന്ദരിയായ രുഗ്മിണി രാജ-സദസ്സിലേക്ക് പ്രവേശിച്ചപ്പോൾ രാജാക്കന്മാർ അവളുടെ സൗന്ദര്യം കണ്ട് മോഹവിവശരായി. ശ്രീകൃഷ്ണൻ രുഗ്മിണിയുടെ സമീപം ചെന്ന് "അല്ലയോ സുന്ദരി നീ എന്റെ അരികിൽ നിന്ന് എവിടെ പോകാനാണ്" എന്ന് ഹാസ്യരൂപേണ ചോദിച്ച്

രുഗ്മിണിയുടെ കൈപിടിച്ച് അവരെ രഥത്തിൽ കയറ്റി, നൃപന്മാരുടെ മുന്നിൽവച്ച് തന്നെ അതിവേഗത്തിൽ രഥമോടിച്ചു പോയി. ഇതു കണ്ട് ശത്രുരാജാക്കന്മാർ കോപിഷ്ഠരായി കോലാഹലം കൂട്ടി. അവർ യാദവരോട് യുദ്ധം പ്രഖ്യാപിച്ചു. എന്നാൽ ബലരാമൻ നയിച്ച യാദവസൈന്യത്തിന്റെ മുന്നിൽ അവർ തോറ്റുപോയി. ശ്രീകൃഷ്ണൻ, തന്നോട് യുദ്ധത്തിനു വന്ന രുഗ്മിയെ വധിക്കാതെ വിരൂപത്വം വരുത്തി കെട്ടിയിടുകയും, പിന്നീട് ബലഭദ്രന്റെ വാക്ക് കേട്ട് മോചിപ്പിക്കുകയും ചെയ്തു. അനന്തരം ശ്രീകൃഷ്ണൻ രുഗ്മിണിയുമൊത്ത് ദ്വാരകാപുരിയിൽ എത്തി, ശുഭമുഹൂർത്തത്തിൽ രുഗ്മിണീസ്വയംവരം വിധിപ്രകാരം വളരെ ഭംഗിയായി നടത്തി. അവർ സന്തോഷത്തോടെ ദിവസങ്ങൾ കഴിച്ചുകൂട്ടി.

ഒരിക്കൽ രുഗ്മിണിയെ പരീക്ഷിക്കാൻ വേണ്ടി കൃഷ്ണൻ രൂഗ്മിണിയോട് പറഞ്ഞു "രാജകുമാരിയായ നിനക്ക് പശുപാലകനായ ഞാൻ ഒരിക്കലും അനുയോജ്യനായ ഒരു ഭർത്താവല്ല. ഞാൻ നിർ-ധനനും നിസ്സഹായനുമാണ്. ശത്രുക്കളെ ഭയന്ന് ദ്വാരകയിൽ താമസിക്കുകയാണ്. നിനക്ക് വേണമെങ്കിൽ മറ്റേതെങ്കിലും രാജാവിന്റെ ഭാര്യയായി കഴിയാം." എന്നാൽ പ്രിയതമ ഇത്തരത്തിലുള്ള കഠിനമായ വാക്കുകൾ കേട്ട് രുഗ്മിണി ബോധ-ശൂന്യയായി നിലം പതിച്ചു. ഇതുകണ്ട ഭഗവാൻ അവരെ ലാളന കൊണ്ട് വളരെയധികം സന്തോ-ഷിപ്പിച്ചു.

ദശകം 80 - സ്യമന്തകോപാഖ്യാനം

സൂര്യഭഗവാന്റെ ഉപാസകനായിരുന്ന സത്രാജിത്തിന് സൂര്യഭഗവാനിൽ നിന്നും കിട്ടിയ സ്യമന്തകം എന്ന വിശിഷ്ടമായ, സൂര്യന്റെ തേജസ്സു പോലെ തിള-ങ്ങുന്ന രത്നം (മണി) കിട്ടുവാൻ ശ്രീകൃഷ്ണൻ യാചിച്ചെങ്കിലും, സത്രാജിത്ത് അത് ഭഗവാനു നൽകാതെ സ്വന്തം ഗൃഹത്തിൽ ഒളിപ്പിച്ചു വെച്ചു. സത്രാജിത്തിന്റെ അനിയൻ പ്രസേനൻ ഒരിക്കൽ അത് കഴുത്തിലണിഞ്ഞ് വനത്തിൽ പോയി. അവിടെ വെച്ച് രത്നത്തിന്റെ ശോഭ കണ്ട് അത് മാംസമാണെന്നു കരുതി ഒരു സിംഹം പ്രസേനനെ കൊന്നു. എന്നാൽ വാനരശ്രേഷ്ഠനായ ജാംബവാൻ സിംഹത്തെ കൊന്ന് ആ സ്യമന്തകമണി തന്റെ പുത്രന് കളിയ്ക്കാൻ കൊടുത്തു. സ്യമന്തക മണി നഷ്ടപ്പെട്ടപ്പോൾ സത്രാജിത്ത് ആ കുറ്റം ശ്രീകൃഷ്ണനിൽ ആരോപിച്ചു. ജനങ്ങളും കൃഷ്ണനെ മണിമോഷ്ടാവ് എന്ന് വിളിച്ച് കളിയാക്കി. എന്നാൽ ഭഗവാനാകട്ടെ, ഇതിന്റെ സത്യാവസ്ഥ ജനങ്ങൾക്ക് മനസ്സിലാക്കിക്കൊ-ടുക്കുവാനായി സ്വജനങ്ങളോടുകൂടി വനത്തിൽ പോയി. വനത്തിൽ മരിച്ചു കിടക്കുന്ന പ്രസേനന്റെ സമീപത്തുനിന്നും അകന്നു പോകുന്ന സിംഹത്തിന്റെ കാൽപ്പാടുകൾ കണ്ട് അത് പിൻതുടർന്നപ്പോൾ അവിടെ ചത്തു കിടക്കുന്ന സിംഹത്തെ കണ്ടു. പിന്നീട് സിംഹവുമായി ഏറ്റുമുട്ടിയ കപിവീരന്റെ കാൽപ്പാദം പിൻതുടർന്ന് ഒരു ഗുഹയിലെത്തി. ആ വൃദ്ധനായ കപിശ്രേഷ്ഠൻ ഭഗവാനെ തിരിച്ചറിയാതെ, "മുകുന്ദ

ഭക്തനായ എന്നോട് എതിർക്കുവാൻ ഈ ഭൂമിയിൽ ആരാണുള്ളത്?" എന്ന് സ്വയം ചോദിച്ച് മുഷ്ടിപ്രഹരം തുടങ്ങി. ഇവർ തമ്മിലുള്ള യുദ്ധം ഇരുപത്തിയെട്ടു ദിവസം നീണ്ടു നിന്നു. ജാംബവാന്റെ മുഷ്ടി പൂജയാൽ സന്തുഷ്ടനായ കൃഷ്ണൻ താൻ ആരാണെന്ന് തിരിച്ചറിയാൻ വേണ്ടി കനത്ത ഒരു മുഷ്ടി പ്രഹരം ജാംബവാന് നൽകി. കടുത്ത വേദനയാൽ പുളഞ്ഞ ജാബവാൻ ഇത്തരം ഒരു മുഷ്ടിപ്രഹരം ഭഗവാനു മാത്രമേ നൽകാൻ കഴിയൂ എന്ന് തിരിച്ചറിഞ്ഞു. ജാംബവാൻ, തന്റെ അപരാധ-ത്തിന് പ്രായശ്ചിത്തമായി തന്റെ മകളായ ജാംബ-വതിയെ കൃഷ്ണനു ദാനം ചെയ്തു. ഭഗവാൻ തന്റെ തൃക്കൈകൊണ്ട് തലോടി ജാംബവാന്റെ ക്ഷീണം തീർത്തു. അദ്ദേഹത്തിന് അനുഗ്രഹം നൽകി ദ്വാരകയിലേയ്ക്ക് മടങ്ങി. സ്യമന്തകമണി സത്രാ-ജിത്തിനും ദാനം ചെയ്തു. സത്രാജിത്താകട്ടെ ഭഗവാനെക്കുറിച്ച് മിഥ്യാപവാദം പറഞ്ഞു പരത്തി-യതിന് പ്രായശ്ചിത്തമായി തന്റെ മകളായ സത്യ-ഭാമയേയും സ്യമന്തകമണിയും ഭഗവാന് ദാനം ചെയ്തു. ഭഗവാൻ സത്യഭാമയെ സ്വീകരിച്ച് സ്യമന്തക മണി സത്രാജിത്തിന് തിരിച്ചു നൽകി. അതിനു ശേഷം സത്യഭാമയേയും കൂട്ടി ദ്വാരകയിൽ സുഖിച്ചു വാണു.

അങ്ങിനെയിരിക്കെ കുന്തീപുത്രന്മാരായ പാണ്ഡ-വർ അരക്കില്ലത്തിൽ കിടന്ന് ദഹിച്ചുപോയി എന്ന വാർത്ത കേട്ടു. ശ്രീകൃഷ്ണൻ ഉടനെ ഹസ്തിന-പുരത്തിലേയ്ക്ക് പോയി. ഈ സമയത്ത്

അക്രൂരന്റേയും കൃതവർമ്മാവിന്റേയും പ്രേരണയാൽ ശതധന്വാവ് സത്രാജിത്തിനെ കൊന്ന് സ്യമന്തകം കൈക്കലാക്കി. (സത്രാജിത്ത് ശതധന്വാവിന് സത്യ-ഭാമയെ വിവാഹം ചെയ്തു കൊടുക്കാം എന്ന് പറഞ്ഞിരുന്നു). എന്നാൽ സത്യഭാമയെ കൃഷ്ണ-നാണ് വിവാഹം ചെയ്തു കൊടുത്തത്. ഇതിനു പ്രതികാരമായി രത്നമെങ്കിലും തനിക്ക് ലഭിക്കട്ടെ എന്ന് കരുതിയാണ് ശതധന്വാവ് ഇപ്രകാരം ചെയ്തത്. കൃഷ്ണൻ ഹസ്തിനപുരിയിൽ നിന്ന് തിരിച്ചെത്തി. പിതാവിന്റെ മരണത്തിൽ ദുഃഖിച്ചിരിക്കുന്ന സത്യ-ഭാമയെ സമാധാനിപ്പിച്ച് ശതധന്വാവിനെ വധിക്കാ-നൊരുങ്ങി. ശതധന്വാവ് പ്രാണരക്ഷാർത്ഥം കുതിര-പ്പുറത്തു കയറി അതിവേഗത്തിൽ കുതിച്ചു പാഞ്ഞു. ഒടുവിൽ മിഥിലാപുരിയിലെ ഉപവനത്തിലെത്തി-യപ്പോൾ കുതിര അവിടെ വീണ് ചത്തുപോയി. താഴത്തിറങ്ങി ഓടാൻ ശ്രമിച്ച ശതധന്വാവിനെ പിൻതുടർന്ന കൃഷ്ണൻ സുദർശന ചക്രം കൊണ്ട് അവന്റെ കഴുത്തറുത്തു. സ്യമന്തകം ശരീരത്തി-ലെവിടെയെങ്കിലും ഒളിപ്പിച്ചിട്ടുണ്ടോ എന്ന് പരിശോധിക്കയും ചെയ്തു. എന്നാൽ സ്യമന്തകം കണ്ടെത്താനായില്ല. ഈ വിവരം കൃഷ്ണൻ ബലരാമനോട് പറഞ്ഞു. ബലരാമൻ കൃഷ്ണനോട് സ്യമന്തകം ദ്വാരകയിൽ തന്നെ എവിടെയെങ്കിലും ഒളിപ്പിച്ചിരിക്കും. നിങ്ങൾ അത് തിരഞ്ഞു കൊള്ളൂ, ഞാൻ മിഥിലാപുരി രാജാവിന്റെ അടുത്തേയ്ക്ക് പോകകയാണ് എന്ന് പറഞ്ഞു. ബലരാമൻ കുറച്ചു

കാലം മിഥിലാപുരിയിൽ താമസിച്ചു. കൃഷ്ണൻ തന്നെ ഈ രത്നം എവിടെയെങ്കിലും ഒളിപ്പിച്ചിട്ടുണ്ടോ എന്നു പോലും സംശയിക്കുകയും ചെയ്തു. കിംവദന്തിയിൽ നിന്ന് രക്ഷനേടാനാണ് ബലരാമൻ മിഥിലയിലെത്തിയത്. ഇക്കാലത്ത് ദുര്യോധനൻ ബലരാമനിൽനിന്ന് ഗദാഭ്യാസം നേടി. ശതധന്വാവ് ഓടിപ്പോകുമ്പോൾ സ്യമന്തകരത്നം അക്രൂരന്റെ കയ്യിൽ ഏൽപ്പിച്ചിരുന്നു. അക്രൂരൻ മുൻപ് ഭഗവദ്-ഭക്തനായിരുന്നു. എന്നാൽ പിന്നീട് ദുർബുദ്ധി-ക്കാരനായി മാറി. അക്രൂരന്റെ അഹങ്കാരം ശമിപ്പിക്കാൻ ഭഗവാന്റെ ഒരു മാർഗ്ഗമായിരുന്നു ഇത്. സത്രാജിത്തിനെ വധിക്കാൻ പ്രേരിപ്പിച്ചതിന് ഭഗവാൻ തന്നെ വധിക്കും എന്ന ഭയത്താൽ അക്രൂരൻ കൃതവർമ്മാവിനോടുകൂടി കാശിയിലേക്ക് ഒളിച്ചോടി. എന്നാൽ കൃഷ്ണൻ ഒരു ദൂതൻ വഴി അവരെ വിളിച്ചുവരുത്തി സ്യമന്തകം കൈക്കലാക്കി. ഇത് എല്ലാവർക്കും പ്രദർശിപ്പിച്ച് തന്നെപ്പറ്റി നില നിന്നിരുന്ന അപവാദം തെറ്റാണെന്ന് സത്യഭാമയ്ക്കും, ബലരാമനും, നഗര നിവാസ-കൾക്കും ബോധ്യപ്പെടുത്തി കൊടുത്തു. അതിനു ശേഷം സത്യഭാമയോടൊത്ത് സുഖിച്ചു വാണു.

ദശകങ്ങൾ 81 – 90

ദശകം 81 - സുഭദ്രാപഹരണം, കാളിന്ദീപരിണയം, നരകാസുര വധം

ഒരിക്കൽ സത്യഭാമയോടൊപ്പം ശ്രീകൃഷ്ണൻ പാഞ്ചാലീസ്വയംവരത്തിന് പോയി. പാർത്ഥ-പ്രീതിയ്ക്കായി കുറച്ച് ദിവസം ഹസ്തിനപുരിയിൽ താമസിച്ചു. പാണ്ഡവർക്ക് താമസിക്കാനായി വിശ്വ-കർമ്മാവിനെ കൊണ്ട് ഇന്ദ്രപ്രസ്ഥം എന്ന നഗരം ഉണ്ടാക്കി. ശ്രീകൃഷ്ണന്റെ സഹോദരിയായ സുഭദ്രയെ തനിക്ക് തന്നെ വിവാഹം കഴിക്കണം എന്ന് ദുര്യോധനന് ആഗ്രഹമുണ്ടാകുകയും അക്കാര്യം ബല-രാമനോട് പറയുകയും ചെയ്തു. എന്നാൽ കപട-സന്യാസിയായി ദ്വാരകയിൽ വസിച്ചിരുന്ന അർജുനൻ ഭഗവാന്റെ അനുവാദം വാങ്ങിയതിനു ശേഷം സുഭദ്രയെ അപഹരിച്ചു. സുഭദ്രാപഹരണത്തിൽ കോപിഷ്ഠനായ ബലഭദ്രനെ ആശ്വസിപ്പിച്ച് ശ്രീകൃഷ്ണൻ ബലരാമനോടും സത്യഭാമയോടും കൂടി ഇന്ദ്രപ്രസ്ഥത്തിലേക്ക് പോയി.

ഒരിക്കൽ ഭഗവാൻ യമുനാതീരത്തിൽ നായാട്ടി-നായി പോയപ്പോൾ വനത്തിൽ കണ്ട അതി-സുന്ദരിയായ കാളിന്ദീദേവിയെ പരിഗ്രഹിച്ചു. വിശപ്പു

മൂലം, ഭക്ഷണത്തിനുവേണ്ടി അപേക്ഷിച്ച അഗ്നി-
ദേവന് ഭക്ഷണമായി ഖാണ്ഡവവനം മുഴുവനും
നൽകി. പിന്നീട് ശുഭമുഹൂർത്തത്തിൽ കാളിന്ദിയെ
ദ്വാരകയിൽ വെച്ച് പാണിഗ്രഹണം ചെയ്തു. പിന്നീട്
ശ്രീകൃഷ്ണൻ സഹോദരന്മാരെ പേടിച്ചിരുന്നവളും,
ഭഗവാനിൽ   അനുരാഗമുള്ളവളുമായ   അച്ഛൻ-
പെങ്ങളുടെ മകൾ അവന്തി രാജകുമാരിയായ മിത്ര-
വിന്ദയെ രാജാക്കന്മാരുടെ മുന്നിൽവെച്ച് അപഹരിച്ചു.
മിത്രവിന്ദാപഹരണത്തിന് ശേഷം കോസല രാജ-
ധാനിയിലെത്തി. അവിടെ ഏഴ് കാളകളെ ബന്ധിക്കുക
എന്നൊരു മത്സരം ഉണ്ടായിരുന്നു. ഭഗവാൻ ഏഴു
കൃഷ്ണൻമാരായി രൂപമെടുത്ത് അല്പസമയം കൊണ്ട്
ഏഴു കാളകളെയും പിടിച്ചു കെട്ടി പന്തയത്തിൽ
വിജയിക്കുകയും, നഗ്നജിത്തന്റെ മകളായ സത്യയെ
വിവാഹം കഴിക്കുകയും ചെയ്തു. പിന്നീട് കേകയ
രാജാവിന്റെ പുത്രി ഭദ്രയെ കൃഷ്ണൻ വിവാഹം
ചെയ്തു. ദുര്യോധനൻ, അർജ്ജുനൻ, ജരാസന്ധൻ
എന്നീ വില്ലാളിവീരന്മാർക്ക് വിജയിക്കാൻ കഴിയാതെ
വന്ന മറ്റൊരു മത്സരത്തിൽ ജലത്തിൽ പ്രതി-
ബിംബരൂപമായി മാത്രം കാണുന്ന മത്സ്യത്തെ
അമ്പെയ്ത് മുറിച്ച് ശ്രീകൃഷ്ണൻ വിജയിയായി.
അങ്ങിനെ മദ്രരാജാവിന്റെ പുത്രിയായ ലക്ഷ്മണയെ
വിവാഹം ചെയ്തു. ശ്രീകൃഷ്ണൻ എട്ട് സുന്ദരി-
മാരുടെ പതിയായി ജീവിച്ചു.

    അതിനിടയ്ക്ക് ദേവേന്ദ്രനിൽനിന്ന് നരകാസുരൻ
(വരാഹമൂർത്തിക്ക് ഭൂമീദേവിയിൽ പിറന്ന പുത്രൻ)

ചെയ്യുന്ന ദുഷ്കർമ്മങ്ങളക്കുറിച്ച് കൃഷ്ണൻ കേൾക്കുവാനിടവന്നു. ഗരുഡനെ സ്മരിച്ച് ഗരുഡ വാഹനം വരുത്തി അതിൽ സത്യഭാമയുമൊത്ത് ഉദ്യാനത്തിലേക്ക് പോകുകയാണ് എന്ന വ്യാജേന ശ്രീകൃഷ്ണൻ ശത്രുവിന്റെ വാസസ്ഥലത്തേക്ക് (പ്രാഗ്ജ്യോതിഷം) പോയി. അവിടെയെത്തിയശേഷം, പർവ്വതങ്ങൾ, ജലം അഗ്നി, വായു, പാശം,യന്ത്രം, ശസ്ത്രങ്ങൾ എന്നിവയാലുള്ള ഏഴു കോട്ടകളെയും ഗദകൊണ്ട് ഛേദിച്ച് സൈന്യങ്ങളെ മുഴുവൻ കൊന്നൊടുക്കി പ്രാഗ് ജ്യോതിഷം ചോരക്കളമാക്കി. അഞ്ചു മുഖങ്ങൾ ഉള്ള മുരാസുരൻ കിടങ്ങിനുള്ളിലെ ജലത്തിൽനിന്ന് കൃഷ്ണനോട് യുദ്ധത്തിനു തയ്യാറായി എടുത്തുചാടി. കൃഷ്ണൻ സുദർശനചക്രം കൊണ്ട് അവന്റെ തലയറുത്തു. അറുപത്തിയഞ്ച് കൊമ്പനാന-കളോടുകൂടി വന്ന നരകാസുരനെ സുദർശന-ചക്രത്താൽ തലയറുത്ത് അവനു മോക്ഷംനൽകി. പിന്നീട് നരകാസുരന്റെ പുത്രനായ ഭഗദത്തനെ സിംഹാസനാരോഹണം ചെയ്യിച്ചു. നരകാസുരന്റെ നാൽകൊമ്പനാനകളിൽ ഒന്നിനെ അവനു നൽകി. നരകാസുരൻ ബന്ധനസ്ഥരാക്കിയിരിക്കുന്ന പതി-നാരായിരം സ്ത്രീകളെയും ധാരാളം ധനവും ദ്വാരകാപുരിയിലേക്ക് കൊടുത്തയച്ചു. അതിനുശേഷം നരകാസുരൻ അപഹരിച്ചു വെച്ചിരുന്ന അദിതീ-ദേവിയുടെ കുണ്ഡലങ്ങളെ അവർക്ക് തിരിച്ചു കൊടുക്കാനായി അതീവസുന്ദരിയായ സത്യഭാമ-യോടൊപ്പം സ്വർഗ്ഗലോകത്തിലേക്ക് പോയി.

സത്യഭാമയുടെ ആഗ്രഹപ്രകാരം അവിടെനിന്ന് പാരിജാതം എന്ന ചെടി അപഹരിച്ചു. (ഐശ്വര്യം കൊണ്ട് അഹങ്കരിച്ചാൽ ദോഷമാണ് ഫലം എന്ന് ജനങ്ങൾക്കു മനസ്സിലാക്കിക്കൊടുക്കാനാണ് ഇങ്ങിനെ ചെയ്തത്.) അപ്പോൾ കോപത്തോടെ എതിർത്തു വന്ന ദേവേന്ദ്രനെ തോൽപ്പിച്ച് കൃഷ്ണൻ വീണ്ടും ദ്വാരക-യിലെത്തി. സത്യഭാമ പാരിജാതം കൊട്ടാര മുറ്റത്ത് നട്ടുവളർത്തി. പതിനാറായിരം സുന്ദരിമാരെയും ഭഗവാൻ പരിഗ്രഹിച്ചു. യോഗബലത്താൽ നാനാ ശരീരങ്ങൾ കൈക്കൊണ്ട് പതിനാറായിരത്തി എട്ട് ഭാര്യമാരെയും ഭഗവാൻ സംതൃപ്തരാക്കി. ഇത് എങ്ങിനെയാണ് എന്ന് അറിയാൻ വന്ന നാരദൻ ഓരോ ഗൃഹത്തിലും ഓരോ പ്രവർത്തി ചെയ്തു-കൊണ്ടിരിക്കുന്ന ശ്രീകൃഷ്ണനെ കണ്ട് ആശ്ചര്യ-ഭരിതനായി. ഭഗവാൻ ഓരോ ഭാര്യമാരിലും പതിപ്പത്തുപുത്രന്മാരെ ജനിപ്പിച്ച് അവരോടൊപ്പം ഗൃഹസ്ഥാശ്രമസ്ഥനായി വാണരുളി.

ദശകം 82 - ബാണയുദ്ധം, നൃഗമോക്ഷം

രുക്മിണിയിൽ ഭഗവാന്റെ അംശഭൂതനായി പിറന്ന പുത്രനാണ് പ്രദ്യുമ്നൻ. മുൻപ് ദേവാസുര യുദ്ധ-ത്തിൽ ശംബരൻ എന്ന അസുരനെ "നിനക്ക് പ്രദ്യുമ്നനാൽ മരണം ഭവിക്കട്ടെ" എന്ന് ദേവൻമാർ ശപിച്ചിരുന്നു. അതിനാൽ പ്രദ്യുമ്നൻ ജനിച്ചയുടനെ ശംബരൻ അവിടെ മായാരൂപിയായി വന്ന് ശിശുവിനെ അപഹരിച്ച് കടലിലെറിഞ്ഞു. ഒരു മത്സ്യം ആ ശിശു-

വിനെ വിഴുങ്ങി.ആ മത്സ്യത്തെ ഒരു മുക്കുവനു കിട്ടി. മുക്കുവൻ അതിനെ അസുരരാജാവിന് കാഴ്ച വെച്ചു. (ശിവന്റെ തൃക്കണ്ണു കൊണ്ട് വെന്തെരിഞ്ഞു പോയ കാമദേവന്റെ ഭാര്യയായ രതീദേവി കാമദേവന്റെ പുനർജന്മമായ പ്രദ്യുമ്നനെ പ്രതീക്ഷിച്ച് അന്നത്തെ ശരീരം വെടിയുകയും അസുരകുലത്തിൽ മായാവതി-യായി ജനിക്കുകയും ചെയ്തു.) മുക്കുവൻ കൊടുത്ത മത്സ്യത്തെ ശംബരൻ കറി വയ്ക്കുന്നതിനായി ഭാര്യയായ മായാവതിക്കു കൊടുത്തു. മായാവതിക്ക് മത്സ്യത്തിൽ നിന്ന് ഒരു മനുഷ്യശിശുവിനെ കിട്ടി. ഈ ശിശു പ്രദ്യുമ്നൻ ആണെന്ന് നാരദമഹർഷിയിൽ നിന്ന് അവൾ മനസ്സിലാക്കി. കുട്ടിയെ മായാവിദ്യകൾ പഠിപ്പിച്ച് ശംബരനറിയാതെ മായാവതി വളർത്തി. പ്രായപൂർത്തിയായപ്പോൾ മായാവതിക്ക് പ്രദ്യുമ്ന-നോട് അനുരാഗം തോന്നി. ഇതിന്റെ കാരണം അന്വേ-ഷിച്ചു നടന്ന പ്രദ്യുമ്നനോട് മായാവതി, നാരദ മഹർഷിയിൽ നിന്ന് മനസ്സിലാക്കിയ അവന്റെ പൂർവ്വജന്മ കഥകൾ പറഞ്ഞു. പിന്നീട് പ്രദ്യുമ്നൻ ശംബരാസുരനെ വധിച്ച് ഭാര്യയായ മായാവതി-യ്ക്കാപ്പം (രതീദേവിയുടെ പുനർജന്മം) ദ്വാരക-യിലേയ്ക്ക് പോയി. അവിടെ വെച്ച് രുക്മിയുടെ പുത്രിയായ രുക്മവതിയെ അപഹരിക്കുകയും വിവാഹം കഴിക്കുകയും ചെയ്തു. രുക്മവതിയുടെ പുത്രനായ അനിരുദ്ധൻ രുക്മിയുടെ പൌത്രി രോചനയെ വിവാഹം കഴിച്ചു. ആ വിവാഹാ-

വസരത്തിൽ ചൂതുകളിയിലെ കലഹം മൂലം രുക്മി ബലരാമനാൽ വധിക്കപ്പെട്ടു.

ബാണയുദ്ധം

മഹാബലി പുത്രനും പരമേശ്വരന്റെ ഭക്തനുമായ ബാണാസുരന്റെ പുത്രി ഉഷ ഒരിക്കൽ ഭഗവാന്റെ അംശരൂപമായ അനിരുദ്ധനെ സ്വപ്നത്തിൽ പ്രണയിക്കുകയും ഉണർന്നപ്പോൾ ഉണ്ടായ വിരഹ-താപം മൂലം അതീവദുഃഖിതയാകുകയും ചെയ്തു. അവളുടെ തോഴിയായ ചിത്രലേഖ യക്ഷ ഗന്ധർവ്വാദി വർഗ്ഗങ്ങളിലുള്ള എല്ലാ യുവാക്കന്മാരെയും വരച്ച് ഉഷയോട് സ്വപ്നത്തിലെ രാജകുമാരനെ കണ്ടു-പിടിക്കാൻ ആവശ്യപ്പെട്ടു. അവൾ കാണിച്ചു കൊടുത്തതനുസരിച്ച് അനിരുദ്ധനെ കൃഷ്ണൻ സ്വന്തം യോഗബലത്താൽ ദ്വാരകയിൽ നിന്നും ആരുമറിയാതെ കൊണ്ടുവന്ന് ഉഷയുടെ അരികിൽ എത്തിച്ചു. തന്നെ പ്രണയിക്കുന്ന രാജകന്യകയുടെ അടുത്താണ് താൻ എത്തിയിരിക്കുന്നത് എന്ന് മനസ്സിലാക്കിയ അനിരുദ്ധൻ അവളുമൊത്ത് വസിച്ചു. അനിരുദ്ധൻ ഇവിടെ താമസിക്കുന്നുണ്ടെന്ന് ചാരന്മാർ മുഖേന മനസ്സിലാക്കിയ ബാണാസുരൻ യുദ്ധം ചെയ്ത് അവനെ നാഗപാശത്താൽ ബന്ധിച്ച് കാരാഗ്രഹത്തിലാക്കി.

ശ്രീകൃഷ്ണൻ നാരദനിൽ നിന്ന് ഈ വിവരം അറിയുകയും കോപിഷ്ഠനായി സേനാസഹിതം വന്ന്

അവരെ ആക്രമിക്കുകയും ചെയ്തു. എന്നാൽ ബാണന്റെ കോട്ടയ്ക്ക് കാവൽ നിൽക്കുന്ന ശ്രീ പരമേശ്വരൻ ഭൂതഗണങ്ങളോടുകൂടി യാദവ-സൈന്യത്തെ തടഞ്ഞു. ബലവാനായ ബാണൻ യുയുധാനനോടും സുബ്രഹ്മണ്യൻ പ്രദ്യുമ്നനോടും ശ്രീകൃഷ്ണൻ പരമേശ്വരനോടും യുദ്ധം ചെയ്തു. ശൈവ വൈഷ്ണവശക്തികളുടെ ശക്തി പരീ-ക്ഷണത്തിൽ, പരമശിവൻ ഭഗവാന്റെ നേരെ അയച്ച അസ്ത്രങ്ങൾ, ഭഗവാൻ തടയുകയും തിരിച്ച് ഭഗവാൻ അയച്ച മോഹനാസ്ത്രത്തിൽ ശ്രീ പരമേശ്വരൻ തളരുകയും ചെയ്തു. ഇതുകണ്ട് ശിവഭൂതങ്ങൾ പേടിച്ചോടി. പ്രദ്യുമ്നന്റെ അസ്ത്രങ്ങളേറ്റു സുബ്രഹ്മണ്യൻ യുദ്ധത്തിൽ നിന്ന് പിന്തിരിഞ്ഞു. ബാണന്റെ മന്ത്രിയായ കുംഭാണ്ഡനെ ബലരാമൻ മുഷ്ടി പ്രയോഗത്താൽ വധിച്ചു. പിന്നീട് ബാണൻ കൈകെളിൽ അഞ്ഞൂറു വില്ലുമായി യുദ്ധത്തിനു വന്നു. എന്നാൽ മുറിഞ്ഞ വില്ലും ഒടിഞ്ഞ തേരുമായി മടങ്ങേണ്ടിവന്നു. ശിവ വൈഷ്ണവ ബലപരീ-ക്ഷണത്തിൽ വൈഷ്ണവശക്തി ശിവശക്തിയെ തോൽപ്പിച്ചു. ശിവന്റെ ഭൂതഗണങ്ങൾക്ക് ഭഗവാന്റെ ശക്തി മനസ്സിലാകുകയും "ഭഗവദ് ഭക്തർക്ക് ശിവഗണങ്ങളിൽ നിന്ന് ഉപദ്രവം ഉണ്ടാകില്ല" എന്ന് സത്യം ചെയ്യുകയും ചെയ്തു. യുദ്ധത്തിൽ തോറ്റോടിയ ബാണൻ വീണ്ടും ആയിരം കൈകളിൽ ആയുധങ്ങളുമായി യുദ്ധത്തിന് എത്തി. ഭഗവാൻ അവന്റെ അഹങ്കാരം ശമിപ്പിക്കുന്നതിനുവേണ്ടി

അവന്റെ ഓരോ കൈകൾ മുറിക്കാൻ തുടങ്ങി. എന്നാൽ ശിവന്റെ അപേക്ഷ കേട്ട ഭഗവാൻ രണ്ട് ഭാഗത്തും രണ്ടു കൈകൾ മുറിക്കാതെ നിലനിർത്തി. പിന്നീട് ഉഷയോടും അനിരുദ്ധനോടും കൂടി ദ്വാരകയിലേക്ക് മടങ്ങി.

ശ്രീകൃഷ്ണാവതാരം മറ്റ് അവതാരങ്ങളെക്കാൾ ശ്രേഷ്ഠമാണ്. കൃഷ്ണാവതാരത്തിൽ ഭഗവാൻ, ഗോവർദ്ധനോദ്ധാരണം, പരിജാതാപഹരണം, ഖാ-ണ്ഡവവന ദഹനം എന്നീ പ്രവർത്തികളാൽ ഇന്ദ്രനെ ജയിച്ചു. നന്ദനെ അപഹരിച്ചപ്പോൾ വരുണനെയും, മരിച്ച പുത്രനെ ഗുരുദക്ഷിണയായി കൊടുത്ത് കാലനെയും, കാളിന്ദി തീരത്ത് കാട്ടുതീ വിഴുങ്ങിയ സമയത്ത് അഗ്നിയേയും, പശുക്കിടാങ്ങളെ അപ-ഹരിച്ചതിൽ ബ്രഹ്മാവിനേയും, ബാണയുദ്ധത്തിൽ ശിവനേയും ഭഗവാൻ ജയിച്ചു. ബ്രാഹ്മണശാപം നിമിത്തം കിണറ്റിൽ കിടന്ന് യുഗങ്ങൾ തള്ളി നീക്കി കൊണ്ടിരുന്ന നൃഗരാജാവിന് ഭഗവാൻ മോക്ഷമരുളി സ്വർഗ്ഗത്തിലേക്ക് അയച്ചു. (പണ്ടൊരിക്കൽ ദാന-ശീലനായ നൃഗൻ എന്ന രാജാവ് ഒരു ബ്രാഹ്മണൻ കൊടുത്ത പശുവിനെ മറ്റു പശുക്കളുടെ കൂട്ടത്തിൽ നിന്ന് തിരിച്ചറിയാനാകാതെ മറ്റൊരു ബ്രാഹ്മണന് ദാനം ചെയ്തു. ഈ പാപത്തിന്റെ ഫലമായി രാജാവ് ഒരു ഓന്തായി മാറി. അദ്ദേഹത്തിന് ഭഗവാന്റെ സ്പർശത്താൽ ശാപമോക്ഷം കിട്ടി.)

ദശകം 83 - പൗണ്ഡ്രകവധം, വിവിധ വധം

ഒരിക്കൽ ബലഭദ്രൻ ദ്വാരകയിലെത്തി ഗോപി-കളോടൊപ്പം ജലക്രീഡ നടത്തുന്നതിന് യമുനാ നദിയെ തന്റെ അരികിലേക്ക് വിളിച്ചു. പക്ഷേ മദ്യം കഴിച്ചു മദോന്മത്താനായ ബലഭദ്രന്റെയടുത്തേക്ക് നദി വന്നില്ല. ഇതിൽ കോപിച്ച് ബലഭദ്രൻ കലപ്പ കൊണ്ട് കാളിന്ദിയെ കൊളുത്തി വലിച്ച് തന്റെ അടുക്കലെത്തിച്ച് ഗോപികമാരോടൊത്ത് ജലക്രീഡ നടത്തി രസിക്കുകയും ചെയ്തു.

അക്കാലത്ത് കാശി രാജ്യത്തിന്റെ അയൽരാജ്യമായ കരൂഷത്തിലെ രാജവായ പൗണ്ഡ്രക വാസുദേവൻ, തന്റെ സേവകരുടെ സ്തുതിപാഠങ്ങൾ കേട്ടിട്ട് മൂഢനായി ഭഗവാന്റെ അടുത്തേക്ക് ഒരു ദൂതനെ അയച്ചു. ദൂതൻ ഭഗവാനോട് പറഞ്ഞു. "നാരായണ-മൂർത്തിയായ ഞാൻ ഈ ഭൂമിയിൽ അവതരി-ച്ചിരിക്കുന്നു. നീ എന്റെ ചിഹനങ്ങൾ ധരിക്കുന്നു. നീ എന്നെ ശരണം പ്രാപിക്കണം." പക്ഷേ ഇതു കേട്ട് സഭാവാസികൾ അവനെ കളിയാക്കി ചിരിച്ചു. ദൂതൻ പോയതിനു ശേഷം ഭഗവാൻ യാദവ സൈന്യത്തെ കൂട്ടി പൗണ്ഡ്രക വാസുദേവന്റെ രാജധാനിയിൽ പോയി. അവിടെ ശ്രീവത്സത്തിന് പകരം ഇരുമ്പ് പഴുപ്പിച്ചു മാറിടത്തിൽ പൊള്ളിച്ച് ശ്രീവത്സത്തിന്റെ ചിഹനം ഉണ്ടാക്കി വിലപിടിപ്പുള്ള വസ്ത്രങ്ങളും, മരതകരത്നവും ധരിച്ച് മകര കുണ്ഡലങ്ങൾ

അണിഞ്ഞ് മഞ്ഞപ്പട്ടുടുത്ത് ഭഗവാനെ അനു-കരിക്കുന്ന പൗണ്ഡ്രകനെ ഭഗവാൻ അവിടെ കണ്ടു. അവർ തമ്മിൽ ഏറ്റുമുട്ടുകയും ഭഗവാൻ സുദർശന-ചക്രം കൊണ്ട് അവനെ വധിക്കുകയും ചെയ്തു. മന്ദബുദ്ധികളായയുള്ള അനുയായികളുടെ വാക്കുകൾ കേട്ട് ദുഷ്ടപ്രവർത്തികൾ ചെയ്ത് ഭഗവാനെ അനുകരിച്ച പൗണ്ഡ്രകൻ ഭഗവാനോട് യുദ്ധം ചെയ്തതിനാൽ മോക്ഷം നേടി. പൌണ്ഡക വാസുദേവന്റെ സുഹൃത്തായ കാശി രാജവിന്റെ തലയറുത്ത് കാശിയിൽ വീഴ്ത്തി. ഇതറിഞ്ഞ് കാശി-രാജപുത്രൻ സുദക്ഷിണൻ കോപിഷ്ഠനായി. സുദക്ഷിണൻ ശിവനെ തപസ്സു ചെയ്ത് പ്രീതി-പ്പെടുത്തി, പിതാവിന്റെ ഘാതകനെ കൊല്ലാൻ ഒരുമന്ത്രം വരമായി വാങ്ങി. ഈ വരം ബ്രാഹ്മണ-നല്ലാത്ത പുരുഷനിൽ പ്രയോഗിച്ചാൽ ഫലം ലഭിക്കും എന്ന് ശിവൻ അനുഗ്രഹിച്ചു.കർമ്മത്തിന്റെ ഫല-പ്രാപ്തിക്ക് വേണ്ടി സുദക്ഷിണൻ ഒരു ഹോമം നടത്തി. ഹോമാഗ്നിയിൽ നിന്ന് കൃത്യ എന്ന ഒരു ദേവതയെ ഭഗവാനെ കൊല്ലുന്നതിനു വേണ്ടി സൃഷ്ടിച്ചു. ഈ ദുർദേവതയെ ഭൂതഗണങ്ങ-ളോടുകൂടി സുദക്ഷിണൻ ഭഗവാന്റെ അടുത്തേക്ക് അയച്ചു. കരിമ്പന പോലെ വലുപ്പമുള്ള കാലുകളോട് കൂടിയ ഇവരെ കണ്ട് ദ്വാരകാപുരവാസികൾ പേടിച്ച് ഭഗവാന്റെ അടുത്തെത്തി. പക്ഷേ ചൂതുകളിയിൽ വ്യാപൃതനായ ഭഗവാൻ ഇതൊന്നും കേൾക്കാതെ കളി തുടർന്നു. കൃത്യയോടെ തിരിടാൻ സുദർശനചക്രത്തെ

നിയോഗിച്ചു. തന്നെ പിൻതുടരുന്ന സുദർശന ചക്രത്തെ കണ്ട് പേടിച്ചോടിയ കൃത്യ തിരിച്ചു ഓടിവന്ന് ദുഷ്ട പ്രവർത്തി ചെയ്ത സുദക്ഷിണനെ തന്നെ കോപത്താൽ ദഹിപ്പിച്ചു. സുദർശനചക്രം കാശി രാജധാനിയും നശിപ്പിച്ചു. പണ്ട് ത്രേതാ-യുഗത്തിൽ, രാമാവതാരത്തിൽ രാവണ നിഗ്രഹത്തിന് ഭഗവാനെ സഹായിച്ച വിവിദൻ എന്ന വാനരൻ 'ഭഗവാന്റെ അംശാവതാരമായ ആരുടെയെങ്കിലും കൈകൊണ്ട് മരണമടയണം' എന്ന ആഗ്രഹത്താൽ നരകാസുരന്റെ മന്ത്രിയായി ജനങ്ങളെ ഉപദ്രവിച്ചു കൊണ്ടിരുന്നു. ഒരിക്കൽ ദ്വാരകയുടെ സമീപം വെച്ച് ബലരാമനുമായി യുദ്ധം ചെയ്ത് മരണപ്പെട്ടു.

ഒരിക്കൽ ദുര്യോധനന്റെ പുത്രിയായ ലക്ഷണ-യുടെ സ്വയംവര സമയത്ത് പന്തലിൽ നിന്നും ജാംബവതിയുടെ പുത്രൻ സാംബൻ വധുവിനെ അപഹരിച്ചു. സാംബനെ കൗരവർ ബന്ധന-സ്ഥനാക്കി. ഇതറിഞ്ഞ ഭഗവാൻ കോപിഷ്ഠനായി. എന്നാൽ, ബലരാമൻ കൗരവരെ സമാധാനിപ്പിച്ച് വധൂവരന്മാര തിരികെ കൊണ്ടുവന്നു തരാം എന്ന് പറഞ്ഞ് പുറപ്പെട്ടു. എന്നാൽ ഹസ്തിനപുരിയിൽ ചെന്ന് ഇക്കാര്യം പറഞ്ഞപ്പോൾ ദുര്യോധനാദികൾ പരിഹസിച്ചു. ബലരാമൻ തന്റെ കയ്യിലുള്ള കലപ്പ കൊണ്ട് ഹസ്തിനപുരത്തെ വലിച്ചെടുത്ത് ഗംഗയിൽ മുക്കാൻ തുടങ്ങി. ഒടുവിൽ കൗരവർ ബലഭദ്രനെ തന്നെ ശരണം പ്രാപിച്ചു സാംബനെ ലക്ഷണ-യോടുകൂടി വിട്ടുകൊടുക്കുകയും ചെയ്തു.

കുരുക്ഷേത്രയുദ്ധത്തിൽ   പാണ്ഡവന്മാരാൽ
കൊല്ലപ്പെടേണ്ടവരാണ് കൗരവർ എന്നതുകൊണ്ടാണ്
ഭഗവാൻ   സാംബനെ   മോചിതനാക്കാൻ   യാദവ-
സൈന്യത്തെ അയക്കാതിരുന്നത്. ഭഗവാന്റെ ലീല-
കളുടെ രഹസ്യം ആർക്കും മുൻകൂട്ടി പ്രവചിക്കാ-
നാകില്ല എന്നതാണ് സത്യം!

ദശകം 84 - സമന്തപഞ്ചക യാത്ര

ഒരു   സൂര്യഗ്രഹണം   വരൻ   പോകുന്നതറിഞ്ഞ്
ഭഗവാൻ, ദ്വാരകയ്ക്കു കാവലായി കൃതവർമ്മോ-
വിനേയും അനിരുദ്ധനേയും ഏൽപ്പിച്ച്, യാദവരോടും
സ്ത്രീകളോടും കൂടി സമന്തപഞ്ചകം എന്ന ഒരു
പുണ്യതീർത്ഥത്തിലേയ്ക്ക്   പോയി.   പരശുരാമൻ
ഇരുപത്തി ഒന്നു വട്ടം ക്ഷത്രിയവംശം നശിപ്പിച്ച്
ക്ഷത്രിയ രക്തം കൊണ്ട് അഞ്ചു ജലാശയങ്ങൾ
സമന്തപഞ്ചകത്തിൽ നിർമ്മിച്ചിട്ടുണ്ടന്നും ബലരാമൻ
രോമഹർഷനെ   നിഗ്രഹിച്ചതിനുള്ള പ്രായശ്ചിത്തം
ചെയ്തത്   ഇവിടെയാണെന്നും   പറയപ്പെടുന്നു.
അവിടെയെത്തിയ ഭഗവാൻ ജനങ്ങളുടെ അനുഗ്രഹ-
ത്തിനായി ആ തീർത്ഥത്തിൽ മുങ്ങിക്കുളിച്ച് ആ
നദിയെ   പുണ്യതീർത്ഥമാക്കി.   ബ്രാഹ്മണോത്തമ-
ന്മാർക്ക് ദ്രവ്യം ദാനം ചെയ്ത് പിന്നീട് പാണ്ഡവന്മാർ,
കൗരവന്മാർ എന്നിവരുമായി ഒത്തുകൂടി. ഭഗവാന്റെ,
രുഗ്മിണീസ്വയംവരം, സത്യഭാമയുമായുള്ള വിവാഹം
എന്നീ മഹോത്സവങ്ങളെ വർണ്ണിക്കുന്നത് കേട്ട്

പാഞ്ചാലി അവരോടൊപ്പമിരുന്നു വളരെയധികം സന്തോഷിച്ചു.

പിന്നീട് ഭഗവാൻ അവിടെ സ്നാനത്തിനു വന്ന ഗോപൻമാരോട് കുശലപ്രശ്നങ്ങൾ നടത്തുകയും ഭഗവാനെ കാണാതെ ദുഃഖിതകളായിരിക്കുന്ന ഗോപ-സ്ത്രീകളെ മാറിമാറി ആലിംഗനം ചെയ്യുകയും ചെയ്തു. ഭഗവാന്റെ ആലിംഗനത്താൽ വിരഹതാപം മറന്ന് രാധ പരമാനന്ദത്തിലാറാടി. ഗോപികമാരുടെ വിരഹദുഃഖമെല്ലാമകറ്റി, "ഞാൻ പരമാനന്ദബോധ-മാകുന്ന സ്വരൂപത്തോടു കൂടിയവനും എല്ലാ-വരുടെയും ഉള്ളിൽ വസിക്കുന്നവനും ആകുന്നു. നിങ്ങൾക്ക് ഒരിക്കലും എന്നിൽ നിന്ന് വിയോഗം സംഭവിക്കുന്നില്ല എന്ന് നിങ്ങൾ ദൃഢമായി വിശ്വസിച്ചു കൊള്ളൂ" എന്ന തത്ത്വബോധം അവർക്ക് ഉപദേശിച്ചു. പണ്ട് ഉദ്ധവർ നൽകിയ ഉപദേശങ്ങൾ വിരഹകാലത്ത് ഗോപികമാർക്ക് കുറച്ച് ആനന്ദപ്രദ മായിരുന്നു. പക്ഷേ ഇപ്പോൾ അവരുടെ ഹൃദയം പരിപക്വമായതിനാൽ അവർക്ക് ദുഃഖമില്ലാതെ ആത്മസാക്ഷാത്കാരം സിദ്ധിച്ചു. അതിനുശേഷം ശ്രീകൃഷ്ണന്റെ പിതാവായ വസുദേവർ ദുഃഖ ശാന്തിക്കായി അനുഷ്ഠിക്കേണ്ട കർമ്മങ്ങൾ എന്തെ-ല്ലാമാണെന്ന് മഹർഷിമാരോട് ചോദിച്ചു. മഹർഷിമാർ ബ്രഹ്മസ്വരൂപിയായ ഭഗവാൻ തന്നെ പുത്രനാ-യുള്ളപ്പോൾ ശുഭകർമ്മങ്ങൾ എന്തിനാണെന്ന് ചോദിച്ച് ചിരിച്ചുവെങ്കിലും വസുദേവരെ കൊണ്ട് യാഗം ചെയ്യിക്കാൻ നിശ്ചയിച്ചു. ഗോപന്മാർ

മൂന്നുമാസം ഭഗവാന്റെ സംഗമസൗഖ്യം അനുഭവിച്ചു കൊണ്ട് എല്ലാവരാലും ബഹുമാനിക്കപ്പെട്ട അവിടെ താമസിച്ചു. യാഗസമാപ്തിക്ക് ശേഷം ഭഗവാൻ രാധയെ ആലിംഗനം ചെയ്ത് അവളുടെ ദുഃഖമെല്ലാം അകറ്റി സന്തോഷത്തോടെ ദ്വാരകയിലേക്ക് പോയി

ദശകം 85 - ജരാസന്ധവധം, രാജസൂയം

മഗധാധിപനായ ജരാസന്ധൻ വളരെയധികം രാജാ-ക്കന്മാരെ ബന്ധനസ്ഥനാക്കിയിരുന്നു. നഗര-വാസികൾ ജരാസന്ധനിൽ നിന്ന് തങ്ങളെ രക്ഷിച്ച് ജരാസന്ധന്റെ അക്രമം അവസാനിപ്പിക്കണമെന്ന് അപേക്ഷിക്കാനായി കൃഷ്ണന്റെ അടുത്തേക്ക് ഒരു ദൂതനെ അയച്ചു. ഇതു കേട്ട് കൃഷ്ണൻ ജരാസന്ധനെ വധിക്കാൻ പുറപ്പെട്ടു. ഇതേ കാലത്തതന്നെ ധർമ്മപുത്രർ രാജസൂയ യാഗത്തിന് ഒരുങ്ങി. ഇതിൽ ഭഗവാന്റെ സാന്നിധ്യം വേണമെന്നതിനാൽ ഏത് ആദ്യം നിർവഹിക്കണമെന്ന് സംശയിച്ച ഭഗവാൻ ഉദ്ധവരുടെ അഭിപ്രായപ്രകാരം യുധിഷ്ഠിര രാജധാനി-യിലേക്ക് എഴുന്നെള്ളി. എല്ലാ ഭാര്യമാരോടും കൂടി ഭഗവാൻ ഇന്ദ്രപ്രസ്ഥത്തിൽ എത്തിയപ്പോൾ ധർമ്മപുത്രർ ഭീമനോടും അർജുനനോടുമൊപ്പം ശ്രീകൃഷ്ണനെ ജരാസന്ധനെ ജയിച്ചു വരുവാനായി പറഞ്ഞയച്ചു. ഇതനുസരിച്ച് ബ്രാഹ്മണർ എന്ന വ്യാജേന ഇവർ ബ്രാഹ്മണ വേഷത്തിൽ അവിടെയെത്തിയിട്ട് ജരാസന്ധനോട് ദ്വന്ദയുദ്ധം എന്ന ഉത്സവം ആവശ്യപ്പെട്ടു. ഭഗവാന്റെ കൈകൊണ്ട്

മരിക്കാൻ യോഗ്യനല്ലാത്ത ജരാസന്ധൻ ഭീമനെയാണ് യുദ്ധത്തിന് തെരഞ്ഞെടുത്തത്. ഭഗവാനും അർജുനനും ഈ യുദ്ധം കണ്ട് ആസ്വദിച്ചു. വളരെയധികം നേരം ഈ യുദ്ധം തുടർന്നു. ഭഗവാൻ ഒരു മരച്ചില്ല നെടുകെപിളർന്നു കാണിച്ചു കൊടുത്തത് കണ്ട് അതുപോലെ തന്നെ, അഹങ്കാരിയായ ജരാസന്ധനേയും ഭഗവാന്റെ നിയോഗ പ്രകാരം ഭീമൻ കൊന്നു. തുറുങ്കലിൽ അടയ്ക്കപ്പെട്ട എല്ലാ രാജാ-ക്കന്മാരെയും മോചിപ്പിച്ച് അവരെ അനുഗ്രഹി-ച്ചയച്ചു. കൂടാതെ അവരെ ഭൂമിപരിപാലനത്തിന് നിയോഗിക്കുകയും ചെയ്തു.

(ജരാസന്ധന്റെ പൂർവ്വകഥ: മനുഷ്യരോട് നന്നായി പെരുമാറുകയും ശിശുക്കളെ സംരക്ഷിക്കുക-യുമൊക്കെ ചെയ്യുന്ന ജര എന്ന രാക്ഷസിയുടെ രൂപം മഗധയിലെ ബൃഹദ്രഥ രാജാവിന്റെ കൊട്ടാരത്തിൽ കൊത്തിവെച്ച് പൂജിച്ചിരുന്നു. ഇതിന് പ്രത്യുപകാരം ചെയ്യാൻ ജര ഒരു അവസരം പാർത്തിരുന്നു. ബൃഹദ്രഥൻ കാശിരാജാവിന്റെ പുത്രിമാരെ വിവാഹം കഴിച്ചെങ്കിലും അവരിൽ സന്താനങ്ങൾ ഉണ്ടായില്ല. ദുഃഖിതനായ രാജാവ് ഭാര്യയോട് കൂടി ഗൗതമ-പുത്രനായ ചണ്ഡകൗശികൻ എന്ന മുനിയോട് സങ്കടം പറഞ്ഞു. മാവിന്റെ ചുവട്ടിൽ ധ്യാനിച്ചിരുന്ന മുനിയുടെ മടിയിലേക്ക് ഒരു മാമ്പഴം വീണു. മുനി അത് രാജാവിന് കൊടുത്തു; രാജാവ് ആ മാമ്പഴം രണ്ടു ഭാര്യമാർക്കും പകുതി വീതം കൊടുത്തു. അവർ ഗർഭിണികളായി രണ്ട് അർദ്ധശിശുക്കളെ പ്രസവിച്ചു. രാജ്ഞിമാർ

പേടിച്ച് ഈ രണ്ട് ശിശുക്കളേയും കൊട്ടാരത്തിനു പുറത്തുവച്ചു. ഇതു നോക്കി നിന്ന ജര ഓടിവന്ന് രണ്ട് ശിശുക്കളെയും കൂട്ടിച്ചേർത്ത് പൂർണ്ണ ശിശുവാക്കി. പകുതി ശരീര ഭാഗങ്ങൾ കൂട്ടിച്ചേർത്തപ്പോൾ അതിനു ജീവൻ വെക്കുകയും, കുട്ടി ഉറക്കെ കരയുകയും ചെയ്തു. ജര ഈ കുഞ്ഞിനെ ബൃഹദ്രഥ രാജാവിന് കാഴ്ചവച്ചു. ജരയുടെ നിർദ്ദേശപ്രകാരം ഈ കുട്ടിക്ക് ജരാസന്ധൻ എന്ന് പേര് നൽകി).

ധർമ്മപുത്രൻ വളരെയധികം രാജാക്കന്മാരുമായി രാജസൂയയാഗം ആരംഭിച്ചു. സാക്ഷാൽ ഭഗവാൻ പോലും ആ യാഗത്തിൽ ബ്രാഹ്മണരുടെ കാൽ കഴുകുക എന്ന ജോലി സ്വയം ഏറ്റെടുത്തു. യാഗാവസാനം ആചരിക്കേണ്ട അഗ്രപൂജയ്ക്ക് ശ്രീകൃഷ്ണനാണ് മറ്റാരെക്കാളും യോഗ്യൻ എന്ന അഭിപ്രായം മാനിച്ച് ധർമ്മപുത്രർ ഭഗവാനെ അഗ്രപൂജ ചെയ്തു. ഇതു കണ്ട് സകല ചരാചരങ്ങളും സന്തുഷ്ടരായി. എന്നാൽ മുനിമാരും നൃപന്മാരും നോക്കി നിലക്കെ, ഈ ഇടയന് ആരാണ് അഗ്രപൂജ നൽകുന്നത് എന്ന് ആക്രോശിച്ച്, ഭഗവാനെപ്പറ്റി ധാരാളം ശകാരവാക്കുകൾ പറഞ്ഞ് ശിശുപാലൻ ഇരിപ്പടത്തിൽ നിന്ന് ചാടി എണീറ്റു. ഭഗവാനെ നിന്ദിച്ച ശിശുപാലനോട് പാണ്ഡവർ യുദ്ധത്തിനൊരുങ്ങി. പാണ്ഡവന്മാരോട് പിന്മാറുവാൻ ആജ്ഞ നൽകിയിട്ട് ഭഗവാൻ തന്നെ സുദർശനചക്രം ഉപയോഗിച്ച് ശിശുപാലന്റെ തലയറുത്തു. കഴിഞ്ഞ മൂന്നുജന്മങ്ങളിലായി ഭഗവാനെ ദ്വേഷിച്ചു നടക്കുന്ന

ശിശുപാലൻ പാപമെല്ലാമകന്നു സായൂജ്യം നേടി. (വിഷ്ണുഭക്തന്മാരായ സനകാദികളുടെ ശാപത്താൽ ആദ്യജന്മത്തിൽ ഹിരണ്യാക്ഷൻ, ഹിരണ്യകശിപു എന്നിവരായും, തുടർന്ന് രാവണൻ, കുംഭകർണ്ണൻ എന്നിവരായും ജന്മമെടുത്ത ജയവിജയന്മാർ തന്നെ- യാണ് മൂന്നാം ജന്മത്തിൽ ശിശുപാലൻ ദന്തവക്ത്രൻ, എന്നിവരായും ജനിച്ചത്.)

അതിശ്രേഷ്ഠമായ രാജസൂയ യാഗത്തിനുശേഷം രാജാക്കന്മാർ സന്തോഷത്തോടെ തങ്ങളുടെ വീടു- കളിലേക്ക് പോയി. എന്നാൽ ദുഷ്ടനായ ദുര്യോധനൻ ശത്രുവിന്റെ ഐശ്വര്യം കണ്ട് അസ്വസ്ഥനായി. മയൻ നിർമിച്ച ഈ കൊട്ടാരത്തിൽ നടക്കുമ്പോൾ ദുര്യോധനൻ സ്ഥലജല വിഭ്രാന്തി കൊണ്ട് തല താഴ്ത്തിയപ്പോൾ ഭീമനും പാഞ്ചാലിയും അവനെ പരിഹസിച്ചു. ഭഗവാൻ തന്റെ കടക്കണ്ണുകൊണ്ട് ഇത് പ്രോത്സാഹിപ്പിക്കുകയും ചെയ്തു. ഇത് അവന്റെ മനസ്സിന് നല്ല ക്ഷതം ഏൽപ്പിച്ചു. അതാണ് അടങ്ങാത്ത വൈരത്തിനും മഹാഭാരതയുദ്ധത്തിനും പ്രധാന കാരണം. (ഖാണ്ഡവവന ദഹനസമയത്ത് വനത്തിൽ പാർത്തിരുന്ന മയനെ അർജുനൻ രക്ഷിച്ചു. ഇതിന് പ്രത്യുപകാരമായി അസുര ശില്പിയായ മയൻ നിർമ്മിച്ചു കൊടുത്തതാണ് പാണ്ഡവരുടെ ഇന്ദ്രപ്രസ്ഥം. ഈ കൊട്ടാരത്തിൽ പലതരം പൊയ്കകളും, സ്ഫടികസോപാനങ്ങളും നിർമ്മി- ച്ചിരുന്നു. ഇത് എല്ലാവർക്കും സ്ഥല ജലവിഭ്രാന്തി ഉണ്ടാക്കുമായിരുന്നു. ദുര്യോധനൻ വെള്ളമില്ലാത്ത

സ്ഥലത്ത് വെള്ളമുണ്ടെന്നു കരുതി വീരാളിപട്ട് വലിച്ചു മാറ്റി നടന്നതും വെള്ളമുള്ളിടത്ത് അറിയാതെ മൂക്കുകുത്തി വീണതും ഇവിടെയാണ്. ഇത് ജനങ്ങളെ ഉച്ചത്തിൽ ചിരിപ്പിക്കുകയും ചെയ്തു.)

ദശകം 86 – ഭാരത യുദ്ധം

രുക്മിണീസ്വയംവരത്തിൽ യാദവ സൈന്യത്തോട് തോറ്റ സാല്വൻ എന്ന രാജാവ് ശ്രീപരമേശ്വരനെ തപസ്സു ചെയ്ത് സൗഭം എന്ന വിമാനം വരമായി സമ്പാദിച്ചു. ഭഗവാൻ കൗരവ പുരിയിൽ പോയ തക്കം നോക്കി ഈ വിമാനത്തിൽ മായാവിയായി വന്ന് സാല്വൻ ദ്വാരകയെ ധാരാളം അസ്ത്രങ്ങൾ അയച്ചു ആക്രമിക്കാൻ തുടങ്ങി. രുക്മിണീ പുത്രനായ പ്രദ്യുമ്നൻ മുഴുവൻ യാദവ സൈന്യത്തെയും കൂട്ടിവന്ന് ഇത് തടയുകയും മന്ത്രിയായ ദ്യുമാനെ വധിക്കുകയും ചെയ്തു. യുദ്ധം ഒരു മാസത്തോളം തുടർന്നു. ഈ വൃത്താന്തങ്ങൾ അറിഞ്ഞ ശ്രീ-കൃഷ്ണൻ ബലഭദ്രനോട് കൂടി ദ്വാരകാപുരിയിൽ എത്തി സാല്വനോട് യുദ്ധം തുടങ്ങി. യുദ്ധത്തിൽ സാല്വൻ ഗദ കൊണ്ട് ഭഗവാന്റെ ചാപം തെറിപ്പി-ക്കുകയും, മായയാൽ നിർമ്മിക്കപ്പെട്ട വസുദേവനെ നിഗ്രഹിക്കുകയും ചെയ്തു. ഭഗവാൻ ഗദ കൊണ്ട് അവന്റെ വിമാനം തകർത്ത് കടലിലെറിഞ്ഞു. സ്വാല്വനെ സുദർശന ചക്രം കൊണ്ട് വധിച്ചു. അപ്പോൾ ശിശുപാലന്റെ സുഹൃത്തായ ദന്തവക്ത്രൻ അവന്റെ ഗദ കൊണ്ട് കൃഷ്ണനെ അടിച്ചു. കഴിഞ്ഞ മൂന്നു ജന്മത്തിലും ഭഗവാന്റെ ശത്രുവായി ജീവിച്ച സാല്വൻ ഭഗവാന്റെ കൗമോദകം എന്ന ഗദയുടെ പ്രഹരമേറ്റ് മരിക്കുകയും സായൂജ്യമടയുകയും ചെയ്തു. അനുകൂലമായിട്ടോ പ്രതികൂലമായിട്ടോ

മനസ്സുകൊണ്ട് ഭഗവാനെ ചിന്തിക്കുന്ന എല്ലാവർക്കും ശത്രുമിത്ര ഭേദമില്ലാതെ മോക്ഷം കൊടുക്കുന്നു എന്നത് കൃഷ്ണാവതാരത്തിന്റെ മഹത്വമാകുന്നു.

പിന്നീട് ധൃതരാഷ്ട്ര പുത്രനായ പാണ്ഡവരിൽ മൂത്തപുത്രനായ ദുര്യോധനൻ ധർമ്മപുത്രരുമായി ചൂതുകളി നിശ്ചയിച്ചു. പാണ്ഡവരെ ചതിക്കുന്ന- തിനായി മനപ്പൂർവ്വം കള്ളക്കളി കളിച്ച് ധർമ്മപുത്രരെ തോൽപ്പിക്കുകയും ചെയ്തു. ധർമ്മപുത്രർ തനിക്കു- ള്ളതെല്ലാം കൗരവർക്ക് പണയം വെച്ചു. പാഞ്ചാലിയെ കൗരവർ സഭയിൽ വെച്ച് വസ്ത്രാ- ക്ഷേപം ചെയ്യാൻ ഒരുങ്ങുകയും ഭഗവാനെ വിളിച്ച് കരഞ്ഞ പാഞ്ചാലിയുടെ വസ്ത്രം ഭഗവാന്റെ കാരുണ്യം മൂലം, നീളം കൂടിയതും അവസാനിക്കാ- ത്തതുമായി മാറുകയും ചെയ്തു അനന്തരം പാണ്ഡവരും പാഞ്ചാലിയും വനത്തിലേക്ക് പുറപ്പെട്ടു. ഒരിക്കൽ ഇവരെ ദുർവാസാവിന്റെ ശാപത്തിന് ഇരയാക്കുവാനായി ദുർവാസാവിനെ ഭക്ഷണ- ത്തിനായി പാഞ്ചാലിയുടെ അടുത്തയ്ക്ക് അയച്ചു. അപ്പോഴേക്കും പാഞ്ചാലി ഭക്ഷണം കഴിച്ചു കഴിഞ്ഞിരുന്നു. ഭക്ഷണശേഷം കാലിയായ പാത്ര- ത്തിൽ നിന്ന്, മഹാർഷിക്ക് എങ്ങിനെ ഭക്ഷണം കൊടുക്കും എന്ന് ചിന്തിച്ച് പാഞ്ചാലി ദു:ഖിതയായി. ഭക്ഷണം കൊടുക്കാതിരുന്നാലുള്ള ദുർവാസാവിന്റെ ശാപം ഭയന്ന് അവർ ഭഗവാനെ മനസ്സിൽ വിചാരിക്കുകയും ഭഗവാൻ അവിടെയെത്തി മഹർഷി- യുടെ സ്നാന സമയത്ത് അക്ഷയ പാത്രത്തിൽ

അവശേഷിച്ച കറിവേപ്പില ഭക്ഷിക്കുകയും ചെയ്തു. ഭഗവദനുഗ്രഹത്താൽ അക്ഷയ പാത്രത്തിൽ വീണ്ടും ഭക്ഷണം നിറഞ്ഞു കവിഞ്ഞു. പാഞ്ചാലി ദുർവാസാ-വിന് ആ അക്ഷയപാത്രത്തിൽ നിന്ന് ഭക്ഷണം നൽകി തൃപ്തിപ്പെടുത്തുകയും, ദുഃഖമകന്നു സന്തോഷവതി-യായി മാറുകയും ചെയ്തു. പാണ്ഡവന്മാരുടെ അജ്ഞാതവാസത്തിനും വനവാസത്തിനും ശേഷം യുദ്ധത്തിനുള്ള ഒരുക്കങ്ങൾ നടക്കുമ്പോൾ അർജുനൻ ഭഗവാനെ കാണുവാൻ വന്നു. ഭഗവാന്റെ സൈന്യ-ങ്ങളെ കൗരവർക്ക് കൊടുത്തിട്ട് പാണ്ഡവർക്ക് വേണ്ടി കൗരവരോട് ദൂത് പറയുവാൻ ശ്രീകൃഷ്ണൻ ഹസ്തിനപുരത്തേയ്ക്ക് പോയി. അവിടെ ചെന്ന-പ്പോൾ ഭഗവാന്റെ വാക്കുകൾ ഭീഷ്മർ, ദ്രോണർ എന്നിവർ ബഹുമാനിച്ചെങ്കിലും ധിക്കാരിയായ ദുര്യോ-ധനൻ തിരസ്കരിച്ചു. ആ സഭയിൽ വെച്ച് തന്റെ വിശ്വരൂപം എല്ലാവർക്കും കാണിച്ചു കൊടുത്ത ഭഗവാൻ ഹസ്തിനപുരത്തെ ക്ഷുഭിതമാക്കി അവിടെ നിന്ന് ഇറങ്ങിപ്പോന്നു.

ശ്രീകൃഷ്ണൻ പാർത്ഥന്റെ സാരഥ്യം ഏറ്റെടുത്തു. ഭാരതയുദ്ധത്തിന്റെ ആരംഭത്തിൽ തന്നെ ശത്രു-പക്ഷത്ത് നിൽക്കുന്ന ബന്ധുജനങ്ങളെ വധിക്കുന്നത് എങ്ങനെ എന്ന് ചിന്തിച്ച് ദുഃഖിതനായി തേർതട്ടിൽ ഇരിക്കുന്ന അർജുനനെ ഭഗവാൻ ഉപദേശിച്ചു, "അല്ലയോ സ്നേഹിതാ ഈ ആത്മാവ് നാശം ഇല്ലാത്തവനും ഏകനുമാണ്. ഇവിടെ വധിക്ക-പ്പെടുന്നവൻ, വധിക്കുന്നവൻ എന്നൊന്നും ചിന്തി-

ക്കേണ്ടതില്ല. അതിനാൽ എന്നിൽ മനസ്സുറപ്പിച്ച് ക്ഷത്രിയധർമ്മം എന്ന യുദ്ധം ചെയ്താലും ". കൂടാതെ ഭഗവാൻ തന്റെ വിശ്വരൂപം അർജുനന് കാണിച്ചു കൊടുത്ത്, അർജുനനെ കർമ്മനിരതനാക്കി. ഭഗവദ് ഭക്തനായ ഭീഷ്മർ ഭൂമിഭാരം തീർക്കുക എന്ന ഭഗവാന്റെ കടമ നിർവഹിക്കുന്നതിന് ദിവസം തോറും പതിനായിരക്കണക്കിന് ദുഷ്ടന്മാരെ വധിച്ചു കൊണ്ടിരുന്നു. ഭീഷ്മരെ എതിരിടാൻ അർജുനന് ശക്തിയില്ലാതായി. പാർത്ഥൻ ക്ഷീണിതനായപ്പോൾ ഭഗവാൻ പോർക്കളത്തിൽ ആയുധമെടുക്കില്ല എന്ന പ്രതിജ്ഞയെല്ലാം മറന്ന് സുദർശന ചക്രമെടുത്ത് ഭീഷ്മരുടെ നേർക്ക് എതിരിടാൻ ചെന്നു. ഭീഷ്മർ അഞ്ജലീബദ്ധനായി "ഞാൻ കൃതാർത്ഥനായി" എന്ന് ഉറക്കെ വിളിച്ചുപറഞ്ഞ് ആനന്ദാശ്രുപൊഴിച്ചു. ഇത് കണ്ട് ഭഗവാൻ കൃഷ്ണൻ ഭീഷ്മരെ നോക്കി സന്തോഷത്തോടെ തിരിച്ചുപോന്നു.

ദ്രോണൻ സേനാനായകനായ യുദ്ധത്തിൽ ആന-പ്പുറത്തിരുന്ന് യുദ്ധം ചെയ്യുന്ന ഭഗദത്തൻ (നരാകാ-സുരന്റെ മകൻ) അയച്ച നാരായണാസ്ത്രം ഭഗവാൻ തന്റെ മാറുകൊണ്ട് തടുത്തുകൊണ്ട് അർജുനനെ രക്ഷിച്ചു. തന്റെ മകൻ അഭിമന്യുവിന്റെ മരണത്തിന് കാരണം ജയദ്രഥനാണെന്നതിനാൽ അടുത്ത ദിവസം സൂര്യാസ്തമായത്തിന് മുൻപ് ജയദ്രഥനെ വധിക്കാൻ സാധിച്ചില്ലെങ്കിൽ താൻ അഗ്നിപ്രവേശം നടത്തും എന്ന് അർജുനൻ പ്രതിജ്ഞയെടുത്തിരുന്നു. അതു-കൊണ്ട് ഭഗവാൻ അർജുനനെ സഹായിക്കാൻ

സൂര്യതേജസ്സിനെ സുദർശനചക്രം കൊണ്ട് മറച്ച് സന്ധ്യാസമയമാക്കി. രാത്രിയാണെന്ന് കരുതി ജയദ്രഥൻ ഒളിച്ചിരുന്ന സ്ഥലത്തു നിന്നും പുറത്തു വന്നു. ഈ തക്കം നോക്കി അർജ്ജുനൻ ജയദ്രഥനെ വധിച്ചു. യുദ്ധത്തിൽ കർണ്ണൻ നാഗാസ്ത്ര-മയച്ചപ്പോൾ ഭഗവാൻ അർജുനനെ രക്ഷിക്കാൻ ഭൂമിയെ പെരുവിരൽ കൊണ്ട് ചവിട്ടി-ത്താഴ്ത്തിയതിനാൽ, അസ്ത്രം കൊണ്ട് അർജുനന്റെ കിരീടം മാത്രമേ നഷ്ടപ്പെട്ടുള്ളൂ. ഭഗവാൻ അർജുനനെ രക്ഷിക്കാൻ ചെയ്ത സഹായങ്ങളാണ് ഈ സന്ദർഭങ്ങളിൽ വിവരിച്ചിരിക്കുന്നത്.

ഭാരതയുദ്ധത്തിന്റെ തുടക്കത്തിൽ തന്നെ തീർത്ഥ യാത്രയ്ക്ക് പോയ ബലരാമൻ നൈമിശാരണ്യത്തിൽ എത്തി. സത്രയാഗം ചെയ്യുന്ന മുനിമാർക്ക് പുരാണേ-തിഹാസങ്ങൾ പറഞ്ഞുകേൾപ്പിക്കാനായി ബ്രഹ്മാ-സനത്തിൽ ഇരുന്ന രോമഹർഷണൻ ബലരാമനെ കണ്ടിട്ട് എഴുന്നേറ്റില്ല. ഇതിൽ കുപിതനായ ബലഭദ്രൻ അവനെ വധിച്ചു. അവന്റെ പുത്രനായ ഉഗ്രശ്രവസ്സിനെ ആ സ്ഥാനത്ത് അവരോധിച്ചു. വാവു തോറും യാഗം മുടക്കാൻ വരുന്ന ബല്വലൻ എന്ന അസുരനേയും നിഗ്രഹിച്ചു. ബലരാമൻ അനേകം തീർത്ഥങ്ങളിൽ സ്നാനം നടത്തി, ഒടുവിൽ സരസ്വതീതീർത്ഥത്തിൽ എത്തി. ഭാരതയുദ്ധം നടക്കുന്ന കുരുക്ഷേത്രത്തിൽ തിരിച്ചെത്തിയപ്പോൾ അവിടെ ഭീമനും ദുര്യോധനനും തമ്മിലുള്ള യുദ്ധത്തിൽ ബലരാമൻ അവരെ അനുനയിപ്പിക്കാൻ പല സമാധാന വാക്കുകൾ

പറഞ്ഞിട്ടും പിൻതിരിക്കാനായില്ല. അതിനാൽ ബലരാമൻ ദ്വാരകയിലേക്ക് മടങ്ങിപ്പോയി.

ഭാരതയുദ്ധം അവസാനിച്ച ദിവസം രാത്രി, ഉറക്കത്തിലായിരുന്ന പാഞ്ചാലീപുത്രന്മാരെ കൊന്ന അശ്വത്ഥാമാവിനോട് അർജുനൻ യുദ്ധം ചെയ്തു. ശ്രീകൃഷ്ണന്റെ നിർദ്ദേശപ്രകാരം അശ്വത്ഥാമാവിന്റെ ബ്രഹ്മാസ്ത്രത്തെ (ബ്രഹ്മാസ്ത്രം ലോകവിനാശ-കാരിയാണ്) മടക്കിയെടുത്ത് അശ്വത്ഥാമാവിന്റെ ശിരോരത്നം ഇളക്കിയെടുത്തു. വീണ്ടും അശ്വത്ഥാ-മാവയച്ച ബ്രഹ്മാസ്ത്രം അഭിമന്യുവിന്റെ ഭാര്യയായ ഉത്തരയുടെ ഗർഭത്തിലെത്തി. എന്നാൽ പാണ്ഡവ-വംശത്തെ രക്ഷിക്കാൻ വേണ്ടി ശ്രീകൃഷ്ണൻ സുദർശനചക്രവുമെടുത്ത് പെരുവിരലിന്റെ വലുപ്പ-ത്തിൽ ഉത്തരയുടെ വയറ്റിൽ പ്രവേശിച്ച് ഗർഭസ്ഥ ശിശുവിനെ രക്ഷിച്ചു. അർജുനനും, അശ്വത്ഥാമാവും പരസ്പരം ബ്രഹ്മാസ്ത്രങ്ങൾ അയച്ചു അശ്വത്ഥാ-മാവിന് അസ്ത്രസംഹാരം അറിയാത്തതിനാൽ, രണ്ട് അസ്ത്രങ്ങളും കൂട്ടിമുട്ടാതെയിരിക്കാൻ ബ്രഹ്മാദി-കളുടെ ആവശ്യപ്രകാരം അർജ്ജുനൻ തന്നെ രണ്ട-സ്ത്രങ്ങളും പിൻവലിച്ചു.

പണ്ട്, "ഞാൻ നിത്യ ബ്രഹ്മചാരിയായിരിക്കാം" എന്ന് ഭീഷ്മർ പ്രതിജ്ഞയെടുത്തപ്പോൾ, "നിനക്ക് സ്വച്ഛന്ദ മൃത്യുഭവിക്കട്ടെ" (ആഗ്രഹിക്കുമ്പോൾ മാത്രം മരണം) എന്ന് ഭീഷ്മർക്ക് അച്ഛനായ ശന്തനു അന്ന് അനുഗ്രഹം നൽകിയിരുന്നു. അതിനാൽ സ്വച്ഛന്ദ

മൃത്യുവായ ഭീഷ്മർ ധർമ്മപുത്രർക്ക് സകല ധർമ്മങ്ങളേയും ശരശയ്യയിൽ കിടന്നുകൊണ്ടു തന്നെ ഉപദേശിച്ചു കൊടുത്തു. ധർമോപദേശത്തിന് ശേഷം, ഭഗവദ്ഭക്തനായ ഭീഷ്മർ ഭഗവാന്റെ വിശ്വരൂപം ദർശിച്ച് ഭഗവാനിൽ വിലയം പ്രാപിച്ചു. യുധി-ഷ്ഠിരനെ കൊണ്ട് മൂന്ന് ശ്രേഷ്ഠമായ അശ്വമേധ-യാഗങ്ങൾ ചെയ്യിച്ച് ശ്രീകൃഷ്ണൻ ദ്വാരകയിലേക്ക് മടങ്ങി.

ദശകം 87 – കുചേലോപാഖ്യാനം

സാന്ദീപനി മഹർഷിയുടെ ആശ്രമത്തിൽ ശ്രീകൃഷ്ണന്റെ ഗുരുകുല വിദ്യാഭ്യാസക്കാലത്ത് കൃഷ്ണന്റെ സഹപാഠിയായി സുദാമാവ് എന്നൊരു ബ്രാഹ്മണ കുമാരനുണ്ടായിരുന്നു. പരമദാരിദ്ര്യം മൂലം എന്നും മുഷിഞ്ഞ വസ്ത്രം ധരിച്ചിരുന്നതിനാൽ അദ്ദേഹത്തെ 'കുചേലൻ' എന്നാണ് പലരും വിളി-ച്ചിരുന്നത്. അദ്ദേഹം ഭക്തിയിൽ മുഴുകി അർത്ഥ-മിത്രാദികളിൽ താൽപ്പര്യമില്ലാതെ ഗൃഹസ്ഥാ-ശ്രമിയായി ജീവിതം നയിക്കുന്നവനായിരുന്നു. കുചേലന്റെ പത്നി ദാനശീലയാണെങ്കിലും മനോ-നിയന്ത്രണമില്ലാത്തവളായിരുന്നു. ഒരിക്കൽ ദാരിദ്ര്യം സഹിക്കാനാകാതെ വിശപ്പുകൊണ്ട് തളർന്നപ്പോൾ അവൾ ഭർത്താവായ കുചേലനോട്, നമ്മുടെ ദാരിദ്ര്യം ഇല്ലാതാക്കാൻ താങ്കൾ, കൂട്ടുകാരനും ലക്ഷ്മീ-വല്ലഭനുമായ കൃഷ്ണനെ ആശ്രയിക്കാത്തത് എന്തുകൊണ്ടാണ്? എന്ന് ചോദിച്ചു. ഇതു കേട്ടപ്പോൾ

ധനത്തിൽ ആഗ്രഹമില്ലെങ്കിലും, കുചേലൻ സുഹൃത്തായ ശ്രീകൃഷ്ണനെ കാണാനുള്ള അമിത-മായ ആഗ്രഹത്താൽ ശ്രീകൃഷ്ണനെ കാണാൻ ഒരുങ്ങി. ഭഗവാന് കാഴ്ചദ്രവ്യമായി ഭാര്യ നൽകിയ അവിൽ പൊതി വസ്ത്രത്തിന്റെ അറ്റത്ത് കിഴികെട്ടി കുചേലൻ ദ്വാരകയിലേക്ക് പുറപ്പെട്ടു.

ശിൽപ്പ ചാതുര്യത്താൽ തിളങ്ങി നിൽക്കുന്ന ദ്വാരകാപുരിയിൽ എത്തിയ കുചേലൻ പതിനാ-റായിരം ഗൃഹങ്ങൾ ഉണ്ടെങ്കിലും ശൈബ്യ ഗൃഹത്തിൽ പ്രവേശിച്ചു. അവിടെ വൈകുണ്ഠലോകത്തി-ലെത്തിയ പോലുള്ള പരമാനന്ദമാണ് കുചേലന് അനുഭവപ്പെട്ടത്. രുഗ്മിണി, സത്യഭാമ, ജാംബവതി, കാളിന്ദി, മിത്രവിന്ദ, സത്യ, ഭദ്ര, ലക്ഷ്മണ എന്നിവരാണ് ഭഗവാന്റെ എട്ടു പ്രധാനപ്പെട്ട പത്നിമാർ. ശൈബ്യയാണ് മിത്രവിന്ദ. കുചേലൻ രുക്മിണിയുടെ ഗൃഹത്തിലാണ് ആദ്യം എത്തിയത് എന്നും പറയപ്പെടുന്നു. ഭഗവാൻ അർഘ്യപാദ്യാദികളാൽ കുചേലനെ പൂജിച്ച് തന്റെ അടുത്ത് കട്ടിലിൽ ഇരുത്തി. "ഗുരുകുലകാലത്ത് ഗുരുപത്നിയാൽ നിയോഗിക്കപ്പെട്ട് വിറകിന് കാട്ടിൽ പോയപ്പോൾ വർഷക്കാലമല്ലാതെ പോലും പെട്ടെന്ന് വന്ന പെരുമഴ പെയ്തു നനഞ്ഞ കഥകൾ നീ ഓർക്കുന്നുണ്ടോ" എന്ന് കുചേലനോട് ശ്രീകൃഷ്ണൻ ചോദിച്ചു. (അന്ന് ഗുരു കുട്ടികളെ കാണാതെ വിഷമിക്കുകയും രാത്രി മുഴുവൻ വനത്തിൽ കഴിഞ്ഞ് രാവിലെ മഴകൊണ്ട് നടന്നുവരുന്ന കുട്ടികളെ ഗുരു കാണുകയും അവരെ

അനുഗ്രഹിക്കുകയും ചെയ്തു). അതിനു ശേഷം, ഭഗവാന് താൻ കൊണ്ടുവന്ന ഈ അവിൽ എങ്ങനെ സമർപ്പിക്കും എന്ന് വിചാരിച്ച് തല താഴ്ത്തി നിൽക്കുന്ന കുചേലനിൽ നിന്ന് അത് ബലമായി പിടിച്ചു വാങ്ങി ഭഗവാൻ ഒരു പിടി അവിൽ വാരിത്തിന്നു. അടുത്ത പിടിവാരാൻ തുടങ്ങു- മ്പോഴേക്കും ലക്ഷ്മീഭഗവതിയായ രുക്മിണി പരിഭ്രമിച്ച് ഓടിവന്ന് ഭഗവാന്റെ കൈപിടിച്ചു. ഇത്രയും പ്രസാദം കൊണ്ട് ചെയ്യേണ്ടത് ചെയ്തു കഴിഞ്ഞില്ലേ ഇനി മതി എന്ന് പറഞ്ഞ് ഭഗവാനെ തടഞ്ഞു. (കുചേലന് ദാരിദ്ര്യം മാറി, ഐശ്വര്യം വന്നുകഴിഞ്ഞു എന്നു രുഗ്മിണിക്ക് മനസ്സിലായി.) ആ രാത്രി മുഴുവനും ഭഗവാനോടൊപ്പം അതിമനോഹരമായ ദ്വാരകയിൽ താമസിച്ച് പിറ്റേന്ന് കുചേലൻ വെറും കയ്യോടെ സ്വന്തം വീട്ടിലേക്ക് മടങ്ങി.

ഭഗവാനോട് ധനം ചോദിക്കാൻ മടി തോന്നിയതു കൊണ്ടാണ് ചോദിക്കാഞ്ഞത്. എന്നാൽ ധനം ചോദിക്കാത്തതിനുള്ള പശ്ചാത്താപം കൊണ്ടും ഭഗവാനെ കണ്ട സന്തോഷം കൊണ്ടും പലവിധ ചിന്തകളാൽ കുചേലൻ സ്വഗൃഹത്തിന്റെ സമീപ- ത്തെത്തി. അവിടെ രത്നങ്ങളാൽ നിർമ്മിച്ച മനോ- ഹരമായി മിന്നിത്തിളങ്ങുന്ന ഒരു മണിമാളിക കുചേലൻ കണ്ടു. തനിക്ക് വഴി തെറ്റിയോ എന്ന് സംശയിച്ച് കുചേലൻ അമ്പരന്നു. ഗൃഹത്തിലേക്ക് പ്രവേശിച്ച കുചേലൻ അവിടെ തോഴിമാരാൽ പരിചരിക്കപ്പെട്ട് വിവിധരത്നങ്ങൾ പതിച്ച സ്വർണാ- ഭരണങ്ങളാൽ വിഭൂഷിതയായ തന്റെ ഭാര്യയെ കണ്ടു.

താൻ ഭഗവാന്റെ കാരുണ്യത്തിന് പാത്രമായിരിക്കുന്നു എന്ന് കുചേലന് മനസ്സിലായി. ഈ മണിമാളികയിൽ താമസിച്ചെങ്കിലും ഭഗവാനിൽ ഉള്ള അദ്ദേഹത്തിന്റെ ഭക്തി മേൽക്കുമേൽ വർദ്ധിച്ചുവന്നതേയുള്ളൂ. ഒടുവിൽ മരണത്തോടെ മോക്ഷം പ്രാപിച്ചു.

ദശകം 88 - സന്താനഗോപാലം

ഭഗവാൻ കൃഷ്ണൻ ഗുരുകുല വിദ്യാഭ്യാസം അവസാനിച്ചപ്പോൾ ഗുരുവിന്റെ മരിച്ചുപോയ പുത്രനെ ധർമ്മദേവനിൽ നിന്നും തിരികെ വാങ്ങി, ഗുരുദക്ഷിണയായി നൽകിയ വാർത്ത അറിഞ്ഞത് മുതൽ ദേവകിക്ക് പണ്ട് കംസൻ കൊന്നിട്ടുള്ള തന്റെ ആറു മക്കളേയും കാണണമെന്ന് ആഗ്രഹമുണ്ടായി. ഇത് ഓർമ്മ വന്ന ഭഗവാൻ അമ്മയുടെ ആഗ്രഹം സാധിച്ചുകൊടുക്കാനായി പാതാള ലോകത്ത് പോയി. അവിടെ വെച്ച് മഹാബലിയാൽ പൂജിക്കപ്പെട്ടു. ഇവരാണ് ഹിരണ്യകശിപുവിന്റെ മക്കളായി ജനിച്ചത്.) ആദ്യത്തെ മന്വന്തരത്തിലെ മരീചിയുടെ പുത്രന്മാർ ബ്രഹ്മശാപം മൂലം അടുത്ത ജന്മത്തിൽ അസുരന്മാ- രായ ഹിരണ്യകശിപുവിന്റെ മക്കളായും ജനിച്ചു. അതിനടുത്ത ജന്മത്തിൽ വസുദേവരുടെ പുത്ര- ന്മാരായി ജനിച്ച് കംസനാൽ കൊല്ലപ്പെടുകയും ചെയ്തു. ഭഗവാൻ ഈ കുട്ടികളെ പാതാള ലോകത്തു- നിന്നും കൊണ്ടുവന്ന് ദേവകിക്ക് കാണിച്ചു കൊടുത്തു. പിന്നീട് അവർക്ക് മോക്ഷം നൽകി വൈകുണ്ഠ- ലോകത്തേക്കയച്ചു.

ഭഗവദ് ഭക്തനായ ശ്രുതദേവൻ എന്നദരിദ്ര ബ്രാഹ്മണനും ബഹുലാശ്വനും ഒരേസമയത്ത് തന്നെ അനുഗ്രഹം നൽകാൻ വേണ്ടി ഭഗവാൻ മിഥില യിലേക്ക് മഹർഷിമാരോടൊത്ത് യാത്രയായി. ഭഗവാൻ രണ്ട് ശരീരമെടുത്ത് രണ്ടു പേരുടെയും ഗൃഹങ്ങളിൽ ഒരുമിച്ച് എത്തി. ബഹുലാശ്വൻ ധാരാളം വിഭവങ്ങൾ കൊണ്ട് ഭഗവാനെ പൂജിച്ചു. ശ്രുതദേവൻ അന്ന് സമ്പാദിച്ച ചോറ്, ഫലങ്ങൾ എന്നിവ കൊണ്ടും ഭഗവാനെ പൂജിച്ചു. രണ്ടുപേരിലും ഭഗവാൻ പ്രസാദിച്ചു. അവർക്ക് മുക്തി നൽകി.

ദ്വാരകാപുരിയിൽ ഒരു ബ്രാഹ്മണന്റെ കുട്ടികൾ ജനിച്ച ഉടനെ മരിക്കുക പതിവായിരുന്നു. ഭഗവവനോട് ഈ പരാതി പറയാൻ വന്ന ആ ബ്രാഹ്മണനോട് കർമ്മഫലത്തെ ആർക്കും തടുക്കാ-നാകില്ല എന്ന് ഭഗവാൻ പറഞ്ഞു. അർജുനന്റെ ഗർവ്വ് നശിപ്പിക്കാനും ഭഗവാനെ മനുഷ്യനായി കരുതുന്ന അവന് വൈകുണ്ഠ് ദർശനം നൽകി സത്യ-ലോകത്തേക്ക് ഉയർത്താനുമാണ് ഭഗവാൻ ഇപ്രകാരം പറഞ്ഞത്. ബ്രാഹ്മണന്റെ എട്ടു പുത്രന്മാർ മരിച്ചിട്ടും ഭഗവാൻ ഉദാസീനനായി നിലകൊണ്ടു. ആ അവസരത്തിൽ അവിടെയെത്തിയ അർജുനൻ ഒമ്പതാമത്തെ പുത്രനും മരിച്ചപ്പോൾ കരയുന്ന ബ്രാഹ്മണനെ നോക്കി ഇനി ഉണ്ടാകുന്ന മകൻ മരിച്ചാൽ മകനെ ഞാൻ തിരിച്ചു കൊണ്ടുവരും. അതിനു കഴിഞ്ഞില്ലെങ്കിൽ ഞാൻ അഗ്നിപ്രവേശം ചെയ്യും എന്ന് പ്രതിജ്ഞ ചെയ്തു. വില്ലാളിവീരനും

ആശ്രിത രക്ഷകനും ആണ് താനെന്ന് ഭാവിക്കുകയും ചെയ്തു. അർജുനൻ ബ്രാഹ്മണ പത്നിയുടെ പത്താ-മത്തെ പ്രസവമടുത്തപ്പോൾ കൂട്ടുകാരനായ ഭഗവാനോട് ഒരു വാക്കുപോലും പറയാതെ ബ്രാഹ്മണ ഗൃഹത്തിൽ എത്തി. സൂതികാ ഗൃഹത്തിലേക്ക് ഒരു ശക്തിക്കും പ്രവേശിക്കാൻ കഴിയാത്ത വിധം ശരങ്ങൾ കൊണ്ടും ദിവ്യാസ്ത്രങ്ങൾ കൊണ്ടും ശരക്കൂട് കെട്ടി രക്ഷിച്ചു. പക്ഷേ ജനിച്ച കുമാരൻ മരിച്ചുപോയെന്നു മാത്രമല്ല ശരീരവും അപ്രത്യക്ഷമായി. അർജുനൻ യമലോകം, സ്വർഗം മറ്റു ദേവന്മാരുടെ ശ്രേഷ്ഠ നഗരങ്ങൾ, എന്നിവിടങ്ങളിലെല്ലാം തന്റെ യോഗൈ-ശ്വര്യം കൊണ്ട് കുഞ്ഞിനെ അന്വേഷിച്ചു നടന്നു. ശിശുവിനെ ഒരിടത്തും കണ്ടില്ല.

ബ്രാഹ്മണൻ അർജുനനെ ദുഷ്ടവാക്കുകൾ കൊണ്ട് അധിക്ഷേപിക്കാൻ തുടങ്ങിയപ്പോൾ, അർജുനൻ തന്റെ പ്രതിജ്ഞ നിറവേറ്റാൻ അഗ്നിയിൽ ചാടാൻ സന്നദ്ധനായി. പക്ഷേ അപ്പോൾ അവിടെ എത്തിയ ഭഗവാൻ അർജുനനെ തടയുകയും, അർജുനനേയും കൂട്ടി രഥത്തിൽ അതിവേഗം പടിഞ്ഞാറെ ദിക്കിലേക്ക് പോകുകയും ചെയ്തു. കുറേ ദൂരം സഞ്ചരിച്ച അവർ ലോകാലോകം എന്ന പർവ്വതം കടന്നപ്പോൾ ഉണ്ടായ കൂരിരുട്ടിനെ ഭഗവാൻ സുദർശനചക്രത്തിന്റെ തേജസ് കൊണ്ട് അകറ്റി. ചക്രത്തിന്റെ തേജസ് കൊണ്ട് കണ്ണ് തുറക്കാൻ കഴിയാത്ത അർജുനനോട് ഭഗവാൻ കണ്ണുതുറക്കാൻ ആവശ്യപ്പെട്ടു. സപ്തസിന്ധുക്കൾക്കും അപ്പുറത്ത്

അത്യുജ്ജ്വല ശോഭയോടെ വിലസുന്ന ഭഗവാന്റെ വൈകുണ്ഠലോകം അവിടെ കാണിച്ചു കൊടുത്തു. വൈകുണ്ഠത്തിൽ മഞ്ഞപ്പട്ടുടുത്ത് ദിവ്യാഭരണ‍ങ്ങളും ദിവ്യയായുധങ്ങളുമണിഞ്ഞ് തിളങ്ങി നിൽക്കുന്ന ത്രിമൂർത്തികളുടെ അധിപനായ മഹാവിഷ്ണുവിനെ, കൃഷ്ണൻ പ്രിയസുഹൃത്തായ അർജുനനോടൊപ്പം നമസ്കരിച്ചു. ഭഗവാൻ പറഞ്ഞു: "അല്ലയോ കൃഷ്ണാർജുനൻമാരേ, നിങ്ങൾ രണ്ടുപേരും ഞാൻ തന്നെയാകുന്നു; പ്രകാശിപ്പി‍ക്കപ്പെട്ട നിലയുള്ള ഐശ്വര്യത്തോടെ കൂടിയ കൃഷ്ണനും പ്രകാശിക്കപ്പെടാതെ ഐശ്വര്യത്തോടു കൂടിയ അർജുനനും എന്ന രണ്ടു പേരെ കാണാൻ വേണ്ടിയാണ് ബ്രാഹ്മണ പുത്രന്മാരെ ഞാൻ അപഹരിച്ചു കൊണ്ടു വന്നത്. (ശ്രീകൃഷ്ണൻ ഈശ്വരനും, അർജുനൻ ജീവനുമാകുന്നു.) ഇവരെ വേഗം കൊണ്ടുപോയാലും" ബ്രാഹ്മണന് കുട്ടികളെ തിരികെ ലഭിച്ചു. അർജുനന്റെ അഹങ്കാരം നശി‍ക്കുകയും, ഭഗവാന്റെ മാഹാത്മ്യം മനസ്സിലാകുകയും ചെയ്തു. ഭൂമിക്കു ഭാരമായിരിക്കുന്ന ദുഷ്ടന്മാരെ നിഗ്രഹിച്ചും യാദവവംശത്തെ അഭിവൃദ്ധിപ്പെടുത്തി‍യും, പരബ്രഹ്മമൂർത്തിയായി ഭഗവാൻ പ്രത്യക്ഷമായി മിന്നിത്തിളങ്ങി.

പ്രസിദ്ധമായ ഈ കൃഷ്ണാവതാരത്തിൽ സൗഹാർദ്ദം, ഭീതി, ദ്വേഷം, സ്നേഹം, അനുരാഗം, എന്നീ ക്ലേശമില്ലാത്ത യോഗവിശേഷങ്ങളാൽ ഭൂ‍ലോകരെല്ലാംതന്നെ ഭാഗവനിൽ മനസ്സുറപ്പിച്ച് ദു:ഖ‍

ങ്ങൾ തരണം ചെയ്ത് മുക്തി നേടി. അല്ലയോ, കൃഷ്ണാ തന്റെയും ദു:ഖങ്ങളകറ്റി ഭഗവാനിലുള്ള ഭക്തി വർധിപ്പിക്കേണമേ എന്നു പ്രാർഥിച്ചു കൊണ്ടാണ് കവി തന്റെ എല്ലാ ദശകങ്ങളും അവസാനിപ്പിക്കുന്നത്.

ദശകം 89 – വൃകാസുരന്റെ കഥ

ഈ ലോകത്ത് ഭക്തന്മാരിൽ വളരെ പെട്ടെന്ന് ഐശ്വര്യം ഉണ്ടാകുന്നില്ല. ഐശ്വര്യം വരുമ്പോൾ അഹങ്കാരം കൂടുകയും ഭക്തി നശിക്കുകയും ചെയ്യും. അതിനാൽ മനസ്സിന് ശാന്തി ലഭിക്കാത്തവർക്ക് ശാന്തി കൈവന്നതിനുശേഷം മാത്രമേ ഭഗവാൻ അഭീ-ഷ്ടങ്ങൾ അരുളുന്നുള്ളൂ. ഭക്തന് ഒരിക്കലും അധ:പതനം ഉണ്ടാകുന്നില്ല. ചിലർ എളുപ്പം പ്രസാദിക്കുന്ന ബ്രഹ്മാവിനെയും, ശിവനെയും പ്രസാദിപ്പിക്കുന്നു. ദീർഘദൃഷ്ടിയില്ലാതെ ഇങ്ങനെ ചെയ്യുന്നവർ അവരുടെ കോപം കൊണ്ടു തന്നെ നാശവും വരുത്തി വയ്ക്കുന്നു.ഇതിനു ഉദാഹരണ-മാണ് വൃകാസുരന്റെ കഥ.

ശകുനിയുടെ പുത്രനായ വൃകാസുരൻ നാരദ-മഹർഷിയോട്, ഏറ്റവും എളുപ്പം പ്രസാദിക്കുന്ന ഈശ്വരൻ ആരാണ് എന്ന് ചോദിച്ചു. ശിവനെ സേവിക്കാൻ നാരദമഹർഷി ഉപദേശിച്ചു. വൃകാ-സുരൻ, പരമശിവൻ പ്രത്യക്ഷനാകാൻ വേണ്ടി കഠിനമായ തപസ്സ് ആരംഭിച്ചു, പക്ഷേ പരമശിവൻ

അദ്ദേഹത്തിന് പ്രത്യക്ഷനായില്ല. ഏഴാം ദിവസം വൃകാസുരൻ തന്റെ തലയറുത്ത് ഹോമിക്കാൻ ഒരുങ്ങിയപ്പോൾ ശിവൻ അവന്റെ മുന്നിൽ പ്രത്യക്ഷപ്പെട്ടു. താനാരുടെയെങ്കിലും തലയിൽ തൊടുകയാണെങ്കിൽ അവർ മരിക്കണം എന്ന ദുഷ്ടവും നീചവുമായ വരമാണ് പരമശിവനിൽ നിന്ന് വൃകാസുരൻ സ്വീകരിച്ചത്. വരം ലഭിച്ച ഉടൻ വൃകാസുരൻ നേരെ പരമശിവന്റെ അടുത്തേക്ക് തന്നെ ഓടിയടുത്തു. അസുരനെ പേടിച്ചതായി അഭിനയിച്ച് പരമശിവൻ അവൻ വരുന്നുണ്ടോ, വരുന്നുണ്ടോ എന്ന് പല പ്രാവശ്യവും ഇടയ്ക്കിടെ തിരിഞ്ഞു നോക്കിക്കൊണ്ട് ലോകം മുഴുവനും ഓടി. ആർക്കും അദ്ദേഹത്തെ രക്ഷിക്കാൻ ശക്തി ഇല്ലായിരുന്നു. ഒടുവിൽ പരമശിവൻ വൈകുണ്ഠത്തിലെത്തി. ഭഗവാൻ ഒരു ബ്രഹ്മചാരിയുടെ വേഷത്തിൽ അസുരന്റെയും ശ്രീരുദ്രന്റെയും മധ്യത്തിൽ നിലയുറപ്പിച്ചു. ഭഗവാൻ പറഞ്ഞു: "ശകുനിപുത്രനായ വൃകാസുരാ, നിനക്ക് നന്മ വരട്ടെ. നീ ഒരു പിശാചിന്റെ വാക്കുകേട്ടാണോ ഇങ്ങനെ ഓടിപ്പാഞ്ഞ് നടക്കുന്നത്? നിനക്ക് ലഭിച്ച വരം അസത്യമാണ്. ഞാൻ പറയുന്നത് നിനക്ക് വിശ്വാസം വരുന്നില്ലെങ്കിൽ നീ, നിന്റെ തലയിൽ തന്നെ ഒന്ന് തൊട്ടു നോക്കൂ". വിഡ്ഢിയായ വൃകാസുരൻ തന്റെ കൈവിരൽ സ്വന്തം നെറുകയിൽ വെച്ചു. അപ്പോൾ തന്നെ ഒരു മരം വെട്ടി യിട്ടതുപോലെ മരിച്ചുവീണു. പരമശിവന് പോലും ശരണം സാക്ഷാൽ ഭഗവാൻ തന്നെ എന്നതിന് ഒരു ഉദാഹരണമാണിത്.

മഹാവിഷ്ണുവിന്റെ മഹത്വം വ്യക്തമാക്കുന്ന മറ്റൊരു കഥ : (സരസ്വതി നദിയുടെ സമീപത്ത് വസിക്കുന്ന മഹർഷിമാർ ത്രിമൂർത്തികളിൽ ആർക്കാണ് സത്വഗുണം എന്ന് അറിയുന്നതിനായി ഭൃഗു മഹർഷിയെ നിയോഗിച്ചു. മഹർഷി ആദ്യം തന്റെ പിതാവായ ബ്രഹ്മാവിനെ സമീപിച്ച് അദ്ദേഹത്തെ ബഹുമാനിക്കാതെ നിന്നപ്പോൾ ബ്രഹ്മാവ് കുപിതനായി. പിന്നീട് കോപം നിയന്ത്രിച്ച് സമചിത്തത കൈവരിച്ചു. അതിനുശേഷം മഹർഷി ശ്രീരുദ്രനെ പരീക്ഷിക്കാൻ കൈലാസത്തിൽ എത്തി. അവിടെ ചെന്ന് അനാദരവ് കാണിച്ചപ്പോൾ ശിവൻ മഹർഷിയെ കൊല്ലാൻ ഒരുങ്ങി. പാർവതീദേവി ശിവനെ കടന്നുപിടിച്ച് അത് തടഞ്ഞു. ഒടുവിൽ ഭൃഗുമഹർഷി മഹാവിഷ്ണുവിനടുത്തെത്തി. ലക്ഷ്മീ ഭഗവതിയുടെ മടിയിൽ തല വെച്ച് കിടന്ന ഭഗവാന്റെ മാറിടത്തിൽ മഹർഷി നന്നായി ചവിട്ടി പ്രഹരമേ ൽപ്പിച്ചു. എന്നാൽ കോപിക്കുന്നതിനു പകരം ഭഗവാൻ സന്തോഷത്തോടെ ചാടി എണീറ്റ് പറഞ്ഞു "അല്ലയോ മുനീശ്വര, അങ്ങയുടെ ആഗമനം അറിയാതേയും ആതിഥ്യ മര്യാദ ചെയ്യാതേയും ഉറങ്ങിപ്പോയ എന്റെ തെറ്റ് ക്ഷമിച്ചാലും. അങ്ങയുടെ കാൽപ്പാട് എന്റെ മാറിടത്തിന് ഒരു അലങ്കാരമായി ഭവിക്കട്ടെ" ഈ കാൽപ്പാടാണ് ഭഗവാന്റെ മാറിലുള്ള ശ്രീവത്സം എന്ന മറുക്. സരസ്വതീതീരത്തുള്ള മുനിമാർ ഈ വൃത്താന്തമറിഞ്ഞ് മഹാവിഷ്ണുവിനെ കൂടുതൽ ഭക്തിയോടെ ഉപാസിച്ച് മോക്ഷം പ്രാപിച്ചു.

ദശകം 90 - വിഷ്ണുമഹത്വപ്രസ്ഥാനം

വ്യകാസുര വധം, ഭൃഗുമുനിക്കുള്ള അനുഗ്രഹം, മോഹിനി അവതാരം, അംബരീ ഷചരിതം എന്നീ കഥകളിൽ നിന്ന് മഹാവിഷ്ണുവിന്റെ മഹത്വം മറ്റു ദേവന്മാരെക്കാൾ ഉയർന്നതാണ് എന്ന് വ്യക്തമാണ്. നിഷ്കള (സത്വ ഗുണം മാത്രമുള്ള പൂർണാവതാരം) മൂർത്തികളിൽനിന്നും സകളമൂർത്തികളിൽ (ഭഗ-വാന്റെ അംശാവതാരം) നിന്നും ഭിന്നമായിട്ട് പരമ തേജസ്സായി പരിലസിക്കുന്ന ആ ജ്യോതിരൂപം ഭഗവാൻ തന്നെയാണ്. ത്രിമൂർത്തികളിൽ ഏറ്റവും ശ്രേഷ്ഠത വിഷ്ണുവിനാണ്. മൂർത്തിത്രയം, (ബ്രഹ്മ, വിഷ്ണു മഹേശ്വരൻ), ഈശ്വരൻ, സദാശിവൻ എന്നിവ ചേർന്ന സദാശിവപഞ്ചകം എന്ന് പറയുന്നതിൽ അഞ്ചും ഭഗവാൻ വിഷ്ണു തന്നെ-യാണ്. ത്രിമൂർത്തി എന്ന ഭാവം സത്യലോക-ത്തിലരുളുന്ന ഭഗവാനേയും ഈശ്വരൻ എന്നത് വൈകുണ്ഠ വാസിയായ മഹാവിഷ്ണുവിനേയും സദാശിവൻ പരമാത്മസ്വരൂപിയായ ഭഗവാനേയും പ്രതിനിധീകരിക്കുന്നു. ഈ ത്രിമൂർത്തികളിൽ ശുദ്ധ സത്വ സ്വരൂപനെ വിഷ്ണുവെന്നും, സത്വഗുണം കുറഞ്ഞ രജോ ഗുണം നിറഞ്ഞവനെ ബ്രഹ്മാവ് എന്നും, സത്വഗുണാധിക്യമുള്ളതും തമോഗുണ പ്രധാനവുമായി രൗദ്ര കർമ്മങ്ങൾ ചെയ്യുന്ന ശങ്കര-മൂർത്തിയെ പരമശിവൻ എന്നും സങ്കൽപ്പിക്കുന്നു. ത്രിമൂർത്തികൾക്ക് ഉപരിയായി സ്ഥിതി ചെയ്യുന്ന ഈശ്വരനായ ഭഗവാന്റെയും പരമാത്മാവായ സദാ-

ശിവനായ ഭഗവാന്റെയും സർവ്വമയത്വം കാരണം ഉപാസനാവിധികളിൽ ശിവസ്വരൂപമായി പറയുന്നു. പരമാർത്ഥത്തിൽ ശിവസരൂപവും ഗുരുവായൂരപ്പൻ തന്നെയാണ്. ഭഗവാൻ, ഭക്തന്മാരുടെ അഭീഷ്ട-മനുസരിച്ച് ശിവനായും ശക്തിയായും വിഷ്ണുവായും രൂപങ്ങൾ സ്വീകരിക്കുന്നു.

ശ്രീ ശങ്കരസ്വാമികൾ ത്രിമൂർത്തികളിൽ വെച്ച് മഹാവിഷ്ണുവിനെ ഏറ്റവും ബഹുമാനിച്ചിരുന്നു. അദ്ദേഹത്തിന്റെ അദ്വൈത സിദ്ധാന്തം പക്ഷപാത-രഹിതമായി വർത്തിക്കുന്നു. അദ്ദേഹം തന്റെ അമ്മ-യുടെ അന്ത്യകാലത്ത് ഭയം ഇല്ലാതാക്കുന്നതിന് ആദ്യം ശിവ സ്തോത്രവും പിന്നീട് വിഷ്ണു സ്തോത്രവും എഴുതി എന്നാണ് ഐതിഹ്യം. വിഷ്ണു സ്തോത്ര-ങ്ങൾ കേട്ടതിനു ശേഷം അമ്മ സകല ഭയവും നീങ്ങി പരമാനന്ദത്തിൽ എത്തിയത്രെ. അന്ത്യകാലത്ത് ശങ്കരാചാര്യ സ്വാമികളും ഭഗവാന്റെ നാമങ്ങൾ ഉരുവിട്ടുകൊണ്ട് മോക്ഷത്തെ പ്രാപിച്ചു. ശ്രീ ശങ്കരാചാര്യസ്വാമികൾ "പ്രപഞ്ച സാരം" എന്ന മന്ത്ര ശാസ്ത്രത്തിൽ കായാമ്പൂവിന്റെ കാന്തി ചിന്തുന്ന ഭഗവാനെ ത്രിമൂർത്തികൾക്കും മേലേയുള്ള പരമത്മാ-വായി സങ്കല്പിച്ചിരിക്കുന്നു.

ധ്യാനം നിഷ്കളവും സകളവും എന്നിങ്ങനെ രണ്ടു തരത്തിലുണ്ട്. നിഷ്ക്കളധ്യാനം (നാമരൂപരഹിതം) പ്രണവത്തിൽ സങ്കലിതമായത്; സകള ധ്യാനത്തിന് (രൂപത്തോടെ) ഗുരുവായൂരപ്പനെത്തന്നെയാണ് നിർ-

ദ്ദേശിച്ചിരിക്കുന്നത്. പുരാണങ്ങളുടെ സാരാംശമായ "പുരാണ സംഗ്രഹം" എന്ന ഗ്രന്ഥത്തിലും സത്യ ലോകത്തിൽ പറയുന്ന മൂന്നു സ്ഥാനങ്ങളിലും മുകളിലുള്ള വൈകുണ്ഠമാണ് ഭഗവാന്റെ സ്ഥാനം എന്ന് വർണ്ണിക്കുന്നു. ബ്രഹ്മാവ് ഉത്ഭവിച്ച കൽപ്പത്തിന് ബ്രാഹ്മകല്പം എന്ന് പറയുന്നു. ബ്രാഹ്മകൽപ്പത്തിൽ ഭഗവാൻ ബ്രഹ്മാവിന് കാണിച്ചു കൊടുത്ത ഭഗവദ് രൂപത്തിന് സർവ്വദേവമയം എന്നാണ് ശിവഭക്തനായ ശ്രീ മാധവാചാര്യർ പറഞ്ഞത്. ഓരോരുത്തർക്കും ഇഷ്ടമുള്ള രൂപത്തിൽ ഭഗവാനെ ഭജിക്കാം. ഏത് രൂപത്തിലായാലും അനുകൂല ഫലം സിദ്ധിക്കും. അനേകം പുരാണങ്ങൾ നിർമ്മിച്ച് തൃപ്തി വരാതെ വ്യാസ ഭഗവാൻ, ഭഗവാന്റെ മാഹാത്മ്യം വർണ്ണിക്കുന്ന ശ്രീ മഹാഭാഗവതം രചിച്ച് ചാരിതാർത്ഥ്യം നേടി. ഈ ഭാഗവതത്തിൽ വർണ്ണി-ച്ചിരിക്കുന്ന പരബ്രഹ്മസ്വരൂപമായ ഭഗവാനോട് തന്റെ സകല രോഗങ്ങളും മാറ്റിത്തരേണമേ എന്ന് കവി പ്രാർത്ഥിക്കുന്നു.

ദശകങ്ങൾ 91 – 100

ദശകം 91 - ഭഗവദുപാസനാമാഹാത്മ്യം

നിമി നവയോഗി സംവാദം മേൽപ്പത്തൂർ തന്റേതായ രീതിയിൽ വിശദമാക്കുന്നു: അർത്ഥപുത്ര കളത്രാദികളിൽ ഭ്രമിച്ച് മായാകൽപിതമായ ഈ ലോകത്ത് ജീവിക്കുന്ന സാധാരണ മനുഷ്യർക്ക് ഭഗവാനെ ഭജിക്കുന്നതിലൂടെ മാത്രമേ ഗുണം ലഭിക്കുകയുള്ളൂ എന്ന് മനസ്സിലാക്കി കൊടുക്കാനാണ് കവി ഈ ദശകത്തിലൂടെ ശ്രമിക്കുന്നത്. കവി പറയുന്നു: ഇല്ലാത്ത വസ്തുക്കൾ ഉണ്ടെന്ന് വിചാരിച്ച് ഭ്രമിച്ച് സങ്കടങ്ങൾ അനുഭവിക്കുന്നവനും, ജനന-മരണങ്ങളിൽ സുഖദുഃഖമനുഭവിക്കുന്നവനുമായ മനുഷ്യന് അതിൽനിന്നു കരകയറാനുള്ള ഏറ്റവും ഉൽകൃഷ്ടമായ മാർഗം ഭഗവത്പാദ ഭജനമാണ്. ഭഗവദ് ഭക്തികൊണ്ട് ഭയങ്ങളും ദുഃഖങ്ങളും നശിക്കുന്നു. ബ്രഹ്മം മാത്രമാണ് സത്യമെന്നും, ഈ ലോകം വെറും മായയാണെന്നും അറിയാത്ത മനുഷ്യൻ പ്രപഞ്ചം സത്യമാണെന്ന് വിശ്വസി-ക്കുകയും അതുമൂലം നിത്യദുഃഖം അനുഭവിക്കുകയും ചെയ്യുന്നു. വിവിധ സാഹചര്യങ്ങളെ ഭയത്തോടെ അഭിമുഖീകരിക്കുന്നു. എന്നാൽ നമ്മൾ ചെയ്യുന്ന

കർമ്മങ്ങളെല്ലാം പൂർണമായയും ശ്രീകൃഷ്ണാർ-
പ്പണമായി സങ്കൽപ്പിച്ച് ജീവിക്കുന്നവർക്ക് യാതൊരു
ദോഷവും സംഭവിക്കുന്നില്ല. ചണ്ഡാല കുലത്തിൽ
ജനിച്ചവനായാൽ പോലും ഒരാൾ തന്റെ ശരീരം,
മനസ്സ്, ഇന്ദ്രിയങ്ങൾ എന്നിവ ഭഗവാനിൽ
സമർപ്പിക്കുന്നുവെങ്കിൽ അവൻ ലോകത്തെ പവിത്രീ-
കരിക്കുന്നു. ചാതുർവർണ്യം ജന്മം കൊണ്ടല്ല മറിച്ച്
കർമ്മം കൊണ്ടാണ് ഉണ്ടാകുന്നത്. ബ്രഹ്മത്തെ
അറിയുന്നവൻ ഏതു കുലത്തിൽ ജനിച്ചാലും അവൻ
ബ്രാഹ്മണനാണ്. അതുപോലെ ബ്രാഹ്മണകുലത്തിൽ
ജനിച്ചാലും ബ്രഹ്മജ്ഞാനം ഇല്ലെങ്കിൽ അവൻ
ചണ്ഡാലനുമാണ്. ജീവാത്മാവും പരമാത്മാവും
രണ്ടാണ് എന്ന ധാരണ നാം മനസ്സുകൊണ്ട്
സങ്കൽപ്പിക്കുന്നതാണ്. ഈ ധാരണയിൽ നിന്ന്
ഭയമുടലെടുക്കുന്നു. പ്രാപഞ്ചിക വസ്തുക്കൾ എല്ലാം
തന്നെ ബ്രഹ്മമാണെന്നും ബ്രഹ്മമല്ലാതെ ഒന്നും
ലോകത്തിലില്ലെന്നും ബുദ്ധികൊണ്ട് ചിന്തിച്ച്,
മനസ്സിൽ ഉറപ്പിച്ചാൽ ഭയമില്ലാതാകുന്നു. എന്നാൽ
മായയാലുളവാകുന്ന കാമക്രോധങ്ങൾ മനസ്സിൽ
പ്രവേശിച്ചാൽ എല്ലാം ഒന്നുതന്നെയാണ് എന്ന ചിന്ത
മങ്ങിപ്പോകും. അപ്പോൾ മായയെ കൂടി നിയന്ത്രിക്കാൻ
കഴിവുള്ള ശ്രീ ഭഗവാനെ ഭക്തിയോടെ ഭജിച്ച്
ഐക്യഭാവം വീണ്ടെടുത്ത് ഭയം അകറ്റണം എന്നാണ്
കവി ഉപദേശിക്കുന്നത്. ധനവാൻമാരുടെ സംസർഗം
കൊണ്ട് ധനം വർദ്ധിക്കുന്നത് പോലെ പുണ്യാത്മാ-
ക്കളോടുള്ള സമ്പർക്കം കൊണ്ട് ഭക്തിയും വർദ്ധി-

ക്കുന്നു. ഭക്തന്മാരുടെ സംസർഗം എന്നുമുണ്ടാകാൻ നമുക്ക് ജന്മാന്തര സുകൃതം ആവശ്യമാണ്. കർമ്മ-മാർഗം, ജ്ഞാനമാർഗം, യോഗമാർഗം എന്നീ വഴികളി-ലൂടെ മുക്തി നേടാമെങ്കിലും ഭക്തിമാർഗമാണ് ഏറ്റവും പ്രധാനം. ഭഗവാന്റെ അവതാരകഥകളും അതിലെ ഭഗവാന്റെ ലീലകളും, അത് അനുസ്മരിപ്പിക്കുന്ന നാമങ്ങളും വീണ്ടും വീണ്ടും ഓർക്കുകയും കേൾക്കുകയും പഠിക്കുകയും ചെയ്യണം. ഭഗവാന്റെ കൃപ ലഭിച്ചു കഴിഞ്ഞാൽ ദൃഢമായ ഭക്തിയും വൈരാഗ്യവും തത്ത്വജ്ഞാനവും എളുപ്പത്തിൽ സാധ്യമാകുന്നു. ഭക്തിയുടെ പാരമ്യത്തിൽ പ്രപഞ്ചം മുഴുവനും ഭഗവത്മയമായി.

പഞ്ചഭൂതമയമായ സകല ജീവജാലങ്ങളേയും (പക്ഷികൾ, ജലജീവികൾ, മൃഗങ്ങൾ മനുഷ്യരിലെ ശത്രുക്കൾ, ബന്ധുക്കൾ) ഏകാഗ്രമായ മനസ്സോടെ നമസ്കരിക്കണം. പ്രപഞ്ചം മുഴുവനും ഭഗവത്മയ-മാണെന്ന് ഭാവന ചെയ്തു ഭഗവാനെ ഭജിച്ചാൽ ഭക്തിക്ക് ഉറപ്പും ലോകങ്ങളിൽ വെറുപ്പും, എല്ലാം ഭഗവാൻ തന്നെയാണ് എന്ന അറിവും നമുക്ക് ഒരുമിച്ച് ലഭിക്കുന്നു. ഭക്തി കൈവരിച്ച് സംസാരമാർഗ്ഗത്തിലെ വിശപ്പും ദാഹവും അറിയാതെ, നന്മതിന്മകളിൽ അമിതമായ ആഹ്ലാദവും സങ്കടങ്ങളും അനുഭവി-ക്കാതെ നമ്മളെ തന്നെ ഭഗവാന്റെ പാദങ്ങളിൽ സമർപ്പിക്കണം. ഏത് കാര്യം നിർവഹിക്കുമ്പോളും, മനസ്സ് ഭാഗവനിൽ അർപ്പിക്കണം. പരമാനന്ദം ലഭി-ക്കാൻ ഭക്തിയല്ലാതെ മറ്റൊന്നും ആവശ്യമില്ല എന്ന

നില വരുമ്പോൾ നാം ഉത്തമ ഭക്തി കൈവരിക്കുന്നു. സർവ്വചരാചരങ്ങളെയും ഭഗവന്മയമായി കാണുന്നത് ഉത്തമ ഭാഗവത ധർമ്മമാണ്. ഇതിലേക്ക് എത്താൻ തനിക്കു സാധിക്കുന്നില്ലെങ്കിൽ ഭഗവാന്റെ ഭക്തന്മാരു-മായുള്ള സഖ്യവും മൂഢജനങ്ങളിൽ ദയയും, ശത്രു-ക്കളിൽ ഉപേക്ഷാഭാവവും കൈകൊണ്ട് ഭഗവദ് കർമ്മങ്ങൾ അനുഷ്ഠിക്കാം. ഇതും സാധിക്കു-ന്നില്ലെങ്കിൽ ഈശ്വര പ്രതിമകളിൽ ശ്രദ്ധാപൂർവ്വം പൂജകൾ ചെയ്ത് അധമഭാഗവത ധർമ്മം അനുഷ്ഠിക്കാം. പിന്നീട് പടിപടിയായി ഉത്തമ ഭക്തിയിൽ എത്തിച്ചേരാം. അതിനെങ്കിലും തനിക്ക് സാധിക്കേണമേ, അതിനു തന്നെ സഹായിക്കേണമേ, എന്ന് കവി ഭഗവാനോടപേക്ഷിക്കുന്നു.

ഉള്ളതിനെ മറക്കുക, ഇല്ലാത്തത് ഉണ്ടെന്നു തോന്നിക്കുക എന്നതാണ് മായയുടെ സ്വഭാവം. വെളിച്ചക്കുറവു മൂലം ചിലപ്പോൾ കയർ കണ്ട് പാമ്പാണ് എന്ന് കരുതി നാം ഭയപ്പെടുന്നു. ഇവിടെ മായ കയറിനെ പാമ്പായി തോന്നിപ്പിക്കുന്നു. ഇത് മായയുടെ ശക്തിയാണ് ഇല്ലാത്ത പാമ്പിനെ ഉണ്ടെന്നു തോന്നിപ്പിക്കുന്നത് വിക്ഷേപശക്തി. ഈ മായയിൽ നിന്നും രക്ഷനേടാൻ ഭക്തിക്ക് മാത്രമേ കഴിയുക-യുള്ളൂ. അർത്ഥപുത്രകളത്രാദികൾ നശ്വരങ്ങളാ-ണെന്നും, നമുക്കും ഒരുനാൾ മരണമുണ്ടെന്നും മനസ്സിലാക്കി എപ്പോഴും ഭഗവത് ഭജനം തുടർന്നാൽ പരമാനന്ദത്തിലെത്താം.

ദശകം 92 - കർമ്മമിശ്ര ഭക്തി സ്വരൂപം

നാം ചെയ്യുന്ന കർമ്മങ്ങൾ ഫലേച്ഛകൂടാതെ ഈശ്വരനിൽ സമർപ്പിച്ച് അനുഷ്ഠിക്കണമെന്ന് വേദങ്ങൾ അനുശാസിക്കുന്നതിനാൽ ഈ വഴി-യിലൂടെ ജ്ഞാനമാർഗ്ഗത്തെ പ്രാപിക്കാം. വേദങ്ങളാൽ നിഷിദ്ധമായ ഒന്നിലും മനസ്സ്, കർമ്മം, വാക്ക് എന്നിവ പ്രവർത്തിക്കാൻ ഇടവരരുത്. നമുക്ക് വർജിക്കാൻ കഴിയാത്ത ഏതെങ്കിലും കർമ്മങ്ങൾ ചെയ്യേണ്ടി വന്നാൽ പോലും അതും ഭഗവാനിൽ സമർപ്പിക്കണം. ഇതാണ് വൈദികമായ കർമ്മയോഗം. താന്ത്രിക കർമ്മയോഗം അനുസരിച്ച് ശുദ്ധസത്വസ്വരൂപമായ ഭഗവാനെ എട്ട് വിധത്തിൽ (കല്ല് മണ്ണ്, ലോഹം, തടി, ചിത്രം, രത്നം, പാവ എന്നിവയുടെ രൂപത്തിലോ അല്ലെങ്കിൽ ഹൃദയത്തിലോ) സങ്കൽപ്പിച്ച്, പുഷ്പ-ങ്ങൾ, ചന്ദനം, നിവേദ്യം എന്നിവ കൊണ്ട് നമുക്ക് കഴിയുന്ന രീതിയിൽ ഭക്തിയോടെ ഭഗവാന് സമർ-പ്പിച്ചു ഭഗവാന്റെ പ്രസാദം നേടാം. ഭഗവാന്റെ കഥകളും നാമങ്ങളും കേൾക്കാനോ പാടുവാനോ അവസരം ലഭിക്കാത്ത ജനങ്ങൾ ദയാർഹരാണ്. എന്നാൽ ഭഗവത്പാദങ്ങളുടെ സമീപം വരെയെത്തി വിഷയ-ലമ്പടൻമാരായി അധപ്പതിച്ചു പോകുന്ന ബ്രാഹ്മണ-ന്മാർ നിന്ദിക്കപ്പെടേണ്ടവരുമാണ്. അവർ ഉപജീവന-ത്തിന് വേണ്ടി യാഗം ചെയ്യുന്നു. വേദശാസ്ത്ര പുരാണങ്ങളാൽ ഈശ്വരനെ പറ്റി പഠിച്ചിട്ടും അവയൊന്നും മനസ്സിലാക്കാതെ വിദ്യ കൊണ്ടും ആഭിജാത്യം കൊണ്ടും വളരെയധികം അഹ-

കരിക്കുന്ന ആ ത്രൈവർണ്ണികർ പല നിന്ദ്യ-പ്രവൃത്തികളും ചെയ്യുന്നു. എന്നിട്ട് ഈ ദുഷ്കർമ്മങ്ങൾ മറക്കുവാൻ വേണ്ടി, കൃഷ്ണ, രാമ, എന്നിങ്ങനെ ഉറക്കെ ജൽപ്പിക്കുന്നു. ഇവർ അഹങ്കാരം മൂലം ഭഗവാനിൽ എല്ലാം സമർപ്പിച്ച് ജീവിക്കുന്ന ജ്ഞാനസമ്പന്നന്മാരായ ഉത്തമ ഭക്തരെ പരി-ഹസിക്കുകയും നിന്ദിക്കുകയും ചെയ്യുന്നു. ഈ നിന്ദയും പരിഹാസവും കവിക്ക് നല്ല അനുഭവ-മുള്ളതിനാൽ ഇവരെപ്പോലെ തന്നെ ഭഗവദ് വിമുഖനാക്കരുത് എന്ന് കവി മുൻ ശ്ലോകങ്ങളിൽ പ്രാർത്ഥിക്കുന്നു.

ഭാഗവതത്തിൽ ഭഗവാനെ ഉപാസിക്കുന്നതിന്റെ രൂപഭേദങ്ങൾ വിശദീകരിച്ചിട്ടുണ്ട്. കൃതയുഗത്തിൽ വെളുത്ത നിറം, നാല് കൈകൾ, ജട, മരവുരി, കൃഷ്ണാജിനം പൂണൂൽ, ജപമാല, ദണ്ഡ് ഇവ-യണിഞ്ഞ വടുരൂപത്തിലായിരിന്നു ഭഗവാന്റെ രൂപം; ത്രേതായുഗത്തിൽ, ചുവന്ന നിറം, നാലു കൈകൾ മൂന്നിഴ മാല, സ്വർണ്ണ വർണ്ണമുള്ള തലമുടി, സ്രുവം ഇവയണിഞ്ഞ യജ്ഞദേവന്റെ രൂപത്തിലായിരിക്കും ഭഗവാൻ; ദ്വാപര യുഗത്തിൽ ശ്യാമ വർണ്ണം, പീതാംബരം, സുദർശനം, ശ്രീവൽസം, കൗസ്തുഭം എന്നിവ അണിഞ്ഞ വിഷ്ണുരൂപത്തിലാണ് ഭഗവാൻ; കലിയുഗത്തിൽ കൃഷ്ണവർണ്ണം, സുദർശനം, ശാർങ്ഗം, ഗദ എന്ന ആയുധങ്ങൾ ധരിച്ച സാക്ഷാൽ ശ്രീകൃഷ്ണനായാണ് ഭഗവദ് രൂപം. കൃതയുഗത്തിൽ തപസ്സുകൊണ്ടും, ത്രേതായുഗത്തിൽ യാഗങ്ങൾ

തുടങ്ങിയ അനുഷ്ഠാനങ്ങളിലൂടെയും ദ്വാപര-യുഗത്തിൽ താന്ത്രിക പൂജാ വിധികൾ കൊണ്ടും, കലിയുഗത്തിൽ നാമ സങ്കീർത്തനങ്ങളിലൂടെയും ഭഗവാനെ ഭജിക്കുന്നു. ഈ കലിയുഗം സർവോ-ത്കൃഷ്ടമായി വർത്തിക്കുന്നു. എന്തെന്നാൽ ഒട്ടും പ്രയാസം കൂടാതെയുള്ള ഉപാസനാമാർഗ്ഗമായ സങ്കീ-ർത്തനാദികൾ കൊണ്ടുതന്നെ ഭഗവദ് പ്രീതി എളുപ്പത്തിൽ ലഭിക്കുന്നതിനാൽ മറ്റു യുഗങ്ങളിൽ ജനിച്ചവർ പോലും കലിയുഗത്തിൽ ജനിക്കാൻ ആഗ്രഹിക്കുന്നു. കലിയുഗത്തിൽ ധാരാളം ഭക്തന്മാർ ഉണ്ടായിരിക്കും. ദക്ഷിണ ഭാരതത്തിൽ കാവേരി, താമ്രപർണി, പ്രതീചി, (ഭാരതപ്പുഴ) എന്നീ നദികളുടെ സമീപത്ത് ധാരാളം ഭക്തന്മാർ താമസിക്കുന്നു. (ഭാരതപ്പുഴയുടെ വടക്ക് ഭാഗത്തുള്ള ചന്ദനക്കാവിനു സമീപമാണ് മേൽപ്പത്തൂർ നാരായണ ഭട്ടതിരിയുടെ) ജന്മസ്ഥലം. അതിനാൽ, തന്നെ വിഷയാഭിലാഷ-ങ്ങളാകുന്ന പാശങ്ങളാൽ കെട്ടി വട്ടം കറക്കരുത് എന്ന് കവി ഭഗവാനോട് അഭ്യർത്ഥിക്കുന്നു. തന്റെ ഭജനം പൂർണ്ണമാക്കി തരേണമേ എന്ന് പ്രാർത്ഥിക്കുന്നു.

കലിയുഗാരംഭത്തിൽ പരീക്ഷിത് മഹാരാജാവ് ധർമ്മത്തെ ദ്രോഹിക്കുന്നവനും നിർദ്ദയനുമായ കലിയെ കണ്ടിട്ട് അവനെ കൊല്ലുവാൻ വാളൂരി. പക്ഷേ കലിയുടെ ഗുണവശങ്ങൾ ആലോചിച്ച് അവനെ വധിച്ചില്ല. കലിയുഗത്തിൽ ഭഗവദ് സേവയ്ക്ക് ഫലം വളരെ പെട്ടെന്ന് സിദ്ധിക്കും. എന്നാൽ ദുഷ്കർമ്മങ്ങൾക്ക് ഫലം മെല്ലെ മാത്രം ലഭിക്കുന്നു.

കലിക്ക് ഭഗവദ് ഭക്തരെ ഭയമാണ്. അതിനാൽ കലി, ജനങ്ങളെ ഭഗവത്ഭജനാദികൾക്ക് മുൻപുതന്നെ രോഗം, ദാരിദ്ര്യം മുതലായവകൊണ്ട് പിന്തിരി-പ്പിക്കുന്നു. ഈ അധർമം ചെയ്യുന്ന കലിയെ ശിക്ഷിക്കേണമേ എന്ന് കവി ഭഗവാനോട് പ്രാർത്ഥി-ക്കുന്നു. കലിയുഗത്തിൽ ഗംഗാസ്നാനം, ഗീതാ പാരായണം, ഗായത്രീജപം, തുളസീദള ധാരണം, ചന്ദനാലേപനം, സാളഗ്രാമ പൂജ, ഏകാദശീവ്രതം നാമസങ്കീർത്തനം എന്നീ എട്ടു കാര്യങ്ങൾ ഭഗവദ-നുഗ്രഹം വർധിപ്പിച്ച് വേഗത്തിൽ മോക്ഷം പ്രാപിക്കാൻ സഹായിക്കുന്നു. ഈ കാര്യങ്ങളിൽ തനിക്കും താൽപ്പര്യമുണ്ടാകണേ എന്നാണ് കവിയുടെ പ്രാർഥന. ഒരാൾ ജനിക്കുമ്പോൾ ദേവ ഋണം, ഋഷി ഋണം, പിതൃ ഋണം എന്നിവയോടു കൂടി ജനിക്കുന്നു. യാഗം, അദ്ധ്യയനം പുത്രോൽപ്പാദനം എന്നീ കർമ്മങ്ങളാൽ ഈ മൂന്ന് ഋണങ്ങളും വീട്ടാത്തവന് മോക്ഷം ലഭിക്കുകയില്ലത്രെ. എന്നാൽ എല്ലാ കർമ്മങ്ങളും ഉപേക്ഷിച്ച് ഭഗവാനെ ശരണം പ്രാപിക്കുന്നവന് യാതൊരു ഋണവും ബാക്കി നിൽക്കുന്നില്ല. ഭഗവാൻ എപ്പോഴും ഭക്തന്റെ ഹൃദയ-ത്തിൽ പ്രവേശിച്ച് അവനെ എല്ലാ ബന്ധങ്ങളിൽ നിന്നും മോചിപ്പിക്കുന്നു. ഈവിധത്തിൽ തന്റെയും പാപങ്ങൾ മൂലമുണ്ടായ ദുഃഖങ്ങളകറ്റി ഭക്തി വർദ്ധിപ്പിക്കേണമെ എന്നാണ് കവിയുടെ പ്രാർഥന.

ദശകം 93 - ഗുരുശിക്ഷാ വർണ്ണനം

ഈ ദശകത്തിൽ കവി (ഉദ്ധവ ഭഗവദ് സംവാദം) തന്റേതായ രീതിയിൽ വിവരിക്കുന്നു: ഭഗവാന്റെ കൃപയുണ്ടെങ്കിൽ നമുക്ക് മനസ്സ് ഭഗവാനിൽ തന്നെ ഉറപ്പിക്കാനും സർവ്വചരാചര പ്രപഞ്ചവും മായാ- കൽപ്പിതമാണെന്ന് മനസ്സിലാക്കാനും കഴിയും. അപ്പോൾ ബന്ധുസ്നേഹത്തെയും അതിന്നാ- സ്പദമായ ഗൃഹകർമ്മങ്ങളെയും കൈവിടാൻ സാധിക്കും. ദാഹം, വിശപ്പ് എന്നിവ അകറ്റുന്നതിൽ മാത്രം ശ്രദ്ധിച്ച് തൃപ്തിയോടെ ജീവിക്കുന്ന ജന്തുക്കൾ ധാരാളമുണ്ട്. എന്നാൽ മനുഷ്യന് ചിന്താശക്തിയും ബുദ്ധിശക്തിയും കൂടുതലുള്ളതിനാൽ അവൻ ഉത്കൃ- ഷ്ടനാണ്. അതുകൊണ്ടുതന്നെ മനുഷ്യജന്മം ദുർലഭ- മാണ്. ആ ജന്മത്തിലും നമ്മൾ തന്നെ നമുക്ക് ബന്ധുവായയും ശത്രുവായയും ഭവിക്കുന്നു. ഭഗവാനിൽ മനസ്സ് ഉറപ്പിച്ച് ജനന മരണ പ്രവാഹരൂപമായ സംസാരസാഗരത്തിൽ നിന്ന് കരകയറുവാനുള്ള മാർഗം അന്വേഷിക്കുന്നവൻ അവനുതന്നെ ബന്ധു- വായി ഭവിക്കുന്നു; അല്ലാത്തവൻ ശത്രുവായും തീരുന്നു. "ദേഹാത്മക ബുദ്ധിയെ ഉപേക്ഷിക്കാൻ സാധാരണ ജനങ്ങൾ എന്തു ചെയ്യണമെന്ന് അങ്ങ് പറഞ്ഞു തരണമേ" എന്ന് അപേക്ഷിക്കുന്ന ഉദ്ധവരോട് ഭഗവാൻ പറയുന്നു: എല്ലാ പ്രപഞ്ച വസ്തുക്കളുടെയും അടിസ്ഥാന ആവശ്യങ്ങൾ ഒന്നു- തന്നെയാണ്. എന്നാൽ, മനുഷ്യന് ചിന്താശക്തിയും

ബുദ്ധിശക്തിയും കൂടുതലുണ്ടെങ്കിലും, മനുഷ്യജന്മം കിട്ടുക എന്നത് പ്രയാസമേറിയ ഒരു കാര്യമാണ്.

ഇരുപത്തിനാല് ഗുരുക്കന്മാർ

എല്ലാ പ്രപഞ്ച വസ്തുക്കളും ഗുരുക്കന്മാരാണ്. ഭൂമി, ആകാശം, വായു, ജലം, അഗ്നി, ചന്ദ്രൻ, സൂര്യൻ, മാടപ്രാവ്, പെരുമ്പാമ്പ്, സമുദ്രം, ഈയാംപാറ്റ, വണ്ട്, പിടിയാന, വേടൻ, മത്സ്യം, കുരുവി, ചിലന്തി, വേട്ടാളൻ, തേനീച്ച, മാൻ, പിംഗള എന്നാ സ്ത്രീ, ശിശു, വളകളിട്ട കന്യക, അമ്പുണ്ടാക്കുന്ന കൊല്ലൻ, എന്നീ പ്രപഞ്ചവസ്തുക്കളിൽ നിന്ന് സ്വീകരിക്കേണ്ടതും ഉപേക്ഷിക്കേണ്ടതും മനസ്സിലാക്കി, ഭഗവാനിൽ മാത്രം മനസ്സുറപ്പിച്ച്, താൻ ജീവിച്ചുകൊള്ളാമെന്ന് കവി ഈ ദശകത്തിൽ വ്യക്തമാക്കുന്നു.

ഭൂമിയെ സകല ജീവജാലങ്ങളും ആക്രമിക്കുന്നു. വെട്ടുക, കിളയ്ക്കുക, കുഴിക്കുക, നടക്കുക,ഓടുക എന്നിവയെല്ലാം ഭൂമിയിൽ സംഭവിക്കുന്നുവെങ്കിലും ഭൂമി ക്ഷമയോടെ ഇതെല്ലാം സഹിക്കുന്നു. ഒന്നിലും ആസക്തിയില്ലാതെ നിസ്സംഗതയോടെ വർത്തി-ക്കുന്നവന് വായുവിനെ ഗുരുവാക്കാം. ലോകത്തിലുള്ള സകല ചരാചരങ്ങളെയും വായു എല്ലാ വസ്തു-ക്കളേയും സ്പർശിക്കുന്നുണ്ടെങ്കിലും ഒരു വസ്തുവു-മായും ബന്ധം പുലർത്തുന്നില്ല. വ്യാപ്തിയും നിർ-ല്ലേപതയും (ഒന്നിനോടും സംഗമില്ലായ്മ) ആകാശ-മാകുന്ന ഗുരുവിൽ നിന്നും അഭ്യസിക്കാം. (ആത്മാവ്

ശരീരത്തിന് അകത്തും പുറത്തും വ്യാപിച്ചിട്ടുണ്ടെങ്കിലും ശരീരസംബന്ധമായ ജനനമരണങ്ങൾ ആത്മാവിന് സംഭവിക്കുന്നില്ല.) ജലം നൈർമല്യമുള്ളതും പാപത്തെ കഴുകി കളയുന്നതും മധുരമുള്ളതുമാണ്. മധുരഭാഷണവും സ്വച്ഛതയയും സ്വച്ഛതയും നൈർമ്മല്യവും താൻ ജലത്തിൽനിന്ന് പഠിക്കാം എന്ന കവി പറയുന്നു. അഗ്നി സർവ്വഭക്ഷകനായി വർത്തിക്കുന്നുവെങ്കിലും പാപമില്ലാത്തതാണ്. പല തരം തടികളിൽ തീ പടരുമ്പോൾ വിവിധ ആകൃതി സ്വീകരിക്കുന്നുണ്ടെങ്കിലും അഗ്നി അഭിന്നമാണ്. വിവിധ ശരീരങ്ങളിൽ പ്രവേശിച്ചിരിക്കുന്ന ആത്മാവാകുന്ന ഞാനും അതാത് ശരീരങ്ങളുടെ ആകൃതിയിൽ കാണപ്പെടുകയാണ് എന്ന ബോധം നമുക്കുണ്ടാകണം. ചന്ദ്രന്റെ കലകൾക്ക് മാത്രം വൃദ്ധി സംഭവിക്കുന്നതു പോലെ നമ്മുടെ ശരീരത്തിന് മാത്രമേ നാശം സംഭവിക്കുകയുള്ളൂ. ആത്മാവിന് മാറ്റങ്ങൾ സംഭവിക്കുന്നില്ല. ഒരേയൊരു സൂര്യൻ വിവിധ ജലാശയങ്ങളിൽ പ്രതിബിംബിച്ച് വ്യത്യസ്തമായി കാണപ്പെടുന്നതുപോലെ ഒരേയൊരു ആത്മാവ് വ്യത്യസ്ത ശരീരങ്ങളിൽ കാണപ്പെടുന്നു. ഇങ്ങനെ പഞ്ചഭൂതങ്ങളും ചന്ദ്രസൂര്യന്മാരും ഗുരുക്കന്മാരായി ഭവിക്കുന്നു. കവിയും ഈ ഗുരുക്കന്മാരിൽ നിന്നു പല തത്ത്വങ്ങളും മനസ്സിലാക്കി ജീവിച്ചുകൊള്ളാം എന്നു വ്യക്തമാക്കുന്നു. പിന്നീട് ലോകത്തിൽ തന്നെയുള്ള ഗുരുക്കന്മാരായ ചില ജന്തുക്കളെയും മനുഷ്യരെയും പറ്റി പ്രതിപാദിക്കുന്നു

കവി ഭഗവാനോട് പറയുന്നു: കാട്ടാളന്റെ വലയാൽ പിടിക്കപ്പെട്ട കുഞ്ഞുങ്ങളെ കണ്ട് അവരോടുള്ള സ്നേഹം മൂലം അതേ വലയിൽ തന്നെ പെട്ട് മരിച്ചുപോയ മാടപ്രാവിന്റെ കഥയിൽ നിന്ന് അധികമായ മമത ആപത്തിന് കാരണമാകുന്നു എന്ന് ഞാൻ പഠിക്കാം. പെരുമ്പാമ്പ്, ഇരകൾ യാദൃശ്ചികമായി അടുത്ത് വന്നാൽ മാത്രം അവയെ തിന്ന് വിശപ്പ് അടക്കുന്നു. അതുപോലെ ജീവിക്കാൻ വേണ്ടി മാത്രം ഭക്ഷിക്കുക എന്ന് ഞാൻ മനസ്സിലാക്കാം. സ്ഥാനമാനങ്ങൾ, പണം, പ്രശസ്തി എന്നിവ തേടിപ്പോകാതെ മിതാഹാരിയായി, നമുക്ക് യദൃശ്ചയാ വന്നു ചേരുന്നവയെ സ്വീകരിച്ച് സന്തോഷത്തോടെ ജീവിക്കാൻ ഞാൻ പെരുമ്പാമ്പിൽ നിന്ന് പഠിച്ചുകൊള്ളാം. സമുദ്രത്തിൽ നിന്ന് ഗാംഭീര്യത്തെ പഠിക്കാം. പല, പല സ്രോതസ്സുകളിൽനിന്നു വിവിധരുചിഭേദങ്ങളുള്ള ജലം സമുദ്രത്തിൽ എത്തിച്ചേരുന്നു. സമുദ്രം ഇവയെല്ലാം സ്വീകരിക്കുന്നു. ഒരു യോഗി എപ്പോഴും പ്രസന്ന ഗംഭീരനായിരിക്കണം. തന്റെ ജ്ഞാനത്തെ പൊങ്ങച്ചം കാണിക്കാനുപയോഗിക്കാതെ തന്നിൽ വന്നു ചേരുന്നത് സ്വീകരിച്ച് ജീവിതത്തിന്റെ എല്ലാ അവസ്ഥകളും ഒരുപോലെ നോക്കിക്കാണാൻ ഞാൻ സമുദ്രത്തിൽ നിന്ന് പഠിച്ചു കൊള്ളാം. പാറ്റകൾ തീജ്ജ്വാല കണ്ട് അതിൽ ചെന്ന് ചാടുന്നത് പോലെ കനകത്തിലും കാമിനിയിലും തല്പരരായി നാം നശിക്കരുത് എന്ന് ഞാൻ പഠിക്കാം. വണ്ട് പൂവിൽ നിന്ന് തേൻ മാത്രം നുകരുന്നത് പോലെ

കാര്യങ്ങളുടെ സാരാംശം മാത്രം ഗ്രഹിക്കാൻ ഞാൻ ശ്രമിക്കാം. എന്നാൽ വണ്ട് പൂവിൽ നിന്ന് തേൻ നുകർന്ന്, കിട്ടിയ തേൻ കൊണ്ട് തൃപ്തിപ്പെടാതെ പൂവിൽ തന്നെയിരുന്ന്, പൂവ് കൂമ്പിപ്പോകുമ്പോൾ അതിന്നകത്തു പെട്ട് ചത്തു പോകുന്നു. ഈശ്വരനെ-യൊഴികെ ഒന്നിനെപ്പറ്റിയും ഒരു പരിധിയിൽ കൂടുതൽ ചിന്തിക്കരുത്, അത് നമ്മുടെ നാശത്തിനു കാരമാകും എന്ന് ഞാൻ വണ്ടിൽ നിന്ന് പഠിക്കാം. പിടിയാന-കളുടെ സഹായത്തോടെ പിടിയ്ക്കപ്പെടുന്ന കൊമ്പ-നാനയെപ്പോലെ, സ്ത്രീകളാൽ താൻ ബന്ധി-തനാകരുത് എന്ന കവി പറയുന്നു.

തേനീച്ചകൾ ശേഖരിക്കുന്ന തേൻ മനുഷ്യർ കവർന്നെടുക്കുന്നു. അപ്രകാരം നാം സമ്പാദിക്കുന്ന ധനവും മറ്റുള്ളവർ അപഹരിച്ചേക്കാം. അതുകൊണ്ട്, ധനസമ്പാദനത്തിൽ മാത്രം ശ്രദ്ധിച്ച് താൻ നശിച്ച് പോകരുതേ എന്നും കവി പ്രാർത്ഥിക്കുന്നു. വാദ്യ ഗീതങ്ങൾ മാനിന് ഇഷ്ടമായതിനാൽ വേടൻ ഒരു പ്രത്യേകവാദ്യോപകരണത്തിലൂടെ കുഴലൂതിയാണ് മാനിനെ വലയിലാക്കുന്നത്. മാൻ കുഴലൂത്ത് കേട്ട് മായങ്ങുന്നതുപോലെ, വിഷയരസ്യങ്ങളുള്ള പാട്ടിൽ താൻ വശീകരിക്കപ്പെടല്ലേ എന്ന് കവി ഭഗവാനോട് പ്രാർഥിക്കുന്നു പിംഗള എന്ന വേശ്യാസ്ത്രീ ഒരിക്കൽ ശ്രീരാമചന്ദ്രന്റെ മനോഹരമായ രൂപം കാണുകയും തുടർന്ന് ജീവിതത്തിൽ ആശകളെല്ലാം നശിച്ച് വൈരാഗ്യം സിദ്ധിക്കുയും ചെയ്ത് ശാന്തമായ ജീവിതം നയിച്ചു. താനും ആഗ്രഹങ്ങളെല്ലാം ഉപേക്ഷിച്ചു

ജീവിച്ചുകൊള്ളാം എന്ന് മേൽപ്പത്തൂർ പറയുന്നു. ഭക്ഷണത്തിലുള്ള ആസക്തി ആപത്താണെന്ന് ഇര കുടുങ്ങിയ ചൂണ്ട വിഴുങ്ങി മരിക്കുന്ന മത്സ്യത്തെ കണ്ടു ഞാൻ പഠിക്കാം.വളരെ ചെറിയ കുരുവി വലിയൊരു മാംസക്ഷണവുമായി പറക്കുമ്പോൾ വലിയ പക്ഷികൾ കുരുവിയെ ആക്രമിക്കാനായി പിറകെ വന്നു. കുരുവി മാംസക്കഷണം താഴെയിട്ട് പറന്നുപോയി. ബുദ്ധിയുപയോഗിച്ച് ശത്രുക്കളിൽ നിന്നും രക്ഷപ്പെടാം എന്നും സംരക്ഷണം ആവശ്യ-മായ ഏതൊരു വസ്തുവിന്റേയും ഉടമസ്ഥത അന്യരുടെ ആക്രമണത്തിന് കാരണമാകുന്നു എന്നും കാരപ്പക്ഷിയുടെ കഥയിൽ നിന്നും പഠിക്കാം. ശത്രു-ക്കളെ കണ്ടാലും ഭക്ഷണം ഉപേക്ഷിക്കാത്ത കാര-പ്പക്ഷി ശത്രുക്കളാൽ തന്നെ കൊല്ലപ്പെടുന്നു.

മാനാപമാനങ്ങൾ ഉപേക്ഷിച്ച് ജീവിക്കാൻ താൻ ശിശുവിൽ നിന്നും പഠിക്കാം. ഒരു കന്യക, തന്റെ വീട്ടിൽ വിവാഹലോചനയുമായി വരന്റെ വീട്ടുകാർ എത്തിയപ്പോൾ ദാരിദ്ര്യം അറിയിക്കാതിരിക്കാൻ വള-കളിട്ട കൈകളാൽ നെല്ല് കുത്തിക്കൊണ്ടിരുന്നു. പക്ഷെ, വളകളുടെ ശബ്ദത്താൽ അവർക്കു തന്റെ പ്രവൃത്തിയിൽ ശ്രദ്ധ നഷ്ടപ്പെട്ടു. അവർ ഓരോ വളകളായി ഊരിമാറ്റി, ഒരു വള മാത്രം അവശേഷിച്ചു. അപ്പോൾ ശബ്ദം നിൽക്കുകയും അവർ തന്റെ ജോലി ശ്രദ്ധയോടെ മുഴുമിക്കുകയും ചെയ്തു. ഇതിൽ നിന്ന് പാഠം ഉൾക്കൊണ്ട് പരസ്പരഭാഷണം കുറച്ച്, ഭഗവാനിൽ അർപ്പിച്ച മനസ്സുമായി താൻ ജീവിച്ചു-

കൊള്ളാമെന്ന് കവി ഭഗവാനോട് പറയുന്നു. അമ്പുകൾ ഉണ്ടാക്കുന്ന ശില്പി രാജാവിന്റെ ഘോഷ- യാത്ര പോലും ശ്രദ്ധിക്കാതെ തന്റെ കൊല്ലപ്പണിയിൽ അതീവ ശ്രദ്ധാലുവായി തന്റെ ജോലി ചെയ്തു- കൊണ്ടിരുന്നു. ഇതുപോലെ ഈ ലോകത്തുനടക്കുന്ന മറ്റുകാര്യങ്ങളിൽ ശ്രദ്ധിക്കാതെ ഭഗവാനിലുള്ള ഉറച്ച ഭക്തികൊണ്ട് താൻ ജീവിച്ചുകൊള്ളാം എന്നും കവി വ്യക്തമാക്കുന്നു. പാമ്പ് സ്വന്തം വാസസ്ഥലമുണ്ടാ- ക്കാതെ മറ്റ് ജീവികളുടെ മാളത്തിൽ വസിക്കുന്നു. ഒരു ഉത്തമ ഭക്തന് ഉറങ്ങാൻ ഒരു ചെറിയ സ്ഥലം മാത്രം മതി, സ്വന്തം ഗൃഹം ആവശ്യമില്ല എന്ന് താൻ പാമ്പിന്റെ ജീവിതത്തിൽ നിന്നും മനസ്സിലാക്കാം. ഭഗവാന്റെ സൃഷ്ടിയും സംരക്ഷണവും സംഹാരവും ചിലന്തി എന്ന ഗുരുവിൽ നിന്ന് താൻ പഠിച്ചുകൊള്ളാം എന്ന് കവി വീണ്ടും പറയുന്നു. (രാവിലെ മുതൽ സ്വന്തം ഉദരത്തിൽ നിന്ന് ഉണ്ടാക്കുന്ന നൂൽ കൊണ്ട് വല കെട്ടുന്ന ചിലന്തി വൈകുന്നേരം വരെ അതിനെ സംരക്ഷിച്ച് സന്ധ്യയാകുമ്പോൾ അത് അഴിച്ച് വിഴുങ്ങി ഏകനായിരിക്കുന്നു.) വേട്ടാളൻ തന്റെ കൂട്ടിൽ കൊണ്ടുവയ്ക്കുന്ന പുഴു ഭയത്തോടെ വെട്ടാളനെ- ത്തന്നെ നോക്കിയിരിക്കുകയും ഒടുവിൽ വേട്ടാളനായി മാറുകയും ചെയ്യുമെന്നാണ് സങ്കൽപ്പം. അതുകൊണ്ട് ഏകാഗ്രതയോടുകൂടിയുള്ള ഭഗവദ് ധ്യാനം, ഭഗവൽ- സാരൂപ്യം സമ്പാദിക്കുന്നതിന് കാരണമാകുന്നു എന്ന് വേട്ടാളനിൽ നിന്നും താൻ പഠിച്ചുകൊള്ളാം. ജീവിച്ചി- രിക്കുമ്പോൾ അഴുക്കുനിറഞ്ഞതും, അഗ്നിയിൽ ദഹി-

ക്കുമ്പോൾ ഭസ്മമാകുന്നതുമായ ദേഹവും വൈരാഗ്യ വിവേകങ്ങൾ ജനിപ്പിക്കുന്ന ഒരു ഗുരുവാണ്. മേൽ വിവരിച്ച ഗുരുക്കാൻമരുടെ ഉദാഹരണത്തിൽ നിന്നും നാം എന്ത് സ്വീകരിക്കണം, എന്ത് തിരസ്കരിക്കണം എന്ന് കവി നമുക്ക് മനസ്സിലാക്കിത്തരുന്നു.

രോഗഗ്രസ്തമായിരിക്കുന്ന തന്റെ ദേഹത്തിൽ മോഹം ഉദ്ഭവിക്കുമ്പോൾ ഈ ദേഹമോഹത്തെ ഭഗവാൻ ഇല്ലാതാക്കി തരണമേ എന്ന് ഭഗവാനോട് കവി അപേക്ഷിക്കുന്നു. സ്വന്തം ദേഹത്തിനു വേണ്ടി ഗൃഹം, ഭാര്യ, മക്കൾ എന്നിവയെ ചൊല്ലി ചിന്തിച്ച് ജനങ്ങൾ ഭഗവാന്റെ പാദാരവിന്ദത്തെ സ്മരിക്കാൻ മറന്നുപോകുന്നു. പക്ഷേ മരണശേഷം ആ ദേഹം അഗ്നിക്കോ മൃഗങ്ങൾക്കോ ഭക്ഷണമായി തീരുന്നു. പഞ്ചേന്ദ്രിയങ്ങൾ നമ്മെ പരാധീനരാക്കി അവര-വരുടെ വിഷയങ്ങളിലേക്ക് ഈ ശരീരത്തെ ആകർ-ഷിക്കുന്നു. ഒരു ഇന്ദ്രിയവും പരമാത്മാവായ ഭഗവാന്റെ സമീപത്തിലേക്ക് ആകർഷിക്കപ്പെടുന്നില്ല. ദേഹ-മോഹം ഒഴിവാക്കാൻ കഴിയില്ലെങ്കിൽ തന്റെ സകല രോഗങ്ങളെയും ശമിപ്പിച്ച് ഇന്ദ്രിയ സുഖങ്ങളിലേക്ക് തള്ളിവിടാതെ ഭഗവാനിലുള്ള ഉറച്ച ഭക്തി തനിക്ക് നൽകി, തന്നെ കാത്തുരക്ഷിക്കേണമേ എന്ന് കവി വീണ്ടും പ്രാർത്ഥിക്കുന്നു.

ദശകം 94 - തത്വജ്ഞാനോൽപ്പത്തി

ഭഗവാന്റെ ഉദ്ധവരോടുള്ള ഉപദേശം കവി വിവരിക്കുന്നു: ഫലേച്ഛ കൂടാതെ ധർമ്മ കർമ്മങ്ങൾ അനുഷ്ഠിക്കുന്ന പരിശുദ്ധരായിട്ടുള്ളവർ സർവ്വ-വ്യാപിയായ ഭഗവാന്റെ നിഷ്കള സ്വരൂപത്തെ അറിയുന്നു. പലതരം വിറകുകൊള്ളികളിൽ അഗ്നിക്ക് സംഭവിക്കുന്ന വലിപ്പം, ചെറുപ്പം, ഉജ്ജ്വലഭാവം, ശാന്തഭാവം എന്നിവ പോലെയാണ് ഭഗവാന്റെ നാനാത്വം, വലിപ്പച്ചെറുപ്പങ്ങൾ എന്നീ ഗുണങ്ങൾ. വിവിധ ശരീരങ്ങളിൽ സ്ഥിതിചെയ്യുന്ന ഏകമായ ആത്മാവിന്റെ മായാകൽപ്പിതമായ അവസ്ഥയും ഇതുപോലെ തന്നെയാണ്. എന്നാൽ ദേഹധർമ്മ-ങ്ങളാണ് ജനനമരണാദികൾ എന്നും ആത്മാവ് അതിനെല്ലാം അതീതനാണെന്നും അറിയുന്നതാണ് യഥാർത്ഥ ജ്ഞാനം. തീയുണ്ടാക്കാൻ ഉപ-യോഗി-ക്കുന്ന അരണിത്തടിയിൽ, താഴെയുള്ള തടിയുടെ താഴെ ഭാഗം ഗുരുവും മുകളിലുള്ളത് ശിഷ്യനുമായി ഉപമിച്ചിരിക്കുന്നു. ഇവ തമ്മിൽ ഉരയ്ക്കുമ്പോൾ (ഗുരുവും, ശിഷ്യനുമായുള്ള നിരന്തരസമ്പർക്കത്താൽ) പ്രകാശിക്കുന്ന ജ്ഞാനമാകുന്ന അഗ്നിയിൽ കർമ്മവാസനകളും അവയാലുണ്ടാകുന്ന അജ്ഞാന-മാകുന്ന വനങ്ങളും മുഴുവനായും ദഹിപ്പിക്കപ്പെടും. പിന്നീട്, ദഹനം പൂർണ്ണമാകുമ്പോൾ അഗ്നി കെട്ടടങ്ങുന്നതുപോലെ, ജ്ഞാനാഗ്നി കെട്ടടങ്ങുന്ന അവസ്ഥയാണ് സച്ചിദാനന്ദമയമായും ഭഗവദ്മയ-മായും തീരുന്നത്. അങ്ങിനെ ശിഷ്യൻ പ്രാപഞ്ചിക

ദുഃഖാതീതവും പരമാനന്ദവുമായ അവസ്ഥ-യിലെത്തുന്നു. (സാക്ഷാത്കാരം). സാക്ഷാത്കാരം സിദ്ധിക്കുമ്പോൾ ആത്മാവ് പരമാത്മരൂപമായി മുക്ത-നാകുന്നു. ഇപ്രകാരം സർവ്വദുഃഖങ്ങളെയും അകറ്റു-ന്നതിനുള്ള ഏകമാർഗ്ഗം ഭഗവാനെ പ്രാപിക്കുക എന്നത് മാത്രമാണ്.

ഔഷധങ്ങളും, ഷഡ്ഗുണങ്ങളും, സത്കർമ്മ-ങ്ങളും, യോഗങ്ങളും ദുഃഖത്തെ നശിപ്പിക്കുന്നവയോ വീണ്ടും വരാതെ സൂക്ഷിക്കുന്നവയോ അല്ല. അവ കൃഷി വ്യവസായാദികളെ പോലെയാണ്. (ഷഡ്-ഗുണങ്ങൾ - സന്ധി, വിഗ്രഹം, യാനം, ആസനം, ദൈ്വധീഭാവം, ആശ്രയം; ഷഡ് കർമ്മങ്ങൾ - യജനം, യാജനം, അധ്യയനം, അധ്യാപനം, ദാനം, പ്രതി-ഗ്രഹം). അവയ്ക്ക് വല്ലവിധേനയും ഫലം സിദ്ധി-ച്ചാൽ, അത് മൂലം കർമ്മികൾ മത്തന്മാരായി ഭഗവാനെ മറക്കുന്നു.അധഃപതനം വന്ന് വളരെയധികം ദുഃഖ-ങ്ങൾ അനുഭവിക്കുകയും ചെയ്യുന്നു. നമുക്ക് ഭയമില്ലാതെ ജീവിക്കാൻ വൈകുണ്ഠലോകത്തിലും മഹത്വമേറിയ മറ്റൊരു ലോകമില്ല. സത്യലോകത്തിൽ സ്ഥിതി ചെയ്യുന്നവനും ഭഗവാന്റെ നാഭീപത്മത്തിൽ നിന്ന് ഉദ്ഭവിച്ചവനുമായ ബ്രഹ്മാവു പോലും തന്റെ ജീവിതകാലം രണ്ട് പരാർദ്ധകാലം മാത്രമാണല്ലോ എന്ന് ചിന്തിച്ച് ഭയത്തോടു കൂടി മനഃസുഖമില്ലാതെ കഴിഞ്ഞു കൂടുന്നു. അപ്പോൾ അധർമ്മം ചെയ്ത് അവസാന ദുരിതം സമ്പാദിച്ച മനുഷ്യരുടെ അവസ്ഥയും ദുഃഖപൂർണ്ണമാകുമല്ലോ? അതിനാൽ

സംസാരബന്ധത്തേയും ദേഹാഭിമാനത്തേയുമകറ്റി തനിക്ക് നിത്യമുക്തി അരുളേണമേ എന്ന് കവിയായ ശ്രീ നാരായണ ഭട്ടതിരി ഭഗവാനോട് അപേക്ഷിക്കുന്നു. സത്യത്തിൽ ഭഗവാനിൽ നിന്നും ഭിന്നനല്ലാത്ത തനിക്ക് (പരമാത്മാവിന്റെ പ്രതിബിംബമാകുന്ന ജീവാത്മാവിന്) ബന്ധവും മോക്ഷവും സംഭവിക്കുന്നില്ല എന്നു കവി പറയുന്നു. ബന്ധവും മോക്ഷവും ഉണ്ടെന്ന് തോന്നുന്നത് അവിദ്യ കൊണ്ടാണ്. ഉറക്കത്തിൽ സ്വപ്നം കാണുന്നതുപോലെ മായയാൽ ബന്ധനവും, ഉണരുമ്പോൾ ആ ബന്ധനത്തിൽ നിന്നും മോചിതനുമാകുന്നതുപോലെ മുക്തിയും അനുഭവ-പ്പെടുന്നു. സംസാരിയും, ജീവന്മുക്തനും തമ്മിലുള്ള പ്രധാന വ്യത്യാസം, സംസാരി ദേഹത്തിലൂടെ വിഷയസുഖങ്ങൾ അനുഭവിക്കുമ്പോൾ, ജീവന്മുക്തൻ അവ അനുഭവിക്കുന്നില്ല എന്നതാണ്. അതിനാൽ ജീവന്മുക്താവസ്ഥ പ്രാപിക്കാനുള്ള ഭക്തി തനിക്ക് നല്കേണമേ എന്നു കവി അപേക്ഷിക്കുന്നു.

ഭഗവാനിലുള്ള ഭക്തി മാത്രമാണ് മന:ശുദ്ധിക്കുള്ള ഏക മാർഗ്ഗം. തനിക്ക് സമർപ്പണഭാവത്തോടെയുള്ള ദൃഢഭക്തി നൽകിയാൽ മന:ശുദ്ധിയാലും, ഗുരുവിന്റെ ഉപദേശം കൊണ്ടും താൻ ബ്രഹ്മജ്ഞാനത്തോടു കൂടി മുക്തിയെ പ്രാപിക്കാൻ ശ്രമിയ്ക്കാമെന്നും കവി ഭഗവാനോട് പറയുന്നു. അന്ത:കരണ ശുദ്ധി-യില്ലെങ്കിൽ ജീവന്മുക്തി കൈവരില്ല. വിവിധ സൽകർമ്മങ്ങൾ ചെയ്താൽ മാത്രമേ ചിത്തശുദ്ധി സിദ്ധിക്കയുള്ളൂ. അതിലേയ്ക്കുള്ള മാർഗ്ഗം ഭക്തി

മാത്രമാണ്. അഭക്തരായ ജനങ്ങൾക്ക് ഉപനിഷദ് ജ്ഞാനം, തങ്ങൾ പണ്ഡിതന്മാരാണ് എന്ന് സ്വയം അഭിമാനിക്കുന്നതിന് മാത്രമേ ഉപകരിക്കുന്നുള്ളൂ. അവർ ഭക്തി ജ്ഞാനങ്ങൾ ഉൾക്കൊള്ളാത്ത ശാസ്ത്രങ്ങൾ പറയുന്നത് ആർക്കും ഉപകരി- ക്കുന്നില്ല. ഭഗവാന്റെ അവതാരങ്ങളും സച്ചിദാനന്ദ- സ്വരൂപവും വർണ്ണിയ്ക്കാത്ത യാതൊരു കാര്യ- ങ്ങളിലും താൻ തല്പരനാകരുതേ എന്ന് കവി പറയുന്നു. മറിച്ച് ഭക്തജനങ്ങളെ ദർശിക്കുന്നതിലും, സ്പർശന- ത്തിലും പൂജാ പ്രവൃത്തികളിലും തനിക്ക് എപ്പോഴും താൽപ്പര്യം വർദ്ധിപ്പിക്കേണമേ എന്ന് കവി ഭഗവാനോടഭ്യർത്ഥിക്കുന്നു. ഞാൻ ഭഗവാന്റെ ദാസ- നായതുകൊണ്ട് ക്ഷേത്രവേലകൾ ചെയ്തും, ഭഗവാന് കാണിക്കയർപ്പിച്ചും, ഭഗവാന്റെ തൃക്കൈകളെ സൂര്യൻ, ആത്മാവ്, അഗ്നി ബ്രാഹ്മണർ എന്നിവയായി സങ്കല്പിച്ച് പൂജിച്ചും, ജീവിച്ചു കൊള്ളാം എന്ന് കവി ഭഗവാനോട് പ്രതിജ്ഞ ചെയ്യുന്നു. അങ്ങിനെ തന്നിൽ ഭക്തി വർദ്ധിക്കട്ടെ എന്നും കവി ആഗ്രഹിക്കുന്നു. ആത്മാർപ്പണ രൂപമായ ഭക്തിയാണ് ഉത്തമ ഭക്തി. ദാനഹോമാദികർമ്മങ്ങൾ, യോഗാനുഷ്ഠാനം തത്വ- ജ്ഞാനം, തപസ്സ് എന്നിവ കൊണ്ടൊന്നും തന്നെ എളുപ്പത്തിൽ മുക്തി ലഭിക്കുകയില്ല. ഭക്തികൊണ്ടു മാത്രമേ ഇത് സാധിക്കൂ. ഭഗവാനോടുള്ള ചേർച്ച കൊണ്ട് ഗോപികൾ സാന്ദ്രാനന്ദസ്വരൂപമായ ആ ഐക്യം ലഭിച്ചവരായി. ഭഗവാനും, ഗോപികമാരുടെ ഭക്തിയെയാണ് ആദരിക്കുന്നത്.

ദശകം 95 - ധ്യാനയോഗം

"ലോകോൽപത്തിക്ക് കാരണഭൂതനായ ഭഗവാനേ, അങ്ങ് ബ്രഹ്മപ്രളയത്തിന്റെ അവസാനത്തിൽ, എല്ലാ ജീവരാശികളുടെയും അഖണ്ഡരൂപമായ ഹിരണ്യ-ഗർഭന്റെ ശരീരത്തിൽ ഇരുന്ന് ജീവാവസ്ഥയെ പ്രാപിച്ച് മായയുടെ ഗുണങ്ങളായ സത്വരജസ്തമസ്സുകൾ കൂടിച്ചേർന്ന ചേർന്ന രൂപമെടുത്തു. അതിൽ അത്യുത്തമ ഭക്തിയുടെ അവസ്ഥയായ സത്വഗുണം കൊണ്ട് മറ്റു രണ്ടു ഗുണങ്ങളെയും നശിപ്പിച്ച് ഞാൻ പരിപൂർണ്ണമായും അങ്ങയിൽ അഭയം പ്രാപിക്കാം" എന്നാണ് കവി പറയുന്നത്. ചിലപ്പോൾ രജസ്തമോ-ഗുണങ്ങൾ വർദ്ധിക്കുമ്പോൾ, സത്വഗുണത്തിന് ഇവയെ കീഴടക്കാൻ കഴിയാത്തതിനാൽ വിഷയ-സുഖങ്ങൾ അനുഭവിക്കേണ്ടിവരും. ഗുണങ്ങളെ വിട്ടു-കളയാൻ മനസ്സിനും മനസ്സിനെ വിട്ടു കളയാൻ ഗുണങ്ങൾക്കും കഴിയാത്ത അവസ്ഥ കൈവരുന്നു. മായ കൊണ്ടുണ്ടാകുന്ന ജാഗ്രത്ത്, സ്വപ്നം, സുഷുപ്തി എന്നീ അവസ്ഥകൾ അതിജീവിച്ച് നാലാമത്തെ അവസ്ഥയിൽ ഉള്ള ഈശ്വരഭക്തി ഉണ്ടായാലേ മുക്തി നേടാൻ കഴിയുകയുള്ളൂ. ഭഗവാൻ ഉദ്ധവനോട് ഉപദേശിച്ചതാണ് ഈ തത്വം.

കർമ്മതത്പരന്മാരായ ജനങ്ങൾക്ക് ഉദ്ഗതിക്കുള്ള മാർഗങ്ങൾ ധാരാളമുണ്ട്. അവ ആനന്ദം നൽകു-മെങ്കിലും, നശിക്കുന്നവയുമാണ്. വിഷയസുഖം അനുഭവിക്കുന്നവർക്ക് ഭജനം കൊണ്ടുണ്ടാകുന്ന

ആനന്ദമാണ് ഏറ്റവും മഹത്തരം. സദ്ഗതിക്കുള്ള ഏറ്റവും ശ്രേഷ്ഠമാർഗ്ഗം ഭക്തിമാർഗ്ഗമാണ്. ഭക്തി-യിലൂടെ മന:സുഖം നേടി, ആഗ്രഹങ്ങൾ വെടിഞ്ഞു ജീവിക്കുമ്പോൾ ആഴക്കടലിൽ ജീവിക്കുന്ന ജല-ജന്തുവിന്, ചുറ്റും ജലമായി തോന്നുന്ന പോലെ സർവ്വത്ര സുഖമയമായി തോന്നും. ഇവർക്ക് സ്വർഗ്ഗമോ, സത്യലോകമോ യോഗ സിദ്ധികളോ അഭികാമ്യമായി തോന്നുന്നില്ല. സ്വയം വന്നുചേരുന്ന മോക്ഷസുഖത്തിൽ പോലും ഭക്തന് ആഗ്രഹം ജനിക്കുകയുമില്ല.

ഇന്ദ്രിയങ്ങളെ കീഴടക്കാൻ കഴിയാത്ത ഭക്തനെ വിഷയ സുഖങ്ങൾ ആക്രമിച്ചാലും ഭക്തി വർധി-പ്പിച്ചാൽ അവ ബലഹീനങ്ങളായി മാറും. അഗ്നി വിറകിനെ ദഹിപ്പിക്കുന്നത് പോലെ, ഭഗവാനിലുള്ള ഭക്തി ദുരിതങ്ങളെ അകറ്റുകയും, ഇന്ദ്രിയങ്ങളുടെ അഹങ്കാരം ശമിപ്പിക്കുകയും ചെയ്യുന്നു. ഭക്തി കൈവരിക്കുമ്പോൾ മനസ്സിന് ആർദ്രതയും, ശരീരത്തിന് രോമാഞ്ചവും, കണ്ണുകളിൽ ആനന്ദ ബാഷ്പവും ലഭിച്ച് നമുക്ക് ചിത്തശുദ്ധി നേടാം. ഭക്തിയി ല്ലെങ്കിൽ ഏതു വിദ്യ പഠിച്ചാലും, തപസ്സു ചെയ്താലും മനസ്സിന് ശുദ്ധി ലഭിക്കുകയില്ല. ഭഗവാന്റെ കഥാശ്രവണം, കീർത്തനപാരായണം എന്നിവയാണ് ആത്മാവിന് പരിശുദ്ധി നൽകുന്നത്.

ധ്യാന യോഗത്തിന്റെ സ്വഭാവം

ശരീരം നേരെ നിർത്തി, സുഖാസനത്തിൽ ഇരുന്ന്, കണ്ണുകൾ അൽപ്പം മാത്രം തുറന്ന് നാസികാഗ്രത്തിൽ ദൃഷ്ടിയുറപ്പിച്ച്, പൂരകം, കുംഭകം, രേചകം എന്നിവ കൊണ്ട് പ്രാണവായു മാർഗ്ഗത്തെ ശുദ്ധമാക്കി, (പ്രാണ-വായു മൂക്കിലൂടെ അകത്തേക്ക് വലിക്കുന്നതാണ് പൂരകം. വായുവിനെ മൂക്കിനകത്ത് സ്തംഭിപ്പി-ക്കുന്നതാണ് കുംഭകം. ശ്വാസവയുവിനെ മറ്റേ മൂക്കി-ലൂടെ പുറത്തേക്ക് വിടുന്നത് രേചകം.) കമിഴ്ന്നു കിടക്കുന്ന ഹൃദയകമലത്തെ മലർന്നതായി സങ്കൽ-പ്പിച്ച്, അതിനുമുകളിൽ സൂര്യനേയും ചന്ദ്രനെയും അഗ്നിയെയും ഭാവന ചെയ്ത് അഗ്നി മധ്യത്തിൽ സ്ഥിതി ചെയ്യുന്നവനായ സുന്ദര മൂർത്തിയായ ഭഗവാനെ ധ്യാനിക്കണം എന്ന് കവി ഇതിലൂടെ വ്യക്തമാക്കുന്നു.

കേശാദിപാദ വർണ്ണന

"കറുത്ത തലമുടി, തിളങ്ങുന്ന മകര കുണ്ഡലങ്ങൾ, പൂപ്പുഞ്ചിരിയാൽ ആർദ്രമായ മുഖകമലം, കൗസ്തുഭരത്നത്തിന്റെ ശോഭ കലർന്ന വനമാല, മുത്തുമാല എന്നിവ കൊണ്ടുള്ള സൗന്ദര്യം, മാറിട-ത്തിലെ ശ്രീവത്സ ചിഹ്നം, സുന്ദരങ്ങളായ കൈകൾ, മൃദുവായി ശോഭിക്കുന്ന വയർ, പൊന്നിൻ നിറമുള്ള പട്ട്, അഴകാർന്ന തൃത്തുടകൾ, ചെന്താമര പൂക്കൾ പോലുള്ള തൃക്കാലുകൾ എന്നിവയോടു കൂടിയ

ഭഗവാനെ ഞാൻ ധ്യാനിക്കുന്നു" എന്ന് പറഞ്ഞ് ഭഗവാനെ നാം മനസ്സിൽ കാണേണ്ട രൂപവും ധ്യാന രീതിയും കവി വ്യക്തമാക്കുന്നു.

ഭഗവാന്റെ പരമസുന്ദരമായ അവയവങ്ങൾ ഓരോന്നിലും മനസ്സുറപ്പിച്ചാൽ ബുദ്ധി കൂടും. ബുദ്ധി മനസ്സിനെ നിയന്ത്രിച്ച് കേശാദിപാദവും പാദാദി-കേശവും വീണ്ടും വീണ്ടും ചിന്തിക്കാൻ നമുക്ക് കഴിവ് തരുന്നു. മനോനിയന്ത്രണത്തിലൂടെ നെറ്റി പുരികം, കണ്ണ്, മൂക്ക്, കവിൾ, ചുണ്ട്, പുഞ്ചിരി എന്നീ ക്രമത്തിൽ സഞ്ചരിച്ച് പരിശീലിച്ചാൽ ബ്രഹ്മമാകുന്ന പുഞ്ചിരിയിൽ നമുക്ക് മനസ്സുറപ്പിക്കാം. ഇതാണ് ബ്രഹ്മ സാക്ഷാത്കാരം. ഇങ്ങനെ മനസ്സ് ഭഗവാനിൽ അർപ്പിച്ചു എല്ലാം മറന്നു സമാധി വരിക്കാൻ തനിക്ക് കഴിയേണമേ എന്ന് കവി ഭഗവാനോട് അപേ-ക്ഷിക്കുന്നു.

യോഗാഭ്യാസം കൊണ്ട് അഷ്ടൈശ്വര്യങ്ങൾ, ദൂരശ്രവണം, ദൂരദർശനം, എന്നീ പത്തു സിദ്ധികൾ കൈവരുമെങ്കിലും, അവയെല്ലാം മുക്തിയ്ക്ക് കാല-താമസം ഉണ്ടാക്കുന്നയായതിനാൽ ഈ യോഗസിദ്ധി-കൾ തനിക്ക് വേണ്ടെന്ന് മേൽപ്പത്തൂർ പറയുന്നു.

അഷ്ടൈശ്വര്യങ്ങൾ

അണിമ - ദേഹം ചെറുതാക്കുക

മഹിമ - ദേഹം വലുതാക്കുക

ലഘ്ലിമ - ദേഹത്തിന്റെ കനം കുറയ്ക്കുക

ഗരിമ - ദേഹത്തിന്റെ കനം കൂട്ടുക

പ്രാപ്തി - ലക്ഷ്യത്തിലെത്തിച്ചേരുക

പ്രാകാശ്യം - മുൻപ് കണ്ടതും കേട്ടതും പ്രത്യക്ഷം
പോലെ പ്രകാശിക്കുക

ഈശിത്വം - തന്റെ ശക്തി മറ്റുള്ളവരിൽ
ചെലുത്തുവാനുള്ള കഴിവ്

വശിത്വം - ലൗകിക സുഖങ്ങളിൽ
ആസക്തിയില്ലായ്മ

അഷ്ടാംഗങ്ങൾ

യമം, നിയമം, ആസനം, പ്രാണായാമം, പ്രത്യാഹാരം,
ധാരണ, ധ്യാനം, സമാധി.

ദശകം 96 - ഭഗവദ് വിഭൂതികളും ജ്ഞാന കർമ്മ ഭക്തിയോഗവും

പരബ്രഹ്മമായിട്ടുള്ള ഭഗവാൻ അക്ഷരങ്ങളിൽ ആദ്യാ-
ക്ഷരമായ അകാരവും, മന്ത്രങ്ങളിൽ ഓങ്കാരവും, രാജാ-
ക്കന്മാരിൽ സ്വായംഭൂവമനുവും, ബ്രഹ്മർഷികളിൽ
ഭൃഗുമഹർഷിയും, ദേവർഷികളിൽ നാരദനും, അസു-
രൻമാരിൽ പ്രഹ്ളാദനും, പശുക്കളിൽ കാമധേനുവും,
പക്ഷികളിൽ ഗരുഡനും, സർപ്പങ്ങളിൽ ആദിശേഷനും,
നദികളിൽ ഗംഗയുമാകുന്നു. ഭഗവാൻ ബ്രാഹ്മണ-

ഭക്തന്മാരിൽ മഹാബലിയും, യജ്ഞങ്ങളിൽ ജപ-യജ്ഞവും, വീരന്മാരിൽ അർജ്ജുനനും, ഭക്തന്മാരിൽ ഉദ്ധവനമാകുന്നു. ബലവാന്മാരിൽ ബലവും തേജസ്സു-കളിൽ തേജസും ഭഗവാൻ തന്നെയാണ്. പുരുഷനും, പ്രകൃതിയും, പ്രപഞ്ചത്തിലെ എല്ലാ വസ്തുക്കളും ഭഗവാൻ തന്നെയാണ്. ധ്യാനയോഗത്തിന് അർഹത-യില്ലാത്തവർക്ക് വർണ്ണാശ്രമ ധർമ്മാനുഷ്ഠാനം കൊണ്ട് കർമ്മത്തിൽ വൈരാഗ്യം നേടി മുക്തി പ്രാപിക്കാം. ഈ കർമ്മങ്ങൾ ഭഗവാനിൽ അർപ്പിക്കുന്നവർക്ക് മനസ്സിൽ വിഷയ വിരക്തി ലഭിക്കുന്നു. അപ്പോൾ ധർമ്മത്തെ ഉപേക്ഷിച്ച് സച്ചിദാനന്ദ (ഉണ്മ, പ്രകാശം, പ്രിയത്വം എന്നിവയെ സത്ത്, ചിത്ത്, ആനന്ദം എന്ന് പറയുന്നു.) സ്വരൂപത്തോടു കൂടിയതും വിവിധ പദാർത്ഥങ്ങളിൽ ഏകമായിരിക്കുന്നതും ജഗത്തിന് കാരണമായതും, കാരണമില്ലാത്തതുമായ പരബ്രഹ്മം ഭഗവാനാകുന്നു എന്ന വിശിഷ്ടമായ ജ്ഞാനം ലഭിക്കുന്നു.

ജ്ഞാന യോഗവും കർമ്മയോഗവും ഭക്തിയോഗവും ഭഗവാനിൽ എത്താനുള്ള മാർഗങ്ങളാണ്. പല ജന്മ-ങ്ങളിലായി ഐഹികവിഷയങ്ങളിൽ വിരക്തി വന്നവർക്ക് ജ്ഞാന യോഗികളാകാം. വിഷയാസക്തന്മാർക്ക് ഭക്തി-യോടെ ചെയ്യാവുന്ന കർമ്മമാർഗ്ഗമാണ് മുക്തിമാർഗം. ഭഗവാനിൽ ഭക്തിയും വിഷയങ്ങളിൽ അത്യാസക്തിയും അതിവിരക്തിയും ഇല്ലാതിരിക്കുന്നവർക്ക് ഭക്തിയോഗ-മാണ് മോക്ഷമാർഗ്ഗം. മനുഷ്യജന്മത്തിൽ മുക്തി നേടാൻ ഇവയിൽ ഏതെങ്കിലും ഒരു മാർഗ്ഗം സ്വീകരിക്കണം. അത് നേടാനും ഭഗവത്കടാക്ഷം ആവശ്യമാണ്. ജ്ഞാന-

യോഗവും, ഭക്തിയോഗവും മനുഷ്യജന്മത്തിൽ നിഷ്പ്രയാസം ലഭിക്കുമെന്നതിനാൽ സ്വർഗ്ഗ-ലോകവാസികളും നരകവാസികളും മനുഷ്യജന്മത്തെ കൊതിക്കുന്നു. ഇപ്പോൾ പുണ്യം കൊണ്ട് മനുഷ്യജന്മം ലഭിച്ച തന്നെ സംസാരസാഗരത്തിൽ നിന്നും മറു-കരയിൽ എത്തിക്കേണമേ എന്നാണ് കവിയുടെ ഭഗവാനോടുള്ള പ്രാർത്ഥന. ജ്ഞാനമാർഗത്തിൽ സഞ്ചരിക്കുന്നവർ ഉപനിഷത്തുകൾ പഠിച്ചും വേദാന്ത-ശാസ്ത്രം പഠിച്ചും അത്യധികം ക്ലേശിച്ച് ബ്രഹ്മജ്ഞാനം നേടുന്നു. കർമ്മയോഗം ക്ലേശകരമായതിനാൽ, ഈ മാർഗ്ഗത്തിലൂടെ മോക്ഷത്തിലെത്താനും കുറേ കാല-താമസമെടുക്കും. എന്നാൽ ഭക്തിയോഗം ആരംഭത്തിൽ തന്നെ മധുരമുള്ളതാണ്. ഭഗവാന്റെ കഥാശ്രവണവും കീർത്തനവും പരമാനന്ദം നൽകുന്നു. ഭഗവദ് ഭക്തി കൂടുമ്പോൾ ഭക്തന്റെ ഹൃദയം പ്രേമാനന്ദത്തിൽ നിന്ന് മോക്ഷാനന്ദത്തിലേക്ക് കടക്കുന്നു. ഗുരുവിൽനിന്ന് ബ്രഹ്മതത്ത്വങ്ങൾ ശ്രവിച്ച് ഭക്തി വർദ്ധിപ്പിച്ചാൽ മാത്രമേ മുക്തി ലഭിക്കുകയുള്ളൂ. ധ്യാനാഭ്യാസം കൊണ്ട് മന-സ്സിനെ നിയന്ത്രിച്ചാൽ മാത്രമേ ഭഗവാന്റെ കൃപാകടാക്ഷം നേടാൻ കഴിയുകയുള്ളൂ. കർമ്മമാർഗ്ഗത്തിൽ വിരക്തിയും ഭഗവാനിൽ ഭക്തിയും കൈവന്നിട്ടുണ്ടെങ്കിലും. ലൗകിക കാമാദിവിഷയങ്ങളെ മുഴുവനായും ഉപേക്ഷിക്കാൻ തനിക്ക് കഴിയുന്നില്ലെന്നും അതിനാൽ വിഷയരസത്തെ നശിപ്പിച്ച് ഭക്തി വർദ്ധിപ്പിക്കണമെന്നും കവി ഭഗവാനോട് അപേക്ഷിക്കുന്നു.

ഒരു ബ്രാഹ്മണന്റെ കഥ (ഭാഗവതത്തിലെ ഭിക്ഷുഗീത)

അവന്തി രാജ്യത്ത് അറു പിശുക്കനായ ഒരു ബ്രാഹ്മണൻ ഉണ്ടായിരുന്നു. വളരെ ക്ലേശിച്ച് സമ്പാദിച്ച ധനം ഒട്ടും അനുഭവിക്കാതേയും, ദാനധർമ്മാദികൾ ചെയ്യാതെയും അയാൾ സൂക്ഷിച്ചുവെച്ചു. ഒടുവിൽ ബന്ധുക്കളും കള്ളന്മാരും, ഭരണാധികാരികളും ആ സ്വത്തെല്ലാം കൈക്കലാക്കി. കുടുംബക്കാർ പോലും ഉപേക്ഷിച്ചു. ദരിദ്രനായ അയാൾ ഭിക്ഷുവായി നാട്ടി- ലെല്ലാം അലഞ്ഞുതിരിഞ്ഞു. ഇരന്ന് കിട്ടിയ ഭക്ഷണം പോലും കഴിക്കാൻ സമ്മതിക്കാതെ നാട്ടുകാർ അയാളെ ഉപദ്രവിച്ചു. എന്നാൽ, "മനസ്സാണ് എന്റെ ദുഃഖത്തിന് കാരണം അത് ആത്മാവിനെ നശിപ്പിക്കുകയില്ല കർമ്മ- ങ്ങളും എന്നെ ദുഃഖിപ്പിക്കുകയില്ല" എന്ന് മനസ്സിലാക്കി ആ ബ്രാഹ്മണൻ പരമശാന്തനായി ജീവിച്ച് മുക്തി നേടി. ഇതുപോലെ തനിക്കും സാധിക്കേണമേ എന്ന് കവി പ്രാർഥിക്കുന്നു.

പണ്ട് കൃതയുഗത്തിൽ ജീവിച്ചിരുന്ന ഇളാപുത്രനായ പുരുരവസ്സ്, അദ്ദേഹത്തിന്റെ ഭാര്യയായ ഉർവശിയു- മൊത്ത് അടിമയെപ്പോലെ കുടുംബജീവിതം ആരംഭിച്ചു- വെങ്കിലും, കുറേക്കാലം കഴിഞ്ഞപ്പോൾ ജീവിതത്തിൽ വിരക്തി വന്ന് കാമിനീസമാഗമ സുഖം നിസ്സാരമാണെന്ന് മനസ്സിലാക്കി. ഒടുവിൽ ഭഗവത്ഭക്തിയെ പ്രാപിച്ച് പര- മാനന്ദത്തോടെ ജീവന്മുക്തനായിസഞ്ചരിച്ചു. തന്നെയും ഇതുപോലെ വിഷയാസക്തിയിൽ താൽപര്യമില്ലാത്ത- വനാക്കി, തനിക്ക് ഭക്തി വർദ്ധിപ്പിക്കേണമേ എന്നും,

അതിന് തടസ്സം നിൽക്കുന്ന തന്റെ രോഗങ്ങളെ ഉന്മൂലനം ചെയ്തു തരേണമേ എന്നും കവി ഭഗവാനോട് അപേ-ക്ഷിക്കുന്നു .

ദശകം 97 - മാർക്കണ്ഡേയോപാഖ്യാനം

ദൃഢമായ ഭക്തി നേടുവാൻ നമുക്ക് ആയുസ്സും ആരോഗ്യവും അത്യാവശ്യമാണെന്ന് മാർക്കണ്ഡേ-യന്റെ കഥയിലൂടെ വിശദീകരിക്കുന്നു. ജ്ഞാനം, ശ്രദ്ധ, കർത്താവ്, പാർപ്പിടം, സുഖം, കർമ്മം, ആഹാരപദാർത്ഥങ്ങൾ എന്നിവയെല്ലാം സത്വ-രജസ്തമോഗുണങ്ങൾ കലർന്നതാണ്. എല്ലാ ജീവ-ജാലങ്ങളിലും ആത്മാവ് സ്ഥിതിചെയ്യുന്നു എന്ന ജ്ഞാനം, സാത്വികവും, അവ ഓരോന്നിലും വേറെ വേറെ ആണെന്ന ജ്ഞാനം രാജസവും, അജ്ഞാനം താമസവുമാകുന്നു. ഈ ഗുണങ്ങളിൽ ഓരോ-ന്നിന്റെയും ആധിക്യത്താൽ ജ്ഞാന ശ്രദ്ധാദികൾ ഉത്തമങ്ങളോ മാധ്യമങ്ങളോ അധമങ്ങളോ ആയി-ത്തീരും. എന്നാൽ ഭഗവാന്റെ ക്ഷേത്രങ്ങൾ, ഭഗവദ്-ഭജനം എന്നിവ നിർഗുണമായ ബ്രഹ്മത്തിൽ നില-നിൽക്കുന്നതിനാൽ ഭഗവാനെ ഭജിച്ചുകൊണ്ട് മുക്തി നേടണം എന്നാണ് കവിയുടെ ആഗ്രഹം. താൻ ഭഗവാനെ ഭജിച്ച് ഇഷ്ടാനുസരണം സഞ്ചരിച്ച് പുണ്യദേശങ്ങൾ സന്ദർശിച്ച്, അസൂയ, സ്പർദ്ധ എന്നീ ദുർഗുണങ്ങൾ ഉപേക്ഷിച്ച് ദുർജ്ജനങ്ങളിലും സജ്ജനങ്ങളിലും മൃഗാദികളിലും സമബുദ്ധിയോടു കൂടി ഭഗവാനെ ദർശിച്ച് ജീവിച്ചു കൊള്ളാം. ആത്മാവ്

ഏകനാണെന്ന പരമാർത്ഥമുറച്ചു കിട്ടിയാൽ താൻ ഭഗവന്മയമായി ജീവിതം നയിച്ചു കൊള്ളാം. അതിനാൽ ഭക്തിമാർഗ്ഗം തന്ന് തന്നെ അനുഗ്രഹിക്കേണമേ എന്ന് കവി അപേക്ഷിക്കുന്നു. കൂടാതെ ഭഗവദ് ഭക്തി സമ്പാദിക്കാൻ തനിക്ക് ആരോഗ്യവും ആയുസ്സും നൽകണം എന്നതാണ് കവിയുടെ പ്രാർത്ഥന.

സന്താനങ്ങൾ ഇല്ലാതിരുന്ന മൃകണ്ഡു എന്ന മുനിക്ക് തപസ്സിന്റെ ഫലമായി ഒരു ഉത്തമ പുത്രനെ ലഭിച്ചു (മാർക്കണ്ഡേയൻ). എന്നാൽ 12 വയസ്സുവരെ മാത്രമേ ഈ കുട്ടിക്ക് ആയുസ്സുള്ളൂ എന്ന് ജ്യോതിഷികൾ വിധിച്ചു. മാതാപിതാക്കളുടെ ഈ ദുഃഖകാരണം മനസ്സിലാക്കി മാർക്കണ്ഡേയൻ ശിവലിംഗത്തിന്റെ മുന്നിലിരുന്ന് ശിവനെ തപസ്സു ചെയ്യാൻ തുടങ്ങി. മരണമുഹൂർത്തം അടുത്തപ്പോൾ അവനെ കൊണ്ടുപോകാൻ എത്തിയ യമകിങ്കരന്മാരെ കണ്ട് ഭയന്ന് മാർക്കണ്ഡേയൻ ശിവലിംഗത്തെ കെട്ടിപ്പിടിച്ചു. യമദൂതന്മാർ അവനെ ബന്ധിക്കാ-നായി എറിഞ്ഞ കയർ ശിവലിംഗത്തിൽ വീണു. കുപിതനായ പരമശിവൻ കാലനെ വധിക്കുകയും മാർക്കണ്ഡയനെ രക്ഷിച്ച് എന്നും അതേ പ്രായ-ത്തിൽ തന്നെ ജീവിച്ചിരിക്കാൻ ഉള്ള വരം നൽകുകയും ചെയ്തു (ചിരഞ്ജീവി).

മാർക്കണ്ഡേയൻ അതിരറ്റ ആനന്ദത്തോടെ പുഷ്പഭദ്രാനദിക്കരയിൽ ആറ് മന്വന്തരങ്ങൾ കഴിച്ചു-കൂട്ടി. (നാലുയുഗങ്ങൾ ചേർന്നാൽ ഒരു ദിവ്യയുഗം, 71

ദിവ്യയുഗങ്ങൾ ചേർന്നതാണ് ഒരു മന്വന്തരം. സ്വായംഭുവം, സ്വാരോചിഷം, ഔത്തമം, താമസം, രൈവതം ചാക്ഷുഷം എന്നിവയാണ് ആറ് മന്വ-ന്തരങ്ങൾ. ഏഴാമത്തേത് വൈവസ്വതം). ഓരോ മന്വ-ന്തരത്തിലും ദേവേന്ദ്രൻ മാറിമാറിവരും. ഏഴാമത്തെ മന്വന്തരത്തിൽ ദേവേന്ദ്രൻ മാർക്കണ്ഡേയൻ തന്നെ-യാകുമോ എന്ന് ഭയന്ന് ദേവേന്ദ്രൻ ദേവസ്ത്രീ-കളെയും, മന്ദമാരുതനേയും, മന്മഥനേയും കൊണ്ട് മാർക്കണ്ഡേയനെ മോഹിപ്പിക്കാൻ ശ്രമിച്ചെങ്കിലും അവർക്ക് മാർക്കണ്ഡേയനെ മോഹിപ്പിക്കാൻ കഴിഞ്ഞില്ല. മാർക്കണ്ഡേയന്റെ തപ:ശക്തിയുടെ ചൂടേറ്റു അവർ തളർന്നതുപോലെയായിത്തീർന്നു.

അങ്ങനെയിരിക്കെ ഒരിക്കൽ നരനാരായണനായ ഭഗവാൻ മാർക്കണ്ഡേയനെ കാണാൻ എത്തി. അദ്ദേഹം സന്തോഷത്തോടെ ഭഗവാനെ സ്തുതിച്ചു. വിശേഷപ്പെട്ട ഏതു വരം വേണമെങ്കിലും ആവശ്യ-പ്പെട്ടുകൊള്ളൂ എന്ന് ഭഗവാൻ പറഞ്ഞപ്പോൾ മാർക്കണ്ഡേയൻ അതിന് വഴങ്ങിയില്ല. ഭക്തി മാത്രം മനസ്സിൽ നിറഞ്ഞ മാർക്കണ്ഡേയന് ഒടുവിൽ ഭഗവാന്റെ മായാവിലാസങ്ങൾ ഒന്ന് കാണുവാൻ ആഗ്രഹം തോന്നി. ഈ ആഗ്രഹം ഭഗവാനെ അറിയിച്ചു. നരനാരായണമൂർത്തി ബദരികാശ്രമ-ത്തിൽ മടങ്ങിയെത്തി. ഉടനെ തന്നെ ശക്തിയായ കൊടുങ്കാറ്റും പേമാരിയും കൊണ്ട് ലോകം മുഴുവൻ മുങ്ങാൻ തുടങ്ങി. പ്രളയത്തിൽപ്പെട്ട് കുഴങ്ങി. അനേക സംവത്സരം ഇത് തുടർന്നുകൊണ്ടിരുന്നു.

അതിനുശേഷം കുറച്ചു ദൂരെ ആലിലയിൽ കിടന്നുകൊണ്ട് കാലിലെ പെരുവിരൽ കൈകൾ കൊണ്ട് പിടിച്ച് വായിൽവച്ച് നുകരുന്ന അത്ഭുത ശിശുവായി നീലമേഘവർണ്ണനായ ഭഗവാനെ കണ്ടു. അത്ഭുത ശിശുവിനെ കണ്ടു സന്തോഷിച്ച് ആ ശിശുവിനെ ഒന്നു തൊടുവാൻ കൊതിച്ച് മാർക്ക-ണ്ഡേയൻ അതിന്റെ അടുത്തേക്ക് പോയി. എന്നാൽ ഭഗവാന്റെ ശ്വാസവായുവിലൂടെ അദ്ദേഹം ഭഗവാന്റെ ശരീരത്തിനുള്ളിലേക്ക് കടന്നു അവിടെ എല്ലാ ലോകങ്ങളും കണ്ട് അതിശയിച്ചു. ഒടുവിൽ നിശ്വാസ-വായുവിലൂടെ തന്നെ പുറത്തുവന്നു. ഭഗവാൻ മുനിയുടെ നേരെ കടാക്ഷങ്ങൾ ചൊരിഞ്ഞു. അത്യധികം സന്തുഷ്ടനായ മാർക്കണ്ഡേയന് ഭഗവാനെ ആലിംഗനം ചെയ്യണമെന്ന് തോന്നി. എന്നാൽ ഭഗവാൻ പെട്ടെന്ന് അന്തർധാനം ചെയ്തു. പ്രളയവും, പേമാരിയും, കൊടുംകാറ്റും നിലച്ചു ശിശുവിനെയും കാണാനില്ല. എല്ലാം മുമ്പത്തേത് പോലെ ഒരു മാറ്റവുമില്ലാതെയായി. മാർക്ക-ണ്ഡേയമുനി സ്വന്തം ആശ്രമത്തിൽത്തന്നെ നിൽ-ക്കുന്നു. ഇതെല്ലാം ഭഗവാന്റെ മായയാണെന്ന് മുനിക്ക് മനസ്സിലായി.

പിന്നീടൊരിക്കൽ പരമശിവൻ പാർവതിയുമൊത്ത് തന്റെ ഭക്തനായ മാർക്കണ്ഡേയനെ സന്ദർശിച്ചു. അജരത്വം, അമരത്വം എന്നീ വരങ്ങൾ നൽകി പരമശിവൻ തിരിച്ചുപോയി. ഭഗവാൻ ത്രിമൂർത്തി സ്വരൂപനും എല്ലാവരുടെയും അധിപനും ആണെന്ന്

ഇത് വ്യക്തമാക്കുന്നു. മൂന്ന് അംശങ്ങളുള്ള സത്യ-ലോകത്തിൽ ബ്രഹ്മാവ്, വിഷ്ണു, ശിവൻ എന്നിവരുടെ സ്ഥാനങ്ങൾ ഒന്നിനു മുകളിൽ ഒന്നായി സ്ഥിതി ചെയ്യുന്നു മായാവികാരമില്ലാത്ത വൈകുണ്ഠ-ലോകം ഈ സ്ഥാനങ്ങൾക്കെല്ലാം മേലെയാണ്. വൈകുണ്ഠത്തിലും കാരണ ജലത്തിലും (പാലാഴി-യിലും) നന്ദഗൃഹത്തിലും (അമ്പാടിയിലും) രജ-സ്തമോ ഗുണങ്ങളുടെ സ്പർശലേശമില്ലാതെ ശുദ്ധസത്വ സ്വരൂപനായും, സച്ചിദാനന്ദമൂർത്തി-യായും, പരബ്രഹ്മമായും ഭഗവാൻ പരിലസിക്കുന്നു. അങ്ങനെയുള്ള ഗുരുവായൂരപ്പനോട് തന്റെ രോഗം മുഴുവനായും ശമിപ്പിക്കേണമേ എന്ന് കവി പ്രാർത്ഥിക്കുന്നു

ദശകം 98 - നിഷ്കളബ്രഹ്മോപാസനം

സകല രൂപത്തിലുള്ള ഭഗവാന്റെ വർണനയ്ക്കു ശേഷം, നിഷ്കള ബ്രഹ്മ രൂപം വിവരിക്കുന്നു: നിഷ്കളബ്രഹ്മരൂപത്തിലുള്ള ഭഗവാനെ ദേവ-ന്മാർക്കും, മുനിമാർക്കും പഞ്ചേന്ദ്രിയങ്ങൾക്ക് പോലും മനസ്സിലാക്കാൻ കഴിയുന്നില്ല. പിന്നെ സാധാരണ-ക്കാരായ മനുഷ്യർക്ക് എങ്ങിനെയാണ് ഇതു മനസ്സിലാകുക എന്നു കവി ചോദിക്കുന്നു. നമുക്ക് കണ്ണുകൊണ്ട് ലോകത്തെ മുഴുവനും കാണാമെങ്കിലും, സ്വന്തം കണ്ണിനെ കാണാൻ സാധിക്കുകയില്ല. അതു-പോലെ ഈ ജഗത്ത് മുഴുവൻ പ്രകാശം ചൊരിയുന്നത് ഒരു തേജസ്സു കൊണ്ടാണെങ്കിലും, ആ തേജസ്സിനെ

നാം കാണുന്നില്ല. ഈ പ്രപഞ്ചത്തെ സൃഷ്ടിക്കുകയും, നിലനിർത്തുകയും പ്രകാശിപ്പിക്കുകയും നശിപ്പിക്കുകയും ചെയ്യുന്ന ഭഗവാൻ മായാരൂപമായ പ്രപഞ്ചത്തിൽ നിന്നും വേറിട്ടു നിലനിലക്കുന്നു. വരാഹാദി അവതാരങ്ങളോ, കൃഷ്ണരാമാദി നാമങ്ങളോ, ദുർജ്ജന നിഗ്രഹമോ സജ്ജനാനുഗ്രഹമോ യാഥാർത്ഥ്യമല്ലെങ്കിലും ലോകാനുഗ്രഹത്തിനായി മായാ രൂപത്തിൽ ഭഗവാൻ ഇവ കൈക്കൊള്ളുന്നു. രൂപമില്ലാത്തവനായി വിദ്യ, അവിദ്യ, ഐശ്വര്യം എന്നീ ശക്തികളെ കൈക്കൊണ്ട്, സകല പ്രപഞ്ച വസ്തുക്കളുടേയും അത്ഭുതമൂർത്തിയായി, നിരവധി അവതാരങ്ങൾ കൈക്കൊണ്ട് ഭഗവാൻ അനേകരൂപനയി ശോഭിക്കുന്നു. ഭഗവാന്റെ സ്വരൂപം പക്ഷിമൃഗാദികളല്ല, മനുഷ്യനുമല്ല, ദേവനും, അസുരനുമല്ല; സ്ത്രീയും, പുരുഷനുമല്ല, ദ്രവ്യം, ജാതി, കർമ്മം, ഗുണം സത്ത്, അസത്ത് ഇവയൊന്നുമല്ല എന്ന് വേദങ്ങളിൽ പറയുന്നു. ഈ നിഷേധങ്ങൾക്ക് ശേഷം ശേഷിക്കുന്നതും ഉപനിഷത്തുക്കളിൽ വ്യക്തമായി പ്രതിപാദിക്കപ്പെടുന്നതുമായ പരമാനന്ദ സ്വരൂപമായി വിളങ്ങുന്നവനാണ് ഭഗവാൻ.

ഭഗവാൻ, കണ്ണാടിയിലെ പ്രതിബിംബമെന്നപോലെ വർത്തിച്ച് മഹതത്ത്വം, അഹങ്കാരഭേദങ്ങൾ പഞ്ച തന്മാത്രകൾ, പഞ്ചഭൂതങ്ങൾ ഏകാദശേന്ദ്രിയങ്ങൾ എന്നിവ കൊണ്ട് സ്വപ്നസമാനമായ ജഗത്തിനെ സൃഷ്ടിക്കുകയും, ആമ കാലുകൾ

ഉള്ളിലേക്ക് വലിക്കുന്നതുപോലെ സകലതും സംഹരിക്കുകയും ചെയ്യുന്നു. പിന്നീട് പരന്നു കിടക്കുന്ന ഈ തമസ്സിൽ ചിദാനന്ദരൂപനായി വർത്തിച്ച് സ്വയം പ്രകാശിക്കുന്നു. എല്ലാ മതവിഭാഗങ്ങളിലുമുള്ള ജനങ്ങൾ, സർവാത്മാവാകുന്ന ഭഗവാനെ ശബ്ദബ്രഹ്മം, കർമ്മം, പരമാണു, കാലം എന്നിങ്ങനെ പല രൂപത്തിൽ കാണുന്നു. വേദാന്തങ്ങളിൽ പുരുഷൻ പരൻ, ചിത്ത്, ആത്മാവ് എന്നെല്ലാം പറയുന്ന ആ തത്വമാണ് സൃഷ്ടികളെ നിർവഹിക്കുന്നത്. ഇത് നിലനിൽക്കുന്നതാണെന്നും നിലനിൽക്കുന്നതല്ലെന്നും പറയുവാൻ പറ്റാത്ത അവസ്ഥയാണ് മായ. (കയർ കണ്ടാൽ അത് ഒരു പാമ്പ് ആണോ എന്ന വിഭ്രമത്തെ സൃഷ്ടിക്കുന്നു). എന്നാൽ വേദാന്ത തത്വങ്ങൾ മനസ്സിലാകുമ്പോൾ, തത്വജ്ഞാനം കൊണ്ട് മായയെ മറികടക്കാനും, മുകതിനേടാനും സാധിക്കും. (മായയുടെ രണ്ടവസ്ഥകളാണ് വിദ്യയും അവിദ്യയും.) ഭഗവത് ഭക്തി കൊണ്ട് അവിദ്യ നീങ്ങുമ്പോൾ ജ്ഞാനം വർധിച്ച് നമുക്ക് മുക്തി ലഭിക്കുന്നു . ഭഗവാനെക്കുറിച്ച് ഇത്രയും വ്യക്തമായി പറഞ്ഞ് ആ ഭഗവാന്റെ മുന്നിൽ തന്റെ രോഗശാന്തിക്കുവേണ്ടി പ്രാർത്ഥിക്കുകയാണ് കവി ഈ സന്ദർഭത്തിൽ ചെയ്യുന്നത്. അദ്ദേഹം തുടരുന്നു. ആഭരണങ്ങളിൽ സ്വർണ്ണം പോലെയും, മൺപാത്രങ്ങളിൽ കളിമണ്ണ് പോലെയുമാണ് പരബ്രഹ്മമായ ഭഗവാൻ ശോഭിക്കുന്നത്. സ്വപ്നം കണ്ടവന് ഉണരുമ്പോൾ ഉള്ള അവസ്ഥ പോലെയും,

ഇരുട്ട് നീങ്ങുമ്പോൾ, പാമ്പാണെന്ന് തെറ്റിദ്ധരിച്ചത് കയറാണെന്ന് മനസ്സിലാകുന്നത് പോലെയും, അവിദ്യ നീങ്ങുമ്പോൾ തത്ത്വം വ്യക്തമായി തെളിയുന്നു. പ്രപഞ്ചകാരണവും, പ്രപഞ്ചസ്വരൂപനും, ഇവ നിയന്ത്രിക്കുന്നതും സാക്ഷാൽ ഗുരുവായൂരപ്പ-നാണെന്ന് കവി സമർഥിക്കുന്നു പ്രപഞ്ചാരഭം മുതൽ ഇന്നും സംഭവിക്കുന്ന സൂര്യോദയവും അസ്തമയവും, അഗ്നിയുടെ ജ്വലനവും, കാറ്റിന്റെ ചലനവും. നിയന്ത്രിക്കാൻ ഒരു ശക്തി ആവശ്യമാണ്. ഇതാണ് ഭഗവാൻ. മനുഷ്യജന്മം കൈവന്നവർ അഹങ്കാരം കൈവിട്ട് ഭഗവാനെ ശരണം പ്രാപിക്കുക മാത്രമാണ് ചെയ്യേണ്ടത് എന്ന് കവി നാരായണ ഭട്ടതിരി ഇതിലൂടെ നമ്മെ മനസ്സിലാക്കിത്തരുന്നു.

ത്രിഗുണങ്ങൾ: സത്വം, രജസ്സ്, തമസ് എന്നിവ.

ത്രൈലോക്യങ്ങൾ:സ്വർഗ്ഗം, ഭൂമി, പാതാളം.

ത്രിമൂർത്തികൾ: ബ്രഹ്മാവ്, വിഷ്ണു, ശിവൻ.

ത്ര്യക്ഷരങ്ങൾ: അ, ഇ, ഉ.

മൂന്ന് വേദങ്ങൾ: ഋക്,യജുസ്സ്, സാമം.

സ്വരൂപം: സത്ത്. ചിത്ത്, ആനന്ദം.

മൂന്നവസ്ഥകൾ ജാഗ്രത്ത്, സ്വപ്നം, സുഷുപ്തി.

ത്രിയുഗങ്ങൾ : കൃതയുഗം, ത്രേതായുഗം, ദ്വാപരയുഗം, എന്നിവയാണെന്ന് ചിലർ വിശ്വസി-

ക്കുന്നു. എന്നാൽ ത്രേതായുഗം, ദ്വാപരയുഗം, കലിയുഗം എന്നിവയാണെന്ന് മറ്റു ചിലർ അഭിപ്രായ-പ്പെടുന്നു.

ത്രികാലങ്ങൾ : ഭൂതം, ഭാവി, വർത്തമാനം.

മൂന്നു യോഗങ്ങൾ : കർമ്മം, ജ്ഞാനം, ഭക്തി.

"ത്രൈലോക്യസൃഷ്ടി നടത്തുന്നവനും, ഓംകാര-പ്പൊരുളും, ത്രിമൂർത്തികളുടെ ഐക്യരൂപനും, മൂന്നു വേദങ്ങളിലും കീർത്തിക്കപ്പെട്ടവനും, മൂന്നു യുഗ-ങ്ങളിലും അവതരിച്ചവനും, മൂന്നടി മണ്ണുകൊണ്ട് പ്രപഞ്ചം മുഴുവനും അളന്നവനും മൂന്നുവസ്ഥകളും അറിയുന്നവനും, മൂന്നു കാലത്തിനും ഭേദമില്ലാത്ത-വനുമായ ഭഗവാനേ, അങ്ങയെ ഞാൻ കർമ്മ, ഭക്തി, ജ്ഞാന യോഗങ്ങൾ കൊണ്ട് നമസ്കരിക്കുന്നു" എന്ന് കവി ഈ ശ്ലോകത്തിൽ വ്യക്തമാക്കുന്നു "മായാ ബന്ധമില്ലാതെ, ജ്ഞാനസ്വരൂപനായി, ഒന്നിലും ആഗ്രഹം ഇല്ലാത്തവനായി, ഏകനായി, വികാര-രഹിതനായി, രാഗദ്വേഷങ്ങളില്ലാതെ, മാഹാത്മ്യങ്ങൾ കൊണ്ട് വിളങ്ങുന്നവനായി പരമാനന്ദമയമായ പ്രകാശരൂപമായി വിരാജിക്കുന്ന ഭഗവാന്റെ സ്വരൂപം സർവോൽക്കർഷേണ വിജയിക്കുമാറാകട്ടെ" എന്ന് കവി പ്രാർഥിക്കുന്നു.

കാലചക്രം

12 മാസങ്ങൾക്ക് തുല്യമായ 12 അഴികളും ഒരു വർഷത്തിലെ 360 ദിവസങ്ങൾ കാണിക്കുന്ന 360 ചക്രമുനകൾ ഉള്ളതും അതിവേഗം ഭ്രമണം ചെയ്യു-ന്നതുമാണ് കാലചക്രം. ഇതിന്റെ വേഗം കുറയ്ക്കു-വാനോ തടുക്കുവാനോ നമുക്ക് സാധിക്കുകയില്ല. ജീവിതത്തെ അത് ഓരോ നിമിഷവും തട്ടിയെടുക്കുന്നു. ഇതിൽ നിന്ന് രക്ഷ കിട്ടാൻ സ്ഥിരതയുള്ള ഒരു വസ്തുവിൽ ബലമായി പിടിച്ചു നിൽക്കേണ്ടതുണ്ട്. അത് ഭഗവദ് പാദം മാത്രമാണെന്നും അതിനെ താൻ ആശ്രയിക്കുന്നുവെന്നും, ആ തൃപ്പാദങ്ങളെ അവ-ലംബിക്കാൻ എന്നും തനിക്ക് സാധിക്കേണമേ എന്നും, തന്റെ സങ്കടങ്ങളെല്ലാം നിവാരണം ചെയ്യണമെന്നും കവി വീണ്ടും വീണ്ടും ഭഗവാനോട് അപേക്ഷിക്കുന്നു

ദശകം 99 - ഭഗവത്മാഹാത്മ്യവർണ്ണനം

വേദമന്ത്രങ്ങളുടെ സംഗ്രഹം

ഭൂമിയിലുള്ള പൊടിപടലങ്ങൾ എണ്ണി തീർക്കു-ന്നതു പോലെയാണ് ഭഗവാന്റെ മഹിമകളുടെ കണക്കെടുക്കുന്നത്. ഭഗവാന്റെ വാസസ്ഥാനമായ വൈകുണ്ഠ ലോകത്തിലെത്തിച്ചേരാൻ തനിക്ക് ആഗ്രഹമുണ്ടെന്ന് കവി പറയുന്നു. അമൃത പ്രവാഹ-മുള്ള അവിടെയെത്തിയാൽ തനിക്കും പരമാനന്ദം അനുഭവിക്കാമെന്ന് കവി മോഹിക്കുന്നു. ലോകങ്ങളെ-യെല്ലാം സൃഷ്ടിച്ചവനും, എന്നെന്നും പുതുമയോടെ

നിലനില്ക്കുന്നതും, സർവ്വൈശ്വര്യസമ്പന്നനുമായ വിഷ്ണുവിനെ ഭക്തിയോടും, യാഗം, പൂജ, ഹോമം എന്നിവ കൊണ്ടും പൂജിക്കുകയും കൃഷ്ണാ-വതാരത്തെ വർണ്ണിക്കുകയും ചെയ്യുന്ന ഭക്തന് മാത്രമേ ജീവിതാവസാനത്തിൽ വൈകുണ്ഠലോകം പ്രാപിക്കാൻ കഴിയുകയയുള്ളൂ. അതിനാൽ ഭഗവാന്റെ അവതാരലീലകളടങ്ങിയ കഥകളെ വർണ്ണിച്ചും, സ്തുതിച്ചും, നാമസങ്കീർത്തനങ്ങൾ ചൊല്ലിയും താൻ തത്വജ്ഞാനം കൈവരിക്കാൻ തീർച്ചയാക്കി എന്നു കവി ഭഗവാനോട് പറയുന്നതിനോടൊപ്പം തന്നെ, "നിങ്ങളും അത് പിന്തുടരൂ" എന്ന് ജനങ്ങളെ ഉപദേശി-ക്കുകയും ചെയ്യുന്നു.

കൃഷ്ണഭഗവാൻ തന്റെ കർമ്മങ്ങൾ കൊണ്ട് ഈ ലോകത്തിൽ അധർമ്മത്തെ അകറ്റുകയും ധർമ്മത്തെ രക്ഷിക്കുകയും ചെയ്യുന്നു. എപ്പോഴും പ്രകാശിച്ചു കൊണ്ടിരിക്കുന്ന ഉൽകൃഷ്ടമായ വിഷ്ണുവിന്റെ സ്ഥാനത്തെ യോഗീശ്വരന്മാർ ധ്യാനിക്കുന്നു, ബ്രാഹ്മ-ണന്മാർ വേദമന്ത്രങ്ങൾ കൊണ്ട് സ്തുതിക്കുന്നു, ഭഗവാന്റെ പല പല അവതാരങ്ങളിലുള്ള ലീലാ-വിലാസങ്ങളേയും ഭക്തജനങ്ങൾ എപ്പോഴും ധ്യാനി-ക്കണം. മുൻപ് ജനിച്ചവനും ഇനി ജനിക്കാൻ പോകു-ന്നവനും ഭഗവാന്റെ മാഹാത്മ്യം തിട്ടപ്പെടുത്താൻ കഴിഞ്ഞിട്ടില്ല. ഇവയെല്ലാം ശ്രേയസ്കരമാണെന്ന് മനസ്സിലാക്കി, വൈകുണ്ഠവാസിയായ ഭഗവാനെ താൻ എല്ലായ്പ്പോഴും സ്തുതിക്കാം എന്നു പറഞ്ഞ്

കവി വീണ്ടും ഭഗവാന്റെ സൃഷ്ടി മുതൽ വിവരിക്കുന്നു.

സൃഷ്ടിയുടെ ആരംഭത്തിൽ ഉണ്ടായ ജലം ആദ്യമായി ഭഗവാനെയാണ് ഗർഭത്തിൽ ധരിച്ചത്. ജീവാത്മാക്കൾ ജലത്തിൽ ശയിക്കുന്ന ആ ഭഗവാനിൽ- ത്തന്നെ അവസാനം ലയിച്ച് ഒന്നായിത്തീരുന്നു. ഭഗവാന്റെ നാഭിയിലുള്ള താമരപ്പൂവിന്റെ എട്ട് ഇതളു- കൾ, എട്ട് ദിക്കുകളെ പ്രതിനിധീകരിക്കുന്നു. മഹാ- മേരുവാകുന്ന കർണ്ണികയോട് കൂടിയ ആ താമര- പ്പൂവിനെ ലോകമായി കണക്കാക്കുന്നു. ഈ ലോകം സൃഷ്ടിച്ചത് തന്നെ വിഷ്ണുവാണെന്നും, നമ്മുടെ ശരീരത്തിനകത്തും വിഷ്ണുരൂപം ഉണ്ടെന്നും നാം അറിയുന്നില്ല. മഞ്ഞു മൂടിയ മനസ്സോടു കൂടിയതും, പേരുകളാലും രൂപങ്ങളാലും മായ കൊണ്ട് തെറ്റി- ദ്ധരിച്ചവരുമായി ഇന്ദ്രിയ സുഖങ്ങൾക്കായി യാഗ- കർമ്മങ്ങൾ ചെയ്തു നാം ജീവിക്കുന്നു. വിഷ്ണു- വിന്റെ യാഥാർഥ്യം അറിയാത്തതിനാൽ നാം അതിനെപ്പറ്റി ചിന്തിക്കുന്നില്ല.

പുരുഷ സൂക്തത്തിലെ മന്ത്രങ്ങൾ

ആയിരക്കണക്കിന് ശിരസ്സുകളും നേത്രങ്ങളും പാദങ്ങളും വഹിക്കുന്ന ആ പരംപുരുഷൻ ബ്രഹ്മാണ്ഡം മുഴുവനും നിറഞ്ഞ് അതിൽ നിന്ന് കവിഞ്ഞും സ്ഥിതി ചെയ്യുന്നു. ഭഗവാന്റെ പാദഭാഗം ബ്രഹ്മാണ്ഡമായും വളരെയധികമായുള്ള നാലിൽ

മൂന്നു ഭാഗങ്ങളും ബ്രഹ്മാണ്ഡത്തിന്റെ ഉപരിഭാഗത്തും ശോഭിക്കുന്നു. മൂന്നുലോകവും ഭഗവാൻ തന്നെയാണ്. അതേസമയം, വളരെ ചെറിയ പഴുതുള്ള മനസ്സിലും ഭഗവാൻ ശോഭിക്കുന്നു. വിഷയ സുഖങ്ങൾ അനുഭവിക്കുന്നതും സർവ്വവ്യാപിയായ പരമാത്മാവായി ഉയർന്ന് അമൃതസുഖരസം അനുഭവിക്കുന്നതും, ഭഗവാൻ തന്നെയാണ്. ഭഗവാൻ ത്രൈലോക്യരൂപത്തേയും, അതിൽനിന്ന് പുറത്തുകടന്നു ശുദ്ധ ജ്ഞാനരൂപത്തേയും വഹിക്കുന്നു എന്നത് ഭഗവാന്റെ മഹത്ത്വം മാത്രമാണ്. ഭഗവാന്റെ വ്യക്തമല്ലാത്ത സ്വരൂപം ശുദ്ധസത്വമയമായ ബ്രഹ്മസ്വരൂപമാണ്. എന്നാൽ വ്യക്തമായ സ്വരൂപം ശ്രീകൃഷ്ണസ്വരൂപമാണ്. അത് അമൃത സമുദ്രത്തിലെ തിരമാലകൾക്ക് തുല്യമാണ്. (കടലിലേക്ക് ഇറങ്ങിച്ചെല്ലാനാകില്ലെങ്കിലും, തിരമാലകളെ നമുക്ക് സ്പർശിക്കാമല്ലോ.) കൂടാതെ ആ സ്വരൂപം സർവ്വോത്കൃഷ്ടവും, ഭക്തന്മാരുടെ മനസ്സിനെ ആകർഷിക്കുന്നതുമാണ്. ആ ദിവ്യവിഗ്രഹത്തെ താൻ ശരണം പ്രാപിക്കുന്നുവെന്നും തന്നെ രോഗ ദുരിതങ്ങളിൽ നിന്നും കരകയറ്റണമെന്നും കവി വീണ്ടും പ്രാർത്ഥിക്കുന്നു.

ദശകം 100 - ഭഗവാന്റെ കേശാദിപാദ വർണ്ണനം

ശ്രീ മേൽപ്പത്തൂർ നാരായണ ഭട്ടതിരിയുടെ ഏകാഗ്ര-മായ തപസ്സുകൊണ്ട് സൃഷ്ടിക്കപ്പെട്ട ഈ കൃതിയിൽ സന്തുഷ്ടനായ ശ്രീ ഗുരുവായൂരപ്പൻ, ഭട്ടതിരിക്ക് തന്റെ വിശ്വകോമളമായ രൂപം കാണിച്ചു കൊടുത്തു. ആ അത്ഭുതദർശനം കൊണ്ട് അദ്ദേഹം സർവ്വ രോഗ-ങ്ങളിൽ നിന്നും മുക്തനായി. താൻ ദർശിച്ച ഭഗവാന്റെ കോമളരൂപം മറ്റു ഭക്തന്മാർക്ക് കൂടി ധ്യാനിക്കുവാൻ വേണ്ടി ഭക്തി ലഹരിയിൽ മുഴുകി, കവി ഈ ദശകത്തിലെ ശ്ലോകങ്ങളിൽ ആ മനോഹരരൂപം വിവരിക്കുന്നു.

ശ്രീ മേൽപ്പത്തൂരിന് ആദ്യം ശ്രീകോവിലിനുള്ളിൽ മനോഹരമായ ഒരു നീല ജ്യോതിസ്സ് പ്രത്യക്ഷപ്പെട്ടു. ആ ദർശനത്തിൽ തന്നെ മേൽപ്പത്തൂർ അമൃതര-സത്തിലാറാടി പരമാനന്ദചിത്തനായി. അദ്ദേഹം ഭഗവാനെ സൂക്ഷിച്ചു നോക്കിയപ്പോൾ, ഭഗവാന്റെ ചുറ്റിലുമായി ഭഗവാന്റെ പരമാനന്ദരസം ആസ്വദിച്ച് ദേഹം മുഴുവൻ രോമഞ്ചമുൾക്കൊണ്ട് നിൽക്കുന്ന നാരദമഹർഷിയേയും ഗോപസുന്ദരിമാരെയും കണ്ടു. പിന്നീട് ഭഗവാന്റെ കേശഭാരത്തേയും ഫാലദേശ-ത്തെയും കവി വർണിക്കുന്നു. ഇടതൂർന്ന് അറ്റം ചുരുണ്ട്, നില നിറത്തോടുകൂടിയ, അഴുക്കില്ലാത്ത, മനോഹരമായി ഒതുക്കിക്കെട്ടിയ രത്നം പതിച്ച

കിരീടത്തോടു കൂടിയതാണ് ഭഗവാന്റെ കേശഭാരം. കേശഭാരത്തിൽ തെളിഞ്ഞുമിന്നുന്ന മയിൽപ്പീലികൾ ചുറ്റും നിരത്തി കുത്തിവച്ച് മന്ദാരമാലയാൽ അലങ്കരി-ച്ചിരിക്കുന്നു. വെളുത്ത ഗോപിക്കുറിയണിഞ്ഞ ഭഗവാന്റെ തിരുനെറ്റിത്തടം പഞ്ചമിച്ചന്ദ്രന് തുല്യമായി വിളങ്ങുന്നു

നിറഞ്ഞു നിൽക്കുന്ന കൃപാസമുദ്രത്തിലെ മൃദു-വായ ഓളങ്ങൾ എന്ന പോലെ ഇളകിക്കൊണ്ടിരിക്കുന്ന പുരികക്കൊടികൾ, കറുത്തിരുണ്ട് മിനുമിനുത്ത കൺ-പീലികൾ, നിബിഡകാന്തിയോടുകൂടിയ ചെന്താമര-പ്പൂവിതളിന്റെ ആകൃതിയിലുള്ള അതിസുന്ദരമായ കറുത്ത കൃഷ്ണമണികൾ എന്നിവ ചേർന്ന, കടാക്ഷ-ലീലകളാൽ ലോകത്തിനു മുഴുവനും കുളിർമയേകുന്ന ഭഗവാന്റെ തൃക്കണ്ണുകൾ എപ്പോഴും തന്നിൽ പതിയേണമേ എന്ന് കവി പ്രാർത്ഥിക്കുന്നു. ഭഗവാന്റെ തിരുമുഖം ഉയർന്ന് ശോഭിക്കുന്ന നാസികയോടു കൂടിയതും, ഇന്ദ്രനീലത്തിന്റെ നിറമുള്ളതും, കണ്ണാടി പോലെ പ്രകാശിക്കുന്ന കവിൾത്തടങ്ങളോടു കൂടി-യതുമാണ്. മനോഹരമായ കാതുകളിൽ മകര-മത്സ്യാകൃതിയിലുള്ള രത്നകുണ്ഡലങ്ങൾ ചാഞ്ചാടി കളിക്കുന്നു. തൊണ്ടിപ്പഴം പോലെ തുടുത്ത അധര-ങ്ങളുടെ നടുവിലൂടെ മധുരമായി വെളുത്ത് തെളിഞ്ഞു നിൽക്കുന്ന ദന്തനിരകളോടുകൂടി പുഞ്ചിരിച്ചു നിൽക്കുന്ന ഭഗവാന്റെ തിരുമുഖം എന്നും തനിക്ക് വ്യക്തമായി കാണാനാകേണമേ എന്നും കവി പ്രാർത്ഥിക്കുന്നു.

വേണുഗോപാല രൂപത്തിൽ പ്രത്യക്ഷപ്പെട്ട ഭഗവാന്റെ കൈത്തലങ്ങൾ തളിരു പോലെ മൃദുവും, കൈകൾ രത്നങ്ങൾ പതിച്ച വളകൾ അണിഞ്ഞ-വയുമാണ്. അവയിൽ പിടിച്ചിരിക്കുന്ന പുല്ലാങ്കുഴൽ, ശോഭയേറിയ നഖങ്ങളോടുകൂടിയ വിരലിന്റെ സമ്പർക്കത്താൽ ചിത്ര വർണ്ണമായി കാണപ്പെടുന്നു. താമരപ്പൂ പോലെയുള്ള മുഖത്ത് ചേർത്തുവെച്ച്, ലോകത്തിന്റെ മുഴുവൻ മനം കുളിർപ്പിക്കുന്നതു പോലെ ഭഗവാൻ അതിമധുരമായി ആലപിക്കുന്ന നാദബ്രഹ്മാമൃതത്താൽ തന്റെ കർണ്ണപുടങ്ങൾ കുളിരുകോരട്ടെ എന്ന് കവി ആഗ്രഹിക്കുന്നു.

ഭഗവാന്റെ തൃക്കഴുത്ത്, ഉയർന്നുപരക്കുന്ന കൌസ്തുഭ മണിയുടെ കാന്തിയാൽ അരുണ വർണ്ണമായി ശോഭിക്കുന്നു. ഭഗവാന്റെ മാറിടം, മിന്നിത്തിളങ്ങുന്നതും ഇളകിക്കളിക്കുന്നതുമായ മുത്തുമാലകളാലും വനമാലകളാലും ശ്രീവത്സ-ത്തിനാലും തിളങ്ങി അതിമനോഹരമായിരിക്കുന്നു. ഭഗവാന്റെ തിരുമാറിൽ വിലസുന്ന വനമാല വർണ്ണശബളാഭമായ തളിരുകളും സുഗന്ധമുള്ള പൂക്കളും കൊരുത്ത് ഉണ്ടാക്കിയതായതിനാൽ അവയിൽ ആ സുഗന്ധം ആസ്വദിക്കാൻ വണ്ടുകൾ പാറിക്കളിക്കുന്നു. ആ തിരുമാറിലണിഞ്ഞിരിക്കുന്ന വനമാലയേയും രത്നമാലയേയും താൻ ധ്യാനിക്കുന്നു എന്ന് കവി പറയുന്നു. കുങ്കുമം, അകിൽ, കസ്തൂരി, ഗോരോചനം, ഹരിചന്ദനം എന്നീ സുഗന്ധ-ദ്രവ്യങ്ങളുടെ കുറിക്കൂട്ട്, കളഭം എന്നിവ ഭഗവാന്റെ

തിരുമെയ്യിൽ അണിഞ്ഞതിനാൽ എല്ലായിടത്തും സുഗന്ധം പരക്കുകയും, ആ സുഗന്ധം എല്ലാ ജനങ്ങളെയും ആകർഷിക്കുകയും ചെയ്യുന്നു. ഭഗവാന്റെ അരക്കെട്ട്, അനേകം ബ്രഹ്മാണ്ഡങ്ങൾ ലയിച്ചു കിടക്കുന്നതാണെങ്കിലും വളരെ ഒതുങ്ങി ചെറുതായി കാണപ്പെടുന്നു. ഇന്ദ്രനീലനിറമുള്ള ശരീരത്തിൽ കാച്ചിപ്പഴുപ്പിച്ച സ്വർണത്തിന് തുല്യമായ പൊന്നിൻ നിറമുള്ള മഞ്ഞപ്പട്ട് ചാർത്തിയിരി-ക്കുന്നവനും മിന്നിത്തിളങ്ങുന്ന രത്നങ്ങൾ പതിച്ച അരഞ്ഞാണവും, കിങ്ങിണിയും അണിഞ്ഞവനുമായ ഭഗവാനെ കവി തന്റെ മനസ്സിൽ ധ്യാനിക്കുന്നു .

അതി മനോഹരവും, തടിച്ചതും, കൃഷ്ണ-വർണ്ണത്തോടു കൂടിയതും, ലക്ഷ്മീ ഭഗവതിയുടെ മനം കവരുന്നതുമായ ഭഗവാന്റെ തുടകൾ. ഭുവനവാസി-കൾക്ക് മനസ്സിന് ക്ഷോഭം സംഭവിക്കുമോ എന്ന് ഭയന്ന് എപ്പോഴും മഞ്ഞപ്പട്ടുകൊണ്ട് മറച്ചവയുമായ ഈ തൃത്തുടകളെ കവി നമസ്ക്കരിക്കുന്നു. ഭക്തന്മാർക്കു വേണ്ടി, എല്ലാ അഭീഷ്ട വസ്തുക്കളും ഒളിപ്പിച്ചുവെച്ച രണ്ട് ചെപ്പുകൾ പോലെ ശോഭിക്കുന്ന ഭഗവാന്റെ കാൽ മുട്ടുകളേയും, മനോഹരങ്ങളായ കണങ്കാലുകളേയും കവി ധ്യാനിക്കുന്നു. ഭഗവദ് പാദാരവിന്ദ ഭജനം എല്ലാ ഐശ്വര്യങ്ങളേയും പ്രദാനം ചെയ്യുന്നു എന്ന് മധുര ശബ്ദത്തിൽ പറയുന്നതുപോലെയാണ് ഭഗവാന്റെ കാൽച്ചിലമ്പുകൾ കിലുങ്ങുന്നത്. മായയിൽ മുങ്ങി-ത്താഴ്ന്നു കൊണ്ടിരിക്കുന്ന ഭക്ത ഹൃദയമാകുന്ന മന്ഥരപർവതത്തെ പൊക്കിയെടുക്കുന്ന കൂർമ്മാ-

കൃതിയിലുള്ള പുറം കാലടിയേയും, നടുഭാഗം തെല്ലുയർന്ന് തുടുത്ത് മിന്നുന്ന നഖങ്ങളോടു കൂടിയ വിരലുകളേയും കവി വർണ്ണിക്കുന്നു. ഈ കാൽ-വിരലുകൾ ആശ്രിതരുടെ ദുഃഖമകറ്റി അവർക്ക് എല്ലാ അഭീഷ്ടങ്ങളും നൽകി സന്തോഷം പ്രദാനം ചെയ്യു-ന്നവയാണ്. ഈ തളിരുപോലെയുള്ള തൃക്കാലുകൾ തന്റെ ഹൃദയത്തിൽ എന്നും നിലനിൽക്കേണമേ എന്ന് കവി പ്രാർത്ഥിക്കുന്നു. യോഗീശ്വരന്മാർക്ക് ഏറ്റവും പ്രിയപ്പെട്ടതും, ഭക്തന്മാർക്ക് അഭീഷ്ടങ്ങൾ നൽകുന്ന-തുമായ ഭഗവാന്റെ ഉള്ളംകാൽ മനസ്സിൽ പതിഞ്ഞ് എല്ലാ ആധിയും വ്യാധിയും അകറ്റി തനിക്ക് മുക്തി ലഭിക്കേണമേ എന്നു കവി ഭഗവാനോട് അപേക്ഷിക്കുന്നു.

'സാന്ദ്രാനന്ദാവ ബോധാത്മകം' എന്ന് തുടങ്ങു-കയും 'പരമാനന്ദ സന്ദോഹലക്ഷ്മീം' എന്ന് അവസാനിക്കുകയും ചെയ്യുന്നതിനാൽ നാരായണീയ-മെന്ന ഈ സ്തോത്രം ആനന്ദമയം തന്നെയാണ്. അങ്ങയുടെ മഹത്വം മുഴുവനും മനസ്സിലാക്കാതെ രചിച്ച ഈ സ്തോത്ര രചനയിൽ തനിക്ക് പറ്റിയ തെറ്റുകൾ പൊറുക്കേണമേ എന്ന് പ്രാർത്ഥിച്ച് ശ്രീ മേൽപ്പത്തൂർ നാരായണ ഭട്ടതിരി നാരായണീയം ഭഗവാന് സമർപ്പിക്കുന്നു. "എല്ലാ ലോകങ്ങളെയും രക്ഷിക്കുന്ന ഗുരുവായൂരപ്പാ, നാരായണനെ പ്രകീ-ർത്തിക്കുന്നതും, നാരായണൻ രചിച്ചതുമായ ഈ സ്തോത്രം ഭഗവാന്റെ അത്ഭുത ലീലകളാൽ സമ്പുഷ്ട-മായതും, നമ്മുടെ ജീവിതയാത്രയിൽ അനുഭവി-

കേണ്ടിവരുന്ന സർവദുരിതങ്ങൾക്കും പരിഹാരം നല്കുന്നതുമാണ് എന്ന സത്യം എല്ലാ ജനങ്ങളും ഉൾക്കൊള്ളട്ടെ; ഈ സ്തോത്രം ചൊല്ലുന്നവർക്കും കേൾക്കുന്നവർക്കും പഠിക്കുന്നവർക്കും ആയുരാ-രോഗ്യസൗഖ്യം നൽകേണമേ" എന്ന് ലോകനന്മ-യ്ക്കായി പ്രാർത്ഥിച്ചുകൊണ്ട് കവി സ്തോത്രം ഉപസംഹരിക്കുന്നു.

'ആയുരാരോഗ്യസൗഖ്യം' എന്ന പദം നാരായണീയം എഴുതി തീർന്ന ദിവസത്തെ കലിദിന സംഖ്യയാണ് - 1712210. അതായത് കൊല്ലവർഷം 762, വൃശ്ചിക മാസം 28 ഞായറാഴ്ച. ചോതിയും കൃഷ്ണപക്ഷദ്വാദശിയും കൂടിയ ദിവസമാണ് ഈ പുണ്യകൃതി പൂർത്തിയായത് എന്നാണ് പണ്ഡിതരുടെ നിഗമനം.

എന്റെ മോഹം

ഗുരുവായൂർ വാഴുന്നോരമ്പാടിക്കണ്ണാ നിൻ

തിരുവാകച്ചാർത്ത് കഴിഞ്ഞുവല്ലോ.

പൊൻ തിടമ്പേറി നീ ശീവേലി ചുറ്റുമ്പോൾ

എൻ മനം നിർവൃതി പൂണ്ടിടുന്നു.

പന്തീരടിക്കായ് നീ ശ്രീകോവിൽ പീഠത്തിൽ

സ്വർ ണ്ണപ്രഭയിൽ തിളങ്ങിടുമ്പോൾ,

നിൻ തിരുമുടിയിലെ പൊൻമയിൽ പീലിയെൻ

കണ്ണുകൾക്കാനന്ദമേകിടുന്നു.

മഞ്ഞപ്പട്ടാടയിൽ മിന്നിത്തിളങ്ങീ നീ

ബാലഗോപാലനായ് നിന്നിടുന്നു.

നിൻ മുന്നിലെത്തുമ്പോൾ ഞാൻ മറന്നീടുന്നു

എന്റെ മനസ്സിന്റെ നൊമ്പരങ്ങൾ;

എൻ മനം നൊന്തു പിടയുമ്പോളെപ്പൊഴും

നിൻ മൃദുവിരലെന്നെ തഴുകേണമേ.

മായയിൽ പെട്ടു ഞാനുഴലുമ്പോളെന്നെ നീ

നേർവഴി കാട്ടി നയിക്കേണമേ.

എൻ ചുടു കണ്ണുനീർ നിൻ കാൽക്കൽ വീഴുമ്പോൾ

കരുണയോടെന്നെ നീ നോക്കീടണേ.

നിൻ കാൽക്കലെർപ്പിക്കും പുഷ്പങ്ങളാകുവാൻ

എൻമനമെന്നും കൊതിച്ചിടുന്നു.

നിൻ വനമാലയിൽ മൂളി നടക്കുന്ന

കരിവണ്ടിൻജന്മമെനിക്കു നൽകൂ.

നിന്നരഞ്ഞാണത്തിൽ ചാഞ്ചാടിയാടുന്ന

പൊന്മണിയാകുവാൻ എന്റെ മോഹം.

ജീവിതനൗക തുഴഞ്ഞു തളരുമ്പോൾ

ശക്തി തന്നെന്നെ നീ കാക്കുമല്ലോ.

നിൻ പാദ പൂജയും നാമജപങ്ങളും

എൻ ജന്മപുണ്യമായ് തീർന്നിടട്ടെ.

നിന്മുന്നിലെരിയുന്ന കർപ്പൂര നാളത്തിൽ

എരിഞ്ഞടങ്ങീടട്ടെ എന്റെ ജന്മം.

എൻ ജന്മപാപങ്ങൾ അകലുമ്പോൾ കൃഷ്ണ, ഞാൻ

നിന്നിലലിഞ്ഞൊന്നു ചേർന്നിടട്ടെ

നിന്നിലലിഞ്ഞൊന്നു ചേർന്നിടട്ടെ.

ഓം നമോ ഭഗവതേ വാസുദേവായ

ॐ